മലയാളത്തിന്റെ
പ്രിയകവിതകൾ

പി. കുഞ്ഞിരാമൻ നായർ

മലയാളത്തിന്റെ

പ്രിയകവിതകൾ

പി. കുഞ്ഞിരാമൻ നായർ

കവിതകൾ തിരഞ്ഞെടുത്തത്

കെ. ജയകുമാർ

ഗ്രീൻ ബുക്സ്

green books private limited
gb building, civil lane road, ayyanthole,
thrissur- 680 003, kerala, ph: +91 487-2381066, 2381039
website: www.greenbooksindia.com
e-mail: info@greenbooksindia.com

malayalam
malayalathinte priyakavithakal
poem
by
p. kunhiraman nair

compiled by
k. jayakumar

first published august 2017

photos : p.v. krishnan
cover design : rajesh chalode

branches:
thrissur 0487-2422515
palakkad 0491-2546162
thiruvananthapuram 0471-2335301
calicut 0495 4854662
kannur 0497-2763038

isbn : 978-93-86440-78-5

GBPL/948/2017

മുഖക്കുറി

കവിതയുടെ പ്രണയദേവതയെ ധ്യാനിച്ചുകൊണ്ട് പുഴയും മലയും വയലുകളും കടന്ന് ആത്മദാഹത്തിന്റെ സായൂജ്യം തേടി പി. കുഞ്ഞിരാമൻ നായർ എന്ന മഹാകവി കേരളത്തിൽ അങ്ങോളമിങ്ങോളം സഞ്ചരിച്ചു. കാമനകളുടെ ബിംബസമൃദ്ധിയിൽ ആകാശം നഷ്ടപ്പെട്ട പറവയായി വ്യാകുലതകൾ മറന്ന് കവിതയുടെ ആത്മഹർഷത്തിൽ പുളകം കൊണ്ടു. കവിത തരുന്ന ആനന്ദനിർവൃതിയുടെയും പ്രണയവേദനയുടെയും മുക്തിയിലൂടെയുള്ള ഒരു യാത്രയാണ് പി. കവിത.

കൃഷ്ണദാസ്
മാനേജിങ് എഡിറ്റർ

ഉള്ളടക്കം

പരമപ്രകാശത്തെ ഉപാസിക്കുന്ന കവിത

കെ. ജയകുമാർ

വിശകലനത്തിന് പൂർണ്ണമായി വഴങ്ങിത്തരാത്ത ഒന്നുണ്ട് മഹാകവി പി. കുഞ്ഞിരാമൻ നായരുടെ കവിതയിലും ജീവിതത്തിലും. അറിഞ്ഞു കഴിഞ്ഞെന്ന് നിരൂപിക്കുമ്പോൾ 'അറിഞ്ഞുവോ എല്ലാം' എന്ന് പി കവിതയുടെ അദൃശ്യശാരിക അർദ്ധപരിഹാസത്തിൽ ചോദിക്കും. എങ്ങും ഉറയ്ക്കാതെയും യുക്തിക്ക് വഴങ്ങാതെയും ശാന്തി അറിയാതെയും മലയാള ഭൂമിയിലൂടെ ഈ കവി അലഞ്ഞതെന്തിനായിരുന്നു? മൂന്ന് ആത്മകഥകളും ആയിരത്തോളം കവിതകളും ഇതിന് വ്യക്തമായ ഉത്തരം നൽകുന്നില്ല. കവി തേടിയ നിത്യകന്യക ആരായിരുന്നു? കിട്ടിയെന്നു കരുതുമ്പോൾ നഷ്ടമാവുന്ന ആ ചഞ്ചല പ്രകാശം എന്തായിരുന്നു?

ഇത്രയേറെ വ്യത്യസ്തവിശേഷണങ്ങൾ കൊണ്ട് മറ്റൊരു കവിയേയും നിർവചിക്കാൻ നാം തുനിഞ്ഞിട്ടില്ല. പ്രകൃത്യുപാസകൻ, കേരളീയതയുടെ പാട്ടുകാരൻ, പ്രണയത്തിന്റെയും സൗന്ദര്യത്തിന്റെയും ആരാധകൻ, വാങ്മയങ്ങളുടെ കുബേരൻ, അന്തഃസംഘർഷങ്ങളുടെയും അപരാധബോധത്തിന്റെയും കവി, ദേശീയതയുടെ പതാകവാഹകൻ, ഗ്രാമീണതയുടെ ചിത്രകാരൻ, ഭക്തകവി, ദാർശനികകവി, മിസ്റ്റിക് കവി, ധാരാളിയായ കാല്പനികകവി എന്നിങ്ങനെ എത്രയെത്ര സംബുദ്ധികൾ! ഓരോ വിശേഷണവും 'നേതി നേതി' എന്നു പറഞ്ഞ് പുതിയ വിശേഷണം തിരയുന്നു. ഈ വിശേഷണങ്ങളെല്ലാം ഭാഗികമായ സത്യം മാത്രം. അവയെല്ലാം ചേർത്തു വച്ചാൽ പൂർണ്ണ ചിത്രം കിട്ടുകയുമില്ല.

പി. കവിതയെന്ന മോഹിനിയെ സമീപിക്കുമ്പോൾ അശാന്തി, സഞ്ചാരം എന്ന രണ്ട് സങ്കല്പങ്ങളുടെ മന്ത്രസിദ്ധികൂടിയേ കഴിയൂ. അശാന്തി, സഞ്ചാരം എന്നീ രണ്ടവസ്ഥകളിൽ നിന്ന് ഈ കവി ഒരിക്കലും മോചിതനായില്ല. ഈ രണ്ടവസ്ഥകൾ അഗാധമായൊരു പാരസ്പര്യത്തിൽ ബന്ധപ്പെട്ടിരിക്കുന്നു.

അശാന്തിയത്രെ യാത്രയ്ക്ക് ഹേതു. യാത്രയുടെ ലക്ഷ്യം ശാന്തിയാണെങ്കിലും ചെന്നെത്തുന്നത് മറ്റൊരശാന്തിയിൽ. അശാന്തികളെന്ന ബിന്ദുക്കളെ കൂട്ടിയിണക്കുന്നു യാത്രകൾ. അശാന്തിയും യാത്രയും കാന്തിയും അപരകാന്തിയുമായി വർത്തിക്കുന്നു. ഇവയുടെ ഗുരുത്വാകർഷണത്തിൽ സ്വന്തം ഭ്രമണപഥം കണ്ടെത്തുകയാണ് പി.യുടെ കവിത.

യാത്രയ്ക്ക് പ്രേരകമായ അശാന്തിക്കു കാരണമെന്താണ്? ഇതിനുള്ള ഉത്തരമെന്നോണം കവിതയുടെ ശാദ്വലങ്ങളിലും ഇരുൾപ്പരപ്പിലും കദനഭൂമിയിലുമെല്ലാം പലേടത്തായി കവി നാട്ടിയിട്ടുണ്ട് നിരവധി കൈചൂണ്ടികൾ. അവ നമ്മെ പലേടങ്ങളിലും കൊണ്ടുചെന്നെത്തിക്കും. കൈചൂണ്ടികളും സൂചനാഫലകങ്ങളും വ്യാജമായതുകൊണ്ടല്ല. നമ്മുടെ മുൻവിധികൾ സത്യം വായിക്കുന്നതിന് തടസ്സം തീർക്കുന്നതിനാൽ വായനക്കാരൻ എവിടെയൊക്കെയോ അലയുന്നു. അശാന്തിയുടെ കാരണങ്ങളായി പലതും നാം കണ്ടെത്തുന്നു. ഏറ്റവും അടിസ്ഥാന കാരണമൊഴികെ. ഈ കണ്ടെത്തലുകളാണ് വ്യത്യസ്ത വിശേഷണങ്ങളായി പരിണമിക്കുന്നത്. വ്യത്യസ്ത ദിശകളിലേക്ക് എന്നു തോന്നുന്ന സൂചനാഫലകങ്ങളെല്ലാം ആത്യന്തികമായി ഒരേ ദിശയിലേക്കാണെന്ന് പലപ്പോഴും നാം അറിയുന്നില്ല.

പരമാർത്ഥം അറിയാനുള്ള അഭിവാഞ്ഛയാണ് സമസ്ത അശാന്തിയുടെയും അടിസ്ഥാനം. വാക്കുകൾക്കപ്പുറത്താണ് ആ അഭിവാഞ്ഛയുടെ ഉറവ. വാക്കുകളിൽ അതിനെ ആവിഷ്ക്കരിക്കുന്ന സാധനയായി മാറുന്നു കവിത. അത് സർവജീവിതാനുഭവങ്ങളിലൂടെയും സൗന്ദര്യത്തിലൂടെയും ജീവിതത്തിന്റെ ഹർഷവിഷാദങ്ങളിലൂടെയും കവിയുടെ വാഴ്വിനെ നിയന്ത്രിച്ചുകൊണ്ടിരിക്കുന്നു. ഉണ്മ അന്വേഷിക്കുകയെന്നത് കവിതയിലും ജീവിതത്തിലും അബോധപൂർവവും അപ്രതിരോധ്യവുമായി കവി നിർവിഘ്നം അനുഷ്ഠിക്കുന്ന ഏകധർമ്മമായി മാറുന്നു. വാഴ്വിന്റെ പൊരുൾ അന്വേഷിക്കുകയെന്നത് ആത്മാന്വേഷണം തന്നെയാകയാൽ അകവും പുറവും നിറഞ്ഞുവിങ്ങുന്ന സകല പ്രപഞ്ചപ്രതിഭാസങ്ങളും വസ്തുജാലവും ആന്തരിക വികാരാന്ദോളനങ്ങളുമെല്ലാം അന്വേഷണമെന്ന മഹായാനത്തിന്റെ ഇടലക്ഷ്യങ്ങളായി ഭവിക്കുന്നു. ഈ ഇടനിലസംജ്ഞകളിലൂടെ മഹാകവിയെ അറിയാൻ ശ്രമിച്ചതാണ് മലയാളനിരൂപണത്തിന്റെ തിമിരദോഷം.

സൗന്ദര്യോപാസകനായ ഈ കവി പ്രകൃതിയുടെ സൗന്ദര്യത്തെയല്ല വാസ്തവത്തിൽ ഉപാസിക്കുന്നത്. വസ്തുവിന്റെ സൗന്ദര്യവാസ്തവത്തെയാണ് കവി മനസ്സ് തിരയുന്നതും ആരാധിക്കുന്നതും.

ഇരുണ്ട ഗഗനാന്തത്തെ-
ക്കുങ്കുമാഭയിൽ മുക്കിയും,
കല്ലിലും മുള്ളിലും വീണ
സപ്തസ്വരമുയർത്തിയും
ജലബിന്ദുക്കളിൽ കാവ്യ-
ഭാവനാരശ്മിവീശിയും
സ്മിതം തൂകിത്തിളങ്ങുന്നു
സച്ചിദാനന്ദരൂപിണി *(സൗന്ദര്യപൂജ)*

കാണുന്നതിനപ്പുറമുള്ളതിനെയാണ് കവിമനസ്സ് കാണുന്നത്. ആത്മീയസൗന്ദര്യത്തോടുള്ള ആരാധനയാണത്. സാധാരണ വിവക്ഷിക്കുന്ന സൗന്ദര്യത്തിനും പ്രണയത്തിനും അപ്പുറത്താണ് കവി ഉപാസിക്കുന്ന, കാലതീതവും ദേശാതീതവും സനാതനവുമായ ഉണ്മ. കവിമനസ്സെന്ന പൂമൊട്ടിന്റെ കണിയാണത്.

കണികാണുക പൂമൊട്ടേ
പരംജ്യോതിസ്വരൂപനെ
സ്വബോധമെന്ന കൈനേട്ടം
തരും വിശ്വൈകബാന്ധവൻ *(പൂമൊട്ടിന്റെ കണി)*

1936ലെഴുതിയ 'ശിവതാണ്ഡവം' എന്ന കവിതയുടെ ആമുഖക്കുറിപ്പിൽ കവി ഇങ്ങനെ എഴുതി; അത്യന്തം പ്രസക്തമായി.

'ഞാൻ, ഈ ഞാനാരാണ്? എവിടെ നിന്നു വന്നു? എങ്ങോട്ടു പോകുന്നു? ഈ പ്രപഞ്ചമെന്ത്, ജീവിതമെന്നാലെന്ത്? എന്റെ കർത്തവ്യമെന്ത്? ഈ ചോദ്യം മൂടൽമഞ്ഞുപോലെ അന്നുമിന്നും ജീവിതപ്പാത മൂടിക്കിടക്കുന്നു. ഉത്തരമില്ല; കവി ഋഷിയാണ്, ആകണം - ആശിച്ചു. ആശിക്കുന്നു. കവിയാകുമോ? ഋഷിയാകുമോ? അറിഞ്ഞുകൂടാ - തത്ത്വചിന്തയിൽ തലപുകഞ്ഞ മുപ്പത്തിരണ്ടാം വയസ്സിൽ കുറിച്ചത്'.

'ശിവതാണ്ഡവ'ത്തിലെ ചില വരികൾ കൂടി ഇതിനോട് ചേർത്തു വായിക്കണം.

ചെറ്റിടകൊണ്ട് നിശ്ശേഷ്ടമായ്പ്പാരിടം
പൊട്ടിത്തകർന്നു മണിവീണ പോലവേ
കാഞ്ചനക്കൈവിരൽ കൊണ്ടതിൽ തന്ത്രിയിൽ
ജീവൻ പകർന്നവളെങ്ങുപോയെങ്ങുപോയ്!
പൂർണ്ണിമകൊണ്ടീയുലകിന്റെ ചുണ്ടിന്
പുഞ്ചിരി നൽകിയോളെങ്ങുപോയെങ്ങുപോയ്!
പാരിനെപ്പുത്തൻ പുലരിയിൽപ്പൊൻമണി-
മാലചാർത്തിപ്പവളെങ്ങുപോയെങ്ങുപോയ്!

പൊട്ടിയ വീണാതന്ത്രിയിൽ ജീവൻ പകരുന്നവൾ, ഇരുളുന്ന പാരിന് പുലരിമാല ചാർത്തുന്നവൾ, അവളെയാണ് പി കവിത

അവസാനനാൾവരെ അന്വേഷിച്ചത്. അവളെന്ന ഉണ്മയുടെ വാഴ്ത്തുപാട്ടുകളും പ്രണയാർത്ഥനകളും പ്രാർത്ഥനകളുമാണ് പിയുടെ കവിത. അദൃശ്യമായ ഉണ്മയുടെ ദൃശ്യാവിഷ്ക്കാരമായി മാറുന്ന ജീവിതം ചിരിയിലും കണ്ണീരിലും പ്രണയത്തിലും വിരഹത്തിലും അന്വേഷിക്കുന്നത് ഈ ഉണ്മമാത്രം.

കാട്ടുവാകപ്പൂമയങ്ങിക്കിടക്കും വഴിവക്കിലും
തകർന്ന തന്ത്രിമീട്ടുന്നിതേതോ വിരഹവേദന

എന്ന് കവി ഈ വ്യഥയെ അവതരിപ്പിക്കുന്നുണ്ട് നിരവധി കവിതകളിൽ.

ആത്മീയതയുടെ കിരണങ്ങൾ പി കവിതയിൽ ഉപദർശിച്ചവർ അദ്ദേഹത്തെ ഭക്തകവിയെന്ന് വിളിക്കാൻ തുടങ്ങിയതോടെ പി. കവിതാപഠനങ്ങൾക്ക് ഗ്രഹണം ബാധിച്ചു. തീർച്ചയായും ഈ കവി ഭക്തനാണ്. സഗുണോപാസകനാണ്. പക്ഷേ സാമ്പ്രദായിക അർത്ഥത്തിൽ ഭക്തകവിയല്ല. കുളിച്ചു ക്ഷേത്രദർശനം നടത്തുമ്പോഴും കവി ഉപാസിക്കുന്നത് പ്രപഞ്ചത്തിന്റെ അപാരതയെയും അനന്തവിസ്മയത്തെയുമാകുന്നു. ക്ഷേത്രവിഗ്രഹമെന്ന കിളിവാതിലിലൂടെ വിസ്മയത്തിന്റെ മഹാനഭസ്സിലേക്കാണ് കവിമനസ്സ് പറന്നുയരുന്നത്. ആകാശഗംഗയോടുള്ള ഭഗീരഥന്റെ പ്രാർത്ഥന ഇങ്ങനെ:

പുണ്യപ്രശാന്തിപ്രസാദം വിതറുമാ-
പൊന്നമ്പലത്തിനകത്തരുളുന്നതാം
പാവനപ്രേമത്തിടമ്പിൽപ്പുരളുന്ന
പാപപങ്കങ്ങൾ കഴുകിക്കളയുവാൻ
പൂതവിശാലഹൃദയം ചുരത്തുന്ന
ഭൂതാനുകമ്പേ! വരിക വരിക നീ. *(ആകാശഗംഗ)*

കവിതയിലെ ദാർശനികത വേറെ, മിസ്റ്റിസിസം വേറെ, പ്രണയം വേറെ, ഭക്തി വേറെ, പ്രകൃതി വേറെ, തത്ത്വചിന്ത വേറെ എന്നിങ്ങനെ കവിതയെ അംഗഛേദം ചെയ്തു പരിശോധിക്കുന്ന ശീലക്കേടാണ് പി. കുഞ്ഞിരാമൻ നായരെന്ന മഹാകവിയിലേക്കുള്ള കവാടം കൊട്ടിയടച്ചുകളഞ്ഞത്. കവിയുടെ അശാന്തിയെയും യാത്രയെയും അവയുടെ ആത്മീയ വിസ്തൃതയിൽ കാണാൻ കൂട്ടാക്കാതെ ഭക്തകവിപ്പട്ടം ചാർത്തിക്കൊടുത്ത അപരാധം ചെറുതല്ല. ആത്മീയതയെന്നതിന് വേണ്ടത്ര പരിഷ്ക്കാരമില്ലെന്ന അല്പബുദ്ധിയും ഇവിടെ പ്രതിക്കൂട്ടിലാണ്. വൈരുദ്ധ്യങ്ങളെ കൂട്ടിയിണക്കുന്ന ജൈവസമഗ്രതയാണ് ആത്മീയോർജമാർന്ന സർഗ്ഗപ്രക്രിയ.

സത്യമന്വേഷിക്കുന്ന കവി ഈ വിശ്വത്തിനോട് പ്രണയത്തിലാവുകയെന്നതു തികച്ചും സ്വാഭാവികം. ഭൂമിയുടെ ഹരിതസുകൃതങ്ങളോട് കവി സ്നേഹബദ്ധനാണ്. മനുഷ്യനും മണ്ണുമായുള്ള അഗാധവും അവിഭാജ്യവുമായ ബന്ധത്തെപ്പറ്റി

തികഞ്ഞ ബോധ്യമുള്ള പ്രകൃത്യുപാസകനാണ്. കേരളീയതയും ഭാരതീയതയും ശതകാലസംസ്കൃതിയും ഗാന്ധിയൻ ലാളിത്യവും കവിമനസ്സിൽ ഇഴുകിച്ചേർന്നിരിക്കുന്നത് സ്വാഭാവികം. വിശ്വപ്രണയത്തിൽ ഭക്തിയും പരിസ്ഥിതിബോധവും മനുഷ്യസ്നേഹവും മിസ്റ്റിസിസവും എല്ലാം അന്തർഭവിച്ചിരിക്കുന്നു. ദൈവസങ്കല്പവും പാരിസ്ഥിതികാവബോധവും സൗന്ദര്യോപാസനയും തങ്ങളിൽ വൈരുദ്ധ്യമേതുമില്ല. ഏതു കവിതയും കവിതയിലെ ഏത് ഈരടിയും മഹിതമായൊരാശയഗാത്രത്തിലെ കോശം കണക്കെ ഇണക്കമാർന്നിരിക്കുന്നത് തിരിച്ചറിയണം. ഒരു മഹാസിംഫണിയിലെ സ്വരകണികകൾ കണക്കെ, ഉണ്മയെ അന്വേഷിക്കലാണ് കവിയെ കാമുകനാക്കിയത്, കാത്തിരിക്കലിന് വിധിച്ചത്.

കാർത്തികത്താരം പൂക്കുമീയല്ലിൽ
കാത്തിരിക്കും ഞാനേകനായ്' - എന്നും
കാത്തിരിക്കും ഞാൻ കൈത്തിരിയുമായ്
ചീർത്ത മൃത്യുവിനക്കരെ *(നീ വരില്ലേ)*

എന്നും പറയുന്ന കവി കാത്തിരിക്കാൻ സദാ സജ്ജനാണ്. പ്രകാശസമാഗമത്തിനുള്ള കാത്തിരിപ്പാണത്. കാല്പനിക പ്രണയത്തിന്റെ കാത്തിരിപ്പല്ല. പദാവലികൊണ്ട് അങ്ങനെ തോന്നാമെങ്കിലും.

വാങ്മയങ്ങൾ പി. കവിതയിൽ തോരാമഴപോലെ പെയ്തിറങ്ങുന്നതിന് കാരണവും ഈ അന്വേഷണത്തിന്റെ സമഗ്രതയും തീക്ഷ്ണതയും വ്യത്യസ്തതയും ആത്മീയതയുമാകുന്നു. എങ്ങുതിരിഞ്ഞാലും വിരഹത്തിന്റെയും സൗന്ദര്യത്തിന്റെയും ആഹ്ലാദത്തിന്റെയും അനുഭൂതിയുടെയും പ്രത്യക്ഷങ്ങളായി മനുഷ്യരും ഓർമ്മകളും ചിത്രങ്ങളും തിങ്ങിവിങ്ങുമ്പോൾ വാങ്മയധാരാളിത്തം സ്വാഭാവികമായിത്തീരുന്നു.

കാട്ടുമുല്ലകൾ പൂക്കുന്ന
വനവീഥിയിലൂടവേ,
വരുമോ കുങ്കുമംതൊട്ട
സാന്ധ്യശോഭ കണക്കവൾ? *(തോണിപ്പുരയിൽ)*

എന്നും

കണ്ണീരണിഞ്ഞു കുഗ്രാമ-
ലക്ഷ്മിനോക്കിയിരിക്കവേ
കേവഞ്ചികേറിപ്പോയോണ
വെണ്ണിലാവണിരാവുകൾ - എന്നും.

(സൗന്ദര്യപൂജ)

കാമദേവന്റെ പുഷ്പവനം കണക്കെ കല്പനകൾ പൂത്തുലയുന്നതിന്റെ സർഗ്ഗരഹസ്യം ആ ദർശനസമഗ്രത മാത്രമാകുന്നു.

പൂവാലിപ്പയ്യായ പാടമെന്നും ആമ്പൽക്കരവച്ച പായൽകൊണ്ട് ഈറൻ ചുറ്റിനിൽക്കുന്ന കുളമെന്നും നിറമാലയ്ക്ക് വന്നെത്തുന്ന ഉഷഃസന്ധ്യാകുമാരിയെന്നും കതിർക്കറ്റചുമന്നെത്തിക്കിതയ്ക്കും മുഗ്ദ്ധസന്ധ്യകളെന്നും അദ്ഭുതകരമായ അനായാസതയോടെ വാങ്മയങ്ങൾ വിതിർന്ന് വരുമ്പോൾ, വൈരുദ്ധ്യങ്ങളെ സമീകരിക്കുന്ന കവികല്പനയുടെ അധ്യക്ഷ്യതയെ നാം നമിക്കുന്നു.

ഇക്കോ സ്പിരിച്വാലിറ്റിയെന്ന് ഇന്ന് വിവക്ഷിക്കപ്പെടുന്ന പ്രകൃതിയിലെ ആത്മീയ സത്തയെ അറിയാനുള്ള സമീപനം പാശ്ചാത്യർക്ക് പുതുതാണെങ്കിലും ഭാരതീയ മനസ്സിന് പുരാതനവും പരിചിതവുമാണ്. 'ഈശാവാസ്യമിദം സർവം' എന്ന് സുവ്യക്തമായി പ്രഖ്യാപിച്ച ഉപനിഷൽസംസ്കൃതിക്ക് ഇക്കോ സ്പിരിച്വാലിറ്റിയുടെ പുതുമോടികളും പുത്തനറിവുകളും കണ്ടാൽ ചിരിക്കാനേ കഴിയൂ. കവിവചനം തന്നെ ഇവിടെ സാക്ഷ്യം.

അവിദ്യയാം മഹാമോഹ-
മൃത്യുബാധയൊഴിക്കുവോൾ,
പുൽതുമ്പുകൾക്കനുദിന-
മുടയാടകൾ നൽകുമ്പോൾ,
മണൽത്തരിക്കും ബ്രഹ്മാണ്ഡ-
മണ്ഡലത്തിനുമൊന്നുപേൽ
വിലയം വിട്ടു ചൈതന്യ-
കലകോരി വിളമ്പുവോൾ

ഈ പ്രപഞ്ചം മുഴുവൻ വ്യാപിച്ചു കിടക്കുന്ന മഹാപ്രണയമാകുന്ന പ്രകാശത്തെ ഉപാസിച്ച ടാഗോറിന്റെ മനസ്സ് ഭാരതത്തിന്റെ ഋഷിമനസ്സാണ്, പി. അനുധാവനം ചെയ്യുന്നതും ഈ പ്രകാശത്തെയാണല്ലോ.

മാറി നിൽക്കുക രാവിന്റെ
മഹിഷാസുരസൈന്യമേ,
എഴുന്നള്ളുകയായ്, അർക്ക-
ചക്രമുദ്രധരിച്ചവൾ! *(സൗന്ദര്യപൂജ)*

പ്രണയത്തിലും പ്രകൃതിയിലും ജീവിതരംഗങ്ങളിലുമെല്ലാം സ്വയമാവിഷ്കൃതമാകുന്നു ആ അക്ഷയപ്രകാശം, ആ പരമാർത്ഥം.

പിയുടെ അപരാധബോധവും അകൃതാർത്ഥതയും പശ്ചാത്താപവും ഈ സമീപനവുമായി ഇണങ്ങിപ്പോകുന്നുണ്ടോ? എങ്ങും ആത്മീയമഹസ്സ് അന്വേഷിക്കുന്ന കവിമനസ്സ് പശ്ചാത്താപത്തിൽ വീഴുന്നതെന്തുകൊണ്ട്? തന്നിഷ്ടങ്ങളുടെ താൽക്കാലിക പ്രലോഭനങ്ങളിൽ പെട്ടു പോവുക വഴി തനിക്ക്

നഷ്ടമാവുന്നതെന്ത് എന്ന തിരിച്ചറിവാണ് പശ്ചാത്താപം വിതയ്ക്കുന്നത്. നഷ്ടബോധം തീർക്കുന്നത്. ആ താപവും ആത്മീയസാധനയ്ക്ക് അന്യമല്ല.

സന്തപ്തമായി നിരാശ - വിളക്കുപോ-
ലെന്നുമെരിയട്ടെ, യെന്നകക്കോവിലിൽ *(കുളിച്ചുതൊഴാതെ)*

ഈ വരികളിൽ ദുഃഖത്തെ സാധനയാക്കുകയാണ്. കളിയച്ഛനിലെപ്പോലെ, 'ചിത്തതമോഗർവദുർഗ്ഗം' തകർക്കാൻ പശ്ചാത്താപം ആവശ്യമായി വരും. ജീവിതത്തിന്റെ മൂല്യത്തെക്കുറിച്ചുള്ള ബോധ്യമാണ് കവിയുടെ പശ്ചാത്താപത്തിന്റെ കാതൽ.

കൈമോശം വന്നുപോയ് കയ്യിൽ
ക്കിടച്ചോരു മഹാനിധി *(ഉത്സവക്കളി)*

എന്ന് പശ്ചാത്തപിക്കുമ്പോൾ നഷ്ടപ്പെട്ടുപോയത് മഹാനിധിയാണെന്ന തികഞ്ഞ ബോധ്യമുണ്ട്.

ജീവിതസാദ്ധ്യതകളെക്കുറിച്ചുള്ള അറിവും വിശ്വാസവും സാമൂഹ്യതലത്തിൽ പിയെ ദേശീയതയിലേക്ക് അടുപ്പിക്കുന്നു. നവഭാരതസൃഷ്ടിയിൽ പങ്കാളിയാകാൻ ആ വിശ്വാസം കവിയെ പ്രേരിപ്പിക്കുന്നു. നല്ല നാളെയെക്കുറിച്ചുള്ള സ്വപ്നത്തിൽ അഭിരമിക്കുന്നു. അതിന് വിഘാതമുണ്ടാകുമ്പോൾ വിഷാദിക്കുന്നു. ഓണസ്മൃതികളുടെ കമ്രകാന്തിയും ഉദാരമായ ഓണസങ്കല്പവുമെല്ലാം ജീവിതമെന്ന അനുഗ്രഹത്തിന്റെ വിപുലസാദ്ധ്യതകളെ ഉന്മീലനം ചെയ്യുന്നു.

ഇവയെല്ലാം പരമമായ സത്യം തിരയുന്ന തീർത്ഥാടകന്റെ സഞ്ചാരാനുഭവങ്ങൾ മാത്രം. ഓരോ അനുഭവവും ഓരോ ദിശാസൂചിയായി മാറുന്നു. സത്യാന്വേഷണത്തിന്റെ ആകുലതകളും അദ്ഭുതവും ആഘോഷവുമായാണ് പി കവിതയുടെ സ്വരൂപം. സത്യമറിയാനുള്ള യാത്രയിൽ കവിക്ക് ആകെയുള്ള വഴിയും വഴികാട്ടിയുമാണ് കവിത്. നിത്യകന്യകായ കവിത. സത്യശിവ സൗന്ദര്യങ്ങളെ ഉപാസിക്കുന്ന കവിത.

തുലാവർഷക്കാറിനുള്ളിൽ
മിന്നും പൊൻനൂലുപോലവേ-
തിളങ്ങി നിൽക്കും സൗന്ദര്യ-
ദേവതേ, കവിതേ വരൂ.

ഇരുൾനാഗം വച്ചുപോറ്റും
മാണിക്യമണിപോലവേ
ഒളിമിന്നുന്ന സൗന്ദര്യ-
ദേവതേ, കവിതേ വരൂ.

■

സൗന്ദര്യദേവത

അത്രമേൽ പ്രാണനും പ്രാണനായ് നിന്നു നീ
യാത്ര പറയാതെ പോയതുചിതമോ?

വിണ്ണിൻ വെളിച്ചമെഴുതിനിന്നീടുമോ
കണ്ണിലൊരുകുറികൂടി, ക്ഷണപ്രഭേ?

പൂർണ്ണവികാസം പുണർന്നിടും മുമ്പുപൊൻ-
കൂമ്പിലമർ കടന്നു കൈ വെക്കിലും

എന്തിനോ തോപ്പിൽ,പ്പരിസരവായുവി-
ലെൻ മനോഭൃംഗമലയുന്നതിപ്പോഴും.

എങ്ങു മറഞ്ഞുവോ മന്നിന്റെയർച്ചന-
യേല്ക്കുവാൻ നിൽക്കാതെ വാസന്തദേവിയാൾ?

എന്തിന്നു ശൂന്യതാവൃത്തം വരയ്ക്കുന്നു
പൈങ്കിളിപ്പുൺപൊഴിഞ്ഞുള്ളൊഴിപ്പഞ്ജരം?

പാവനമാമീശ്ശരന്നദീ വീചിയിൽ-
പ്പായനിവർത്തിയ കൊച്ചുകേവഞ്ചിയിൽ,

പൂർണ്ണ ചന്ദ്രോദയവേളയിൽ മന്മനം
പൂർണ്ണമാകുന്നൂ സ്മരണതൻ വീർപ്പിനാൽ!

കുഗ്രാമപാർശ്വം വലംവെയ്ക്കുമീ നദി
പുണ്യയമുനയാരാധികയുള്ള നാൾ

ആ മുളങ്കാടും വനവും മുരളികാ-
ഗാനം തുളുമ്പുന്ന കൊച്ചു വൃന്ദാവനം!

മഞ്ഞണിശ്യാമളശൈലനിരകൾ തൻ
മന്ദ്രനിശ്ശബ്ദതപാകുമിസ്സീമയിൽ

നിശ്ചലനക്ഷത്രദീപികയേന്തിയ
നിശ്ശബ്ദതയാമിനി മന്ദമണയവേ

ഉല്ലസത്സന്ധ്യാസമീരൻ വിതറിയ
മുല്ലമലരണിപ്പുല്ലൊളിമെത്തയിൽ,

എത്രനാൾ കാത്തുനിന്നീലവൾ, പുഞ്ചിരി-
ച്ചാർത്തണഞ്ഞീടും മുകിലൊളിവർണ്ണനെ?

കുന്നണിപ്പൂവാം ചെറുശിവക്ഷേത്രത്തിൽ
നിന്നുനോക്കീടുകിൽക്കാണാകുമാസ്ഥലം,

തൈതെങ്ങിനത്തെത്തുണകൂട്ടി വേനലിൽ-
ത്തൈവാഴ പട്ടണിപ്പന്തിലിടും സ്ഥലം.

നേർത്ത വരമ്പു-വിരിവയൽ മാറിലെ
രോമാളി-തൻതല ചാച്ചീടുമാ-സ്ഥലം

സംപൂതഭാവസംഗീതം തുളുമ്പിച്ചു
ബിംബിച്ചു, ഭാവിതൻ നീലിമയൊക്കെയും

ദിവ്യത ചുംബിച്ച, കാമശാസ്ത്രപ്പഠി-
പ്പില്ലാത്ത, നീലവികചനേത്രങ്ങളിൽ!

ചേണെഴുമുൾപ്പൂവിതളിൽപ്പുഴുക്കുത്തു
വീണില്ല നൂതനവിദ്യതൻ വേലയാൽ,

വിസ്തൃതസൗന്ദര്യപാഠം പഠിച്ചതോ
വിശ്വപ്രകൃതിയാൾ തൻ കലാശാലയിൽ!

മുറ്റത്തുനിൽക്കും തുളസിത്തറയിലോ
മുറ്റിത്തഴച്ചിതു തന്മനഃശുദ്ധികൾ:

മൊട്ടിട്ടു തന്മനഃസ്സൗന്ദര്യ,മൊട്ടവൾ
നട്ടുവളർത്തിയ മുറ്റത്തെ മുല്ലയിൽ!

മുഗ്ദ്ധച്ചിത്തമറിഞ്ഞതില്ലേതുമേ
വിശ്വൈകശില്പിതൻ ശാശ്വതവേലയാൽ

നേത്രത്തിൽ മിന്നലിൻ സത്തുനിറഞ്ഞതും
മാറത്തു യൗവനം മൊട്ടിട്ടുവന്നതും!

സ്രഷ്ടാവു ചെല്ലക്കിടാവിനായെന്തിനോ,
സ്വത്തു സ്വകാര്യമായ് നീക്കിവെച്ചുള്ളതും!

അന്നു വസന്തോത്സവാന്ത്യദിനത്തിലാ-
ക്കുന്നിൻചെരുവിലെയൂടുവഴിയിലായ്

ആ വസന്തച്ചെറുകൂട്ടിൽ വസിച്ചു, മ-
ജ്ജീവനിൽപ്പൂന്തേൻ തുളിച്ചൊരപ്പെൺകുയിൽ!

ധന്യാംഗി നൽകിനാളൂന്നുവടിയുമാ
വൃദ്ധനാമച്ഛന്റെ കണ്ണിനു കാഴ്ചയും

പൂർണ്ണം ഗൃഹം സസ്യധാന്യസമൃദ്ധിയാൽ-
പ്പൈംപാൽ ചുരത്തുന്ന പൈക്കളാലാലയും!

ശ്രീമൽക്കനകക്കതിർമാല ചൂടുമാ-
ശ്രീദേവിതൻ സ്പർശമേറ്റ പുൽത്തണ്ടുകൾ

ഗ്രാമസൗന്ദര്യം വെളിപ്പെട്ടു നിന്നിത-
ശ്ശ്യാമളഗാത്രിയാം കർഷകബാലയിൽ!

മുന്നിലായ്പ്പച്ച പിടിച്ചു കിടക്കുന്ന
പഞ്ചയിലോളം തുളുമ്പുമഴകൊലി

നർത്തനവിദ്യാവിരുതു പഠിച്ചതാ
മുഗ്ദ്ധാംഗനയിൽ നിന്നെന്നതറിഞ്ഞു ഞാൻ!

പാടത്തു നിൽക്കുന്ന താമരപ്പൊയ്കയിൽ-
പ്പായൽ വിരിക്കും പുരിവാർകുഴലിലോ,

നൂനം നിഴലിച്ചു കണ്ടു ഞാൻ, മൂകമാ-
മാനന്ദവർഷോദയത്തിൽ കുളിർമയെ!

വന്നണയുന്ന വിഷുവിനണിയുവാൻ
കൊന്നമലർപ്പൂങ്കുലയറുത്തീടവേ,

ഹാ, മധുരസ്മിതപ്പൂംപത ചിന്നവേ,
പ്രേമമുറന്നു വരുന്ന നീൾനോക്കിനാൽ,

വീർപ്പിട്ടു നിൽക്കുമെൻനേർക്കിട്ടുതന്നതാ-
മുൽപ്പലം വാടിയിട്ടില്ലയിന്നോളവും!

അന്നന്ത്യയാമത്തിലാർദ്രോത്സവസ്നാന-
സൗന്ദര്യബിന്ദു കിനിയും കചവുമായ്

ശ്രീപാർവ്വതീക്ഷേത്രതൃപ്രസാദാഭയും
ശ്രീയൂറുമുൽക്കാന്തനീലനയനവും

ഏന്തിയിളം ചന്ദ്രലേഖയായ് മഞ്ഞിൽ നീ
നീന്തിവരുന്ന വരവിന്നുമോർപ്പു ഞാൻ!

പൊന്നിൻമലരണിക്കൂടയുമായിട്ടു
പിന്നെയും വന്നെത്തി പൊന്നോണനാളുകൾ,

നീലക്കടക്കൺമുന കണക്കിന്നയേ
വീണ്ടും തെളിഞ്ഞു കഴിഞ്ഞു നീലാംബരം!

പിന്നെയും ഗ്രാമത്തിൽ വന്നെത്തി,യിന്നദീ-
സുന്ദരതീരത്തിലോണനിലാവൊളി.

ഫുല്ലസൗന്ദര്യമേ, നിൻ പാദസംഗമം
വള്ളിക്കുടിലിൽ പ്രതീക്ഷിച്ചു നില്പു ഞാൻ!

ഒന്നും കഥിച്ചില്ല കൈകോർത്തിരുന്ന നാ-
ളെന്തോ പറയാനുഴറിയിരുന്ന ഞാൻ,

ത്വൽക്കർണ്ണസീമ്നിയിന്നേകാന്തജീവിത-
ദുഃഖം പകരുവാൻ ഭാഷയുണ്ടായി മേ.

എങ്കിലും സന്തപ്തചിത്തമുൾക്കൊള്ളുന്ന
സുന്ദരസ്ഫാടികപാത്രമുടഞ്ഞുപോയ്!

അത്രമേൽ പ്രാണനും പ്രാണനായ് നിന്നു നീ
യാത്ര പറയാതെ പോയതുചിതമോ? ■

പ്രേമപൂജ

വിജയിയായ സ്വാർത്ഥം:

കാണട്ടെയൊന്നു ഞാനിന്നിയും, നീ കൊടും-
കാറ്റിൻ കടിഞ്ഞാണയയ്ക്കുക സാരഥേ!
എൻമഹാഗോപുരദ്വാരത്തിലെത്തട്ടെ,
പൊന്മണിത്തേരിൽ പ്രളയമേഘത്തിൽ ഞാൻ.
വായ്ക്കുമീ വീർപ്പിന്റെയുജ്ജ്വലജ്വാലയിൽ
വാടിക്കരിയട്ടെ താരകപ്പൂവനം.
ഹുങ്കാരമോടും വിമാനച്ചിറകുവെ-
ച്ചംബരം ചീന്തിയെറിയുമെൻ സിദ്ധികൾ.
ഊക്കനലയാഴി നീന്തിക്കടക്കുവാൻ
കൈക്കെല്പിയന്നതാണെൻ ശാസ്ത്രസന്തതി.
ചാരുതാസൃഷ്ടിയെത്തൻ തുറുകണ്ണിനാൽ-
ച്ചാമ്പലാക്കി മാറ്റും പെരിയ പീരങ്കികൾ.
നല്ല കുന്തങ്ങളുണ്ടേ,കാഗ്രതയോടെൻ-
പള്ളിയറവാതിൽ കാത്തുനിന്നീടുവാൻ
കൈവല്യമൊന്നിനായ് നിത്യദാനവ്രതം
കൈക്കൊണ്ടിരിക്കും ശരന്നദിയല്ല ഞാൻ.
ഉർവ്വിയെച്ചെന്നു വളഞ്ഞു പിടിക്കുന്ന
സർവ്വംവിഴുങ്ങിയാം ശക്തി സമുദ്രമാം!
കാണട്ടെയൊന്നു ഞാനിന്നിയും നീ കൊടും-
കാറ്റിൻ കടിഞ്ഞാണയയ്ക്കുക സാരഥേ!

(അന്ധകാരമയമായ ആ രാത്രിയിൽ പ്രളയമേഘത്തിന്റെ പള്ളിത്തേരിലേറി വിജയോന്മാദം തെച്ചിമാല ചാർത്തിച്ച സ്വാർത്ഥദുർമ്മൂർത്തി കറുത്തു തടിച്ച വിജയശ്രീയോടു നർമ്മസല്ലാപം തുടർന്നു)

മോഹങ്ങൾ കത്തിക്കരിഞ്ഞതില്ലിന്നിയും;
ദാഹാഗ്നി കെട്ടടങ്ങീല മുഴുവനും;
വീണ്ടും പകരൂ പകരൂ ദുരകൊണ്ടു
ചൂടു പിടിപ്പിച്ച രക്തമദ്യത്തെ നീ.

ആശാശ്രുതിയുണ്ടിനിയുമാലാപിക്കു-
കാഹളഭേരീ പ്രളയഗാനത്തെ നീ.
ചെങ്കടൽമാലകൾ മാറിലെടുത്തണി-
ഞ്ഞങ്കത്തലക്കളിപ്പന്തെടുത്താടിയും;
ഇത്തിമിരാക്രാന്തമാകിയ രാത്രിയി-
ലൊത്തു ചവിട്ടുക ചണ്ഡമാം നർത്തനം!
ആനന്ദമില്ല, നാം മാത്രമായ് ശേഷിച്ചി-
താഹവഭൂവിൻ കൊടുംയാഗശാലയിൽ,
ഓമനേ സസ്മിതം ത്വച്ചഷകങ്ങളിൽ
ഞാൻ പകർന്നീലയോ ഭ്രാതൃരക്താസവം.
ഹന്ത! സന്തപ്തമാം നെറ്റി മുകരുകീ-
യന്ധകാരത്തിൻ സമുദ്രത്തിൽ വച്ചു നീ
നാനാദിശകളെ നക്കിയൊടുക്കുവാൻ
നാവുനീട്ടുന്ന ചിരന്തന തൃഷ്ണയിൽ,
ചാരത്തിരിക്കുന്ന ഞാനും ഭവതിയും
ചാമ്പലായ്പ്പോകുന്നിതെന്നു തോന്നുന്നുമേ.
എങ്കിലും സർവ്വവും നൽകിയതിന്നു ഞാൻ
മംഗലേ കൈവന്നൂ നിൻമുഖ ചുംബനം.
അല്പവും ശങ്കിയാതെൻഗളസീമനി-
യർപ്പണം ചെയ്ക, വരണമാല്യത്തെ നീ.

(അങ്ങനെ വിജയശ്രീയെപ്പുണർന്ന് മോഹസിംഹാസനത്തിൽ ഞെളിഞ്ഞിരിക്കുന്ന സ്വാർത്ഥത്തിന്റെ ഗോപുരവാതിൽക്കൽ ഇരുന്ന് പ്രകൃതി മാതാവ് വധിക്കപ്പെട്ട പ്രേമത്തെ - ഓമന മകനെ - കെട്ടിപ്പുണർന്ന് കരഞ്ഞു. ആട്ടിയകറ്റപ്പെട്ടവളെങ്കിലും സ്വാർത്ഥത്തിന്റെ പിന്നിൽ മറഞ്ഞിരിക്കുന്ന മനുഷ്യത്വത്തോട്, അമ്മ സഗൽഗ്ഗദം ദയാഭിക്ഷ യാചിച്ചു.)

പ്രകൃതിമാതാവ്:

വെട്ടി നിലംപതിപ്പിച്ചതു നിൻകരം
ജ്യേഷ്ഠനെയല്ല; നിന്നമ്മയെത്തന്നെയാം
അല്ല നീയെൻമുലയല്ല നുകർന്നതു-
മല്ലമ്മയല്ല ഞാൻ നിർഭാഗ്യവന്ധ്യയാം
എന്തെന്തു പെറ്റമ്മ പുത്രസുഖത്തിനു
വേണ്ടിക്കരുതിയതൊക്കെയും നിഷ്ഫലം!
തേജസ്സരുളുന്ന ദേവനെ വിട്ടു നീ
പൂജിച്ചു രക്തം കുടിക്കും പിശാചിനെ.
വീർപ്പിടുമമ്മയെയാട്ടിപ്പുറത്താക്കി
വീട്ടിൽ പ്രതിഷ്ഠിച്ചിരുത്തി നീ വേശ്യയെ
നിന്നകത്തായിക്കഴിഞ്ഞിതു കൈവിഷം
ഹന്ത ചതിച്ചുകൊല്ലുന്നവളാണിവൾ.

തുള്ളിത്തുളുമ്പുമിവളുടെ പുഞ്ചിരി
വെള്ള വിഷമാ,ണമൃതമല്ലോർക്കണം.
കാറിൻനുറുങ്ങുകളല്ല, വിഷമയ
കാളസർപ്പങ്ങളിക്കുന്തളച്ചാർത്തുകൾ.
ഇല്ലണഞ്ഞിട്ടില്ലയാശതൻ കൈത്തിരി-
ചെല്ലുക കല്ലറ തട്ടിത്തകർത്തു നീ.
തക്കങ്ങൾ നോക്കുക,കലുവാൻ പ്രാണനെ
ഞെക്കുന്നൊരീ വിഷവായുവിൽ നിന്നു നീ.
ഒന്നായ്ച്ചവിട്ടി മറിക്കുക വത്സല നിൻ
മുന്നിലിരിക്കുന്ന പാനപാത്രങ്ങളെ!
ശക്തനായ്ത്തീരൂ പടിപ്പുറത്താട്ടുവാൻ
രക്തം കുടിച്ചിരിക്കുന്ന കുലടയെ.
ഒന്നോർക്കുക,ശ്രുക്കൾ തൂകിനിൻ വക്ത്രവും
ചിന്തിച്ചു ചിന്തിച്ചിരിക്കുന്ന പത്നിയെ.
വൻനഗരങ്ങൾ പടിപ്പുറത്താക്കിയ
കുന്നിൻചെരുവിലെക്കു,ഗ്രാമസീമയിൽ
ഓലകൾ മേഞ്ഞൊരു പർണ്ണകുടീരത്തി-
ലേകയായ്ദ്ദീനയായ് ദാരിദ്ര്യഭഗ്നയായ്,
മുറ്റും ത്വദീയസ്തുതിയവൾ തൂകുന്നു
പൊട്ടിത്തകർന്ന തൻ ജീവിതവീണയിൽ!
ഹന്ത! ചെന്നാശ്വസിപ്പിച്ചാലുമിന്നു ഞാൻ
നിൻധർമ്മപത്നിയെ,സ്സാദ്ധ്വിയെശ്ശാന്തിയെ
ഹാ! നിലനില്ക്കുമോ സോദര രക്തനീർ-
ദ്ധാരയിൽ വെച്ചുറപ്പിച്ച സിംഹാസനം,
ഒട്ടടുത്തെത്തുമപചയത്തെക്കണ്ടു
തെറ്റിദ്ധരിച്ചു വിജയമാണെന്നു നീ.
പെറ്റമാതാവിന്റെ ഗദ്ഗദയാചന
കേട്ടു കുലടയെത്തള്ളി നീയെങ്കിലോ,
അപ്പുണ്യകർമ്മവ്രതമായ് വരട്ടെ നി-
ന്നക്രമക്കൈപ്പിഴയ്ക്കേകെ പ്രതിക്രിയ!

(കൂരിരുട്ടിൽനിന്ന് ഇളംചന്ദ്രലേഖ പൊന്തിവന്നു; ചിപ്പിയിൽ തൂമുത്ത് സ്ഥാനം പിടിച്ചു - കരിമ്പാറക്കെട്ടു പൊട്ടി കണ്ണീരുറവ് കിനിഞ്ഞൊഴുകി.)

അശ്രുനീർ വീണു കലങ്ങി മറിഞ്ഞുപോയ്
രക്തമഴയിൽക്കുതിരാത്ത ഹൃത്തടം.
ഓർമ്മയിൽ മിന്നിപ്പൊലിഞ്ഞു പെട്ടെന്നു, താൻ
ശോകാന്തനാടക നായകനെന്നതും

കാലുകൾ ചുട്ടുപൊള്ളുമ്പോളൊരാൽമരം
കാണായിവന്നൂ പഥികന്നു ദൂരവെ
കണ്ണുനീർത്തുള്ളികൾ മെല്ലെത്തളിച്ചൊരു
സന്തപ്തമാം വീർപ്പു തൊട്ടുതലോടവെ
പോർച്ചട്ട മൂടിപ്പുതച്ചു കിടന്നോരു
മർത്ത്യഹൃദയം പിടഞ്ഞെഴുന്നേറ്റുപോയ്
രക്തമിഴികൾ തന്നന്തിത്തുടുപ്പിലായ്-
ച്ചിക്കെന്നു മിന്നി രണ്ടശ്രുതാരങ്ങളും
മൂർച്ഛിച്ചു വീണു തൽക്കയ്യിലെച്ചെങ്കോലു
ഭൂപദപീഠം പ്രണമിച്ചു ഖഡ്ഗവും.
രക്തപ്പുഴയിലൊലിച്ചൊലിച്ചങ്ങനെ-
യശ്രുതീർത്ഥത്തിലണഞ്ഞുതന്മാനസം.
കാണാൻ കഴിഞ്ഞില്ല പിന്നെയൊരിക്കലും
കാമതനൂജയാം വേശ്യയെയെങ്ങുമേ.

(അങ്ങനെ മനുഷ്യൻ വീണ്ടും മനുഷ്യത്വത്തിന്റെ മണിവാതിലിൽ ചെന്നു മുട്ടി. വധിക്കപ്പെട്ട പ്രേമത്തിന്റെ സമാധിമണ്ഡപത്തിൽ പവിത്രസ്മരണയുടെ പൂമാലയുമേന്തി ആ തീർത്ഥയാത്രക്കാരൻ ചെന്നുനിന്നു. അയാൾ വീണ്ടും കാരുണ്യഭിക്ഷ യാചിച്ചു.)

ഒന്നു കുനിക്കൂ സഹജാത, വിണ്ണണി-
പുണ്യപ്പൂകൾമുടി ചൂടിയ മസ്തകം.
അമ്പിലുയരുന്ന ധർമ്മാർത്ഥനകൾ തൻ
മുമ്പിൽ പ്രണതമായ് നിൽക്കുന്ന മസ്തകം.
ദേവ, പരിഗ്രഹിച്ചാലുമനുതാപ
വേദനതീർത്തതാം പുഷ്പഹാരത്തെ നീ.
കണ്ണുനീർകൊണ്ടു ഞാൻ നന്നായ്ക്കഴുകിനേൻ
കർത്തവ്യലോപച്ചളിപുരണ്ടുള്ള കൈ.
താമസബാധയിലന്നത്തെ രാത്രിയിൽ
പൂമാലകാണാതുടവാളെടുത്തുപോയ്.
എന്നെ മനുഷ്യനായ് മാറ്റാൻ, ചിരിച്ചു നീ
പുണ്യബലി നൽകി സുന്ദര ജീവിതം.
ഹാ, മദീയാശ്രുതീർത്ഥത്തെ-യിപ്പാവന-
പ്രേമാർച്ചനയെ-പ്പരിഗ്രഹിക്കേണമേ!
സുന്ദര ദേശിക മന്ദിരമാകമീ-
പ്പൊന്നമ്പലത്തിൽ നടയിലിരുന്നു ഞാൻ.
കൈവല്യസിദ്ധിക്കു വേണ്ടിപ്പഠിക്കുവൻ
പ്രേമസൂത്രത്തിൻ പ്രഥമ പാഠങ്ങളെ!
പൂതമീ നാൾമുതൽക്കെന്നുമേ, പൂർണ്ണത്വ-
സാധനാസോപാനമാക്കും ദിനങ്ങളെ,

ഭീകര രക്ഷോമതമുപേക്ഷിച്ചൊരു
സേവനം ചെയ്യും മനുഷ്യനായ് മാറുവാൻ.

(അങ്ങനെ തല്ലിയ കൈകൾ തലോടാനായി നിയമിക്കപ്പെട്ടു; വിശ്വ പ്രേമപൂജകൊണ്ടു മനുഷ്യൻ വീണ്ടും മനുഷ്യനായി.)

കവി:

ഉൽഗ്ഗളൽബാഷ്പമാം ഗാനമാലപിച്ചു
തെല്ലകലത്തായൊഴുകീ വിയന്നദി;
ഏക നക്ഷത്രത്തിരി തെളിയിച്ചിതാ-
വാസരത്തിന്റെ ശവകുടീരത്തിനെ.
ഗ്രീഷ്മാന്തസന്ധ്യയി, ലാറ്റിൻ മണൽത്തിട്ടിൽ
വീർപ്പിട്ടുകൊണ്ടിളം കാറ്റു കടന്നുപോയ്
അന്ധകാരാദ്രിതൻ സാനുക്കൾ പിന്നിട്ടു
പുഞ്ചിരി തൂകിയണഞ്ഞിതു പൗർണ്ണമി! ■

ഗാമയുടെ കപ്പൽ

(ഇരുനൂറിൽപരം സംവത്സരം മുമ്പ് ഒരു മങ്ങിയ ശരത്സന്ധ്യാസമയത്ത് അന്തിത്തെന്നൽത്തിരയിൽ മന്ദമന്ദം ചാഞ്ചാടി. കേളികേട്ട കന്നല ക്കോന്റെ കടൽപ്പട. കാവൽ നിൽക്കുന്ന കോഴിക്കോടു കടലോരത്ത് വന്നണഞ്ഞ വാസ്കോഡിഗാമയുടെ കപ്പലിനോട് കവി പറയുന്നു.

മാലേയമാലാ മനോഹരഹാരവു-
മേലാവലീലോല സൗരഭപൂരവും
പാരം ഭവാനൊരു പാലം പണിതേകി
ദൂരാലലയാഴി കേറിമറിയുവാൻ!)

I

ലോലചിത്തത്തെപ്പിടിച്ചൊന്നതീതവൻ-
കാലനഭസ്സിൽ പ്പറപ്പിച്ചു നോക്കുകിൽ,

തെല്ലകലേക്കു തിളങ്ങുന്നഭാവനാ-
ഫുല്ലനയനപ്രദീപ്തി പായിക്കുകിൽ,

സംഭവ ചിത്രം നിറഞ്ഞുള്ള നാനൂറു
സംവത്സരങ്ങൾ തന്നേടു മറിക്കുകിൽ.

മർത്ത്യാജ്ഞകൾക്കു തലകൾ താഴ്ത്താതെയും
നട്ടെല്ലിനൊട്ടും വളവു തട്ടാതെയും

ദാരിദ്ര്യ ദംഷ്ട്രയിൽക്കോർക്കപ്പെടാതെയും
ദാസ്യ വിഷംകൊണ്ടു കോലം കെടാതെയും

സത്യ സമത്വ സ്വതന്ത്രതാഭാസ്സിനാ-
ലുൾത്തട്ടിൽ മുറ്റും മണം പൂശിനില്പു ഹാ,

ഭൂമുഖത്തിന്നൊരു ചന്ദനപ്പൊട്ടിട്ടു
പൂമങ്ക കണ്ടു മയങ്ങിയ കേരളം!

തോരാതിരുട്ടിൽക്കിടന്നിന്നു പൊന്നൊളി
വാരി വിതയ്ക്കുമക്കാലം നിനയ്ക്കവെ,

ആച്ഛന്നമാമിത്തുറുങ്കിലേക്കുജ്ജ്വല-
സ്വാച്ഛന്ദ്യനിർമ്മല നീലിമ നീങ്ങവെ,

മാനുഷ കേസരീ വീര വിഹാര സ-
മ്മാനിതമാമല നാട്ടിലിറങ്ങവെ,

ചീളെന്നു രക്തം തിളച്ചു തിളച്ചിതാ
ചീറ്റുന്നു ചോര ഞരമ്പിലോരോന്നിലും!

ഭാസ്വൽക്കരങ്ങൾ തഴുകി, നവരത്ന-
ഭാസ്സുനിവർത്തി വിരിച്ച നഗരവും

അമ്പാർന്നനുഗ്രഹമേകുമഴകിന്നു
മുമ്പിൽ നിറപറ വെച്ച 'ദേശ'ങ്ങളും.

എന്നും മുടങ്ങാപ്രകൃത്യുത്സവത്തിനായ്
പന്തൽപ്പണിക്കു നോമ്പിട്ട വനങ്ങളും

പറ്ററ്റുപോകാദ്ദയാങ്കുരമെന്നു മുൾ-
ത്തട്ടിൽക്കിളിർക്കുന്ന മേച്ചിൽപ്പുറങ്ങളും

ചെന്തി വിഴുങ്ങുന്ന യന്ത്രഭൂതപ്പട
തീണ്ടാതസുന്ദര ശാന്തനദികളും.

നാടു കുടിവെച്ച വീരപരമ്പര-
ച്ചോടുകൾ കാക്കും കളരിപ്പുരകളും

അഞ്ചിത കാഞ്ചന നാഗകന്യാമണി-
സഞ്ചിതം പാമ്പണിക്കാവിൻ തറകളും

സുന്ദരനാട്യകലകൾ - നിഗൂഢമായ്
തന്നുള്ളു കാട്ടുന്ന കൂത്തമ്പലങ്ങളും

മാൺപുറ്റു തീവെയിലേൽക്കവേ ചെമ്പൊളി
കൂമ്പിട്ടു നിൽക്കുന്ന സംസ്കാരവൃക്ഷവും

വേരറുത്തീ ഋഷി കന്യകയാളുടെ
വേഷവും ഭാഷയും മാറ്റിയതോർക്കവേ,

മാതൃഭൂമിക്കു പിണഞ്ഞ പരാജയം
മാനമായ്ക്കാണ്മാൻ പഠിപ്പിച്ചതോർക്കവേ,

എന്തുണ്ട, തില്ലാതെയാക്കിയുമില്ലാത്ത-
തെന്തതുനോക്കിയും ജാലങ്ങൾ വീശവേ,

ചീളെന്നു രക്തം തിളച്ചു തിളച്ചിതാ
ചീറ്റുന്നു ചോര ഞരമ്പിലോരോന്നിലും

ശർമ്മം വിതറിയ സംസ്കാരമണ്ഡലം
കർമ്മപ്പിഴയിൽ മുഴുകിയ വേളയിൽ,

ദുർന്നിമിത്തം പോലെ നേരിയ കൂരിരുൾ
വന്നുകയറുമമാവാസ്യസന്ധ്യയിൽ,

മൂർത്തിമൽബ്ഭക്തി വിളക്കുവെയ്ക്കും തളി-
ക്ഷേത്രപരിസര വായുവിലെങ്ങുമേ

നർത്തനം ചെയ്യുന്ന ശംഖൊലിക്കൊത്തൊരു
കുത്തിച്ചൂളാൻവിളി പൊങ്ങിയ രാത്രിയിൽ,

കാറൊന്നു മാനാഞ്ചിറതൻ കരളിലെ-
താരകാദ്ധ്യാനം മുടക്കിയ വേളയിൽ,

വാടി, വിശപ്പാൽ, വറുതിയാൽ, തന്നിര-
തേടി നടക്കും കടൽപ്പന്നിപോലവെ,

വന്മദാലൂഴി പിളർക്കുന്ന തേറ്റയും
വെണ്മയിലുള്ളവും മൂടിമറച്ചഹോ,

കേരളം കാക്കുമറബിക്കടൽത്തിര-
പ്പാറാവുകാരുമറിയാതെ മെല്ലവേ,

അട്ടതന്നാകൃതിയാവഹിച്ചീ, യുല-
കൊട്ടുക്കു പാലൊളി വീശി ലസിച്ചൊരു

'കുക്കുടക്രോഢനഗര'ത്തുറമുഖം
പറ്റിയ വസ്കോഡിഗാമതൻ കപ്പലിൽ,

ആർത്തിപൂണ്ടൊറ്റയ്ക്കു കൂരിരുട്ടിൽ തല-
താഴ്ത്തിയിരിക്കും പറങ്കികൊടിക്കൂറ

ത്യാഗസുരഭില സ്വാതന്ത്ര്യവായുവിൽ
നാഗഫണം പോലെ നാവിട്ടിളക്കവേ

തൻ കരൾ നൊന്തൊന്നു വീർപ്പിട്ടിതെന്തിനോ
സംഭവ സർവ്വസ്വസാക്ഷി സഹ്യാചലം!

II

പൂജ്യപരിഷ്കൃതിപ്പട്ടുടുപ്പിട്ടൊരാ
രാജ്യലോഭങ്ങൾ തെരുതെരെപ്പുൽകവേ,

നേത്രങ്ങളിൽ തൊട്ടുഴിഞ്ഞിതു വാണിജ്യ-
സൂത്രകൃപാണനാം ഹൂണവണീശ്വരൻ,

അക്ഷയാദ്വൈത മധുരരോമന്ഥമായ്
സുക്ഷേത്രസംപദാതർപ്പിത വിശ്വമായ്

ശങ്കരവാഹന ശ്വേതവൃഷഭമായ്
ശങ്കാവിഹീനം കിടക്കുമീ നാടിനെ!

വക്രത തീണ്ടിടാ ശ്രീമാനവിക്രമ-
ചക്രവർത്തിക്കെഴുമാസ്ഥാന വേദിതൻ

രത്നഖചിത കനകപ്പടവിനു
മുന്നിൽ,പ്പരവതാനിക്കു പുറത്തുതാൻ

ഏറെ നേരം നിലംപറ്റിക്കിടന്നിതാ-
ക്കേരളം കൊള്ളുവാൻ വന്നോരുപദകൾ!

ഉന്നതസ്വത്വനാം കുന്നലക്കോനുടെ
രത്നവലയിതാ ഹസ്തത്തിലൂടവേ

ശ്രീമ നന്നായി നുകർന്നിതു ഭാരത-
ശ്രീതന്നകൃത്രിമ സ്നേഹസുധാരസം!

പ്രാച്ഛന്നരൂപിണി, വാരുണിയർപ്പിച്ച
കാഴ്ചകയ്യേൽക്കാനരചൻ മുതിരവേ,

വൻ തിരക്കയ്യാൽ വിലക്കി – "ഹാ! മന്നവ-
തന്നെ മറക്കരു!"തെന്നോതി സാഗരം!

കാണാതെയാക്കിയായർത്ഥനാമുദ്രകൾ
ഹൂണ സ്തുതി വാക്യ നവ്യ ജാലാവലി!

III

അത്തവ്വിലൊന്നു വിണ്ണേറിയ താരക-
മർത്ഥ ഗംഭീരമാം നോട്ടമയയ്ക്കവേ,

ഉല്ലളദാനന്ദ വീചിയിൽ നിർഭയം
തുള്ളിക്കളിക്കുന്ന വള്ളത്തൊടിങ്ങനെ

മേദിനീ മേനിയെ വീശുന്ന തെങ്ങുകൾ
ചോദിച്ചു സൗമ്യ മൃദു മധു മർമ്മരാൽ:

"മാലേയ മാലാ മനോഹര ഹാരവു-
മേലാവലീ ലോല സൗരഭപൂരവും

പാരം ഭവാനൊരു പാലം പണിതേകി
ദൂരാലലയാഴി കേറി മറിയുവാൻ!

ഹാ, തത്ത്വഭക്തയാം ചൈനയും ഗ്രീസുമേ
പാദം സമർപ്പിച്ച 'സർവ്വജ്ഞ'ഭൂമിയെ

ഏലമരിചമഹാവനറാണിയെ-
ന്നേവം വിളിച്ചോരവമതിജ്ജ്വാലയിൽ

നിഷ്ഠുരലോഭമേ, കത്തിക്കരിഞ്ഞുപോയ്
നിൻ കരിനാക്കിതു തട്ടിയ കേരളം!

IV

മാരജിൽ ഭൂമിതൻ ഭാസുര രശ്മികൾ
ദൂരാലലയും മലയും കടന്നതോ,
സത്യ വിജ്ഞാനങ്ങളെങ്ങും വിതയ്ക്കുവാൻ,
തത്ത്വസുധാരസം കോരി നനയ്ക്കുവാൻ!
ഉള്ളം വമിക്കും പരിഷ്കാരവായുവിൽ
വെള്ളക്കവിൾത്തടം വീർത്ത പായ്ക്കപ്പലേ,
നാകം വിഴുങ്ങിയൊരൈശ്വര്യ മേടമേൽ
കേറിനിന്നാരും ക്ഷണിക്കാതെയിങ്ങനെ
ഹന്ത, പരിഷ്കാര ദാരിദ്ര്യമേറിയൊ-
രിന്ത്യതൻ വാതിൽക്കൽ വന്നതെന്തിന്നു നീ? ■

മുങ്ങിക്കുളിച്ചില്ല

നോറ്റിരിക്കുന്നൊരു ജീവനിൽത്തേൻകടൽ
മാറ്റൊലി ചേർത്തിതഭംഗം

പല്ലവപാണിയുണർത്തുന്ന പൊന്നോണ-
വില്ലിന്റെ ഗാനതരംഗം

"വാർമഴവില്ലൊളിപ്പൂക്കൾ വിതറുന്ന
വാനിന്റെ മേച്ചിൽപ്പറമ്പിൽ,

ആലോലമാം താടയാടും മുകിൽക്കുന്നിൽ
കാലികൾ മേഞ്ഞു നടക്കെ,

മൊട്ടിട്ട വെയിലും മുകിലും മതിമറ-
'ന്നാട്ടക്കളെ'ങ്ങൾ പിടിക്കെ,

ചേണാർന്ന പൂക്കളിൽക്കാൽവെച്ചെഴുന്നള്ളു-
മോണമേ! നിന്റെ ചരിതം

പങ്കമകന്നൊരു പുന്നെൽക്കതിർ തേടി
പഞ്ചവർണ്ണക്കിളി പാടി:

എന്നാലുമോണമേ, നിൻ ജീവിതകഥ
ഇന്നും കടംകഥതന്നെ?

വാനം ചൊരിഞ്ഞിതഴകിന്റെ തേന്മഴ
ഭൂമി തുറന്ന പൂച്ചെപ്പിൽ

അന്തികൾ ചോദിച്ചി;'തെങ്ങുന്നുവന്നതീ-
യദ്ഭുതദിവ്യസൗന്ദര്യം?

സുന്ദരോഷസ്സിൻ നിറപറ നീട്ടിയ
പൊന്നുംകതിർക്കുലപോലെ!

തെറ്റെന്നു തുമ്പമലരു ചിരിച്ചിളം-
കാറ്റിൻകവിളിൽ നുള്ളുമ്പോൾ

അമ്പുറ്റ തങ്കമലരി, വിളക്കുമായ്
മുമ്പിൽത്തിരക്കിനിൽക്കുമ്പോൾ

മന്നിനു നൽകുവാൻ സന്ധ്യകളപ്പെരും-
പൊന്നിൻകിഴിയഴിക്കുമ്പോൾ

ചേണാർന്നൊരാമ്പലിൽ കാൽവെച്ചെഴുന്നള്ളു-
മോണമേ നിൻ മുഗ്ദ്ധചിത്രം

സുന്ദരവർണ്ണത്തിലൂഴിയും ത്വൽധ്യാന-
മഗ്നയായ് നിന്നു വരച്ചു.

എന്നാലുമോണമേ നിൻമുഖസൗഭാഗ്യ-
മെന്തൊരജ്ഞാതഹസ്യം!"

ആഴിയോടെന്തോ പറയുമാപ്പാതിരാ-
പ്പൂനിലാപ്പുഞ്ചിരിപോലെ!

പറ്റിയ മഞ്ഞൾനിറവുമായ്പ്പാടങ്ങൾ
പെറ്റു തളർന്നു കിടക്കെ,

പായൽമറ നീക്കിയാറ്റിൻകടവിൽ, വെ-
ള്ളാമ്പലപ്പൂക്കൾ കുളിക്കെ

ചേണിലിളവെയിൽനാളത്തിൽ ചാഞ്ചാടി-
യോണമലരു കളിക്കെ,

പങ്ക,മകന്നൊരു വാനിന്റെ കോണിലാ-
പ്പൊൻകതിർക്കറ്റ മെതിക്കെ,

ഏല,ലവംഗങ്ങൾ കൂത്തുകളിക്കുന്ന
നീലമലകളിൽക്കൂടി

വെള്ളിവിളക്കിൻ കതിരുകൾ പൂവിടു-
മാവഴിത്താരയിൽക്കൂടി

പട്ടുപദമൂന്നിവന്നു നീ മാബലി-
നാട്ടിലെ ഗ്രാമഗൃഹത്തിൽ.

ഭക്തുയുറവൊത്തു പൂജയ്ക്കു പൊന്മല-
നാട്ടിലെ ഗ്രാമഗൃഹത്തിൽ.

ഭക്തിയുറവൊത്തു പൂജയ്ക്കു പൊന്മല-
നാട്ടിലെ കർഷകൻ വന്നൂ.

ചേണാർന്നെതിരേറ്റു കർഷകകന്യകൾ
ഓണക്കതിരുകൾപോലെ

എങ്കിലുമോണമേ നിൻ തേരുരുളൊലി
ഇന്നുമൊരജ്ഞാതഗാനം.

ആരെപ്പഠിപ്പിച്ചതില്ല നീ പാവന-
മാത്മസമർപ്പണമന്ത്രം?

ഭോഗലഹരിയിൽ വായിച്ചുതീർത്തു നീ
ത്യാഗമനോഹരകാവ്യം.

അന്ധകാരാവൃതി നീക്കുന്ന നിൻമുഖ-
മണ്ഡലദർശനം നേടി

തങ്കമലരിയിൽ വാഴുന്ന സന്ധ്യകൾ
പൈങ്കിളിപ്പാട്ടുകൾ പാടീ.

സ്വച്ഛമാം വെണ്മണൽത്തിട്ടിലാപ്പാൽപ്പുഴ-
ക്കൊച്ചലച്ചാർത്തുകളാടീ.

പട്ടുപൂമ്പാറ്റകൾ ആത്മാനുഭൂതിതൻ-
പൊട്ടുകളങ്ങിങ്ങു തേടീ.

എന്നാലുമിന്നുമെന്നോണമേ! നിൻ പൊരു-
ളജ്ഞാതഗൂഢരഹസ്യം

രാകാരജനി തിരളുന്ന വാനിന്റെ-
യേകാന്തനീലിമപോലെ!

രണ്ടുനാൾ കണ്ടു പിരിഞ്ഞുപോകും പൊരു-
ളൊന്നുമറികയില്ലെന്നാൽ

എന്നും പതിനാറുകാരനാകും നിന്റെ
സൗന്ദര്യസാരമാംരൂപം

-എന്നുമിടയില്ല-കോൾമയിർക്കൊൾകവേ
കണ്ണു നിറഞ്ഞൊന്നു നോക്കാൻ.

നോവും കരളിന്റെ പൂക്കുമ്പിൾ സുന്ദര-
ഭാവനകൊണ്ടു നിറയ്ക്കാൻ.

അല്ലിലുറങ്ങുമാത്മാവിന്റെ പൊന്നോണ-
വില്ലിന്റെ നീൾക്കമ്പി മീട്ടാൻ.

നന്ദിതൻ പീപ്പിയിൽ സൂക്ഷിപ്പൂ രണ്ടു നേർ-
കണ്ണുനീർത്തുള്ളി നേദിക്കാൻ.

പ്രാണന്റെ പൈദാഹമാറ്റുവാൻ വന്നെത്തു-
മോണത്തിരുവോണനാളിൽ,

ഒന്നു കുളിച്ചില്ല മുങ്ങിക്കുളിച്ചില്ല
ദിവ്യസൗന്ദര്യച്ചിറയിൽ

ഒന്നു തൊഴുതില്ല, കുമ്പിട്ടുപോന്നില്ല
ദിവ്യമഹസ്സിൻനടയിൽ

പാരുറ്റു ചൂടിയതില്ല ഞാൻ തമ്പുരാൻ
വാരിയെറിയും പ്രസാദം

സേവിച്ചതില്ല ഞാൻ ദിവ്യമാം പാൽപ്പുഴ-
ക്കൈവഴീ വീഴുന്ന തീർത്ഥം

സന്തതദുർഗ്ഗന്ധമാറ്റുവാൻ പൂശീല
സന്ധ്യകൾ നൽകും കളഭം.

കഷ്ടമിപ്പൊന്നോണനാളിൽ ഞാൻ വാതിലും
കൊട്ടിയടച്ചു കിടന്നു.

കാരുണ്യമൂർത്തിയാം തമ്പുരാനേറിയ
തേരു കടന്നുപോയല്ലോ.

ആണ്ടിൻ മഹോത്സവം കാണാതുറങ്ങി ഞാ-
നോണത്തിരുവോണനാളിൽ.

ഓർത്തു തപിക്കുന്നു - "നഷ്ടമായ്പ്പോയെനി-
ക്കോണപ്പുലരിനിക്ഷേപം!"

"പൊന്നുംപുലരിയിൽ വാതിൽ തുറന്നില്ല
കണ്ണുമിഴിച്ചില്ല മൂഢൻ!"

പൈങ്കിളിച്ചാർത്തു കളിയാക്കി പൂക്കളും
കണ്ണിട്ടപഹസിക്കുന്നു-

"പൊന്നിൻപുലരിയിൽ വാതിൽ തുറന്നില്ല
കണ്ണുമിഴിച്ചില്ല മൂഢൻ!"

കൈകൂപ്പി നിൽക്കുന്നു; നോക്കുന്നു മാബലി-
നാട്ടിലെ നീലമലകൾ-

നോവും കരളൊടുമോണം മറയുന്ന
പൂവിരിച്ചുള്ള വഴികൾ! ■

നഗ്നകേരളം

"കാരുണ്യപൂർണ്ണൻ നാരാ-
യണൻതൻ കൃപാമൃതാൽ
ഘോരമാം ജരാനര
നീങ്ങിയ ദേവന്മാരേ,

സ്വച്ഛമാം ഹൃൽക്ഷേത്രത്തി-
ലനർഘമരതക-
പ്പച്ചവിഗ്രഹമിതു-
വെച്ചു പൂജിപ്പിൻ നിങ്ങൾ!

ഉല്പലവിലോചന-
കൃപയാൽക്കൈവന്നതീ-
ക്കല്പവൃക്ഷവും കാമ-
ധേനുവുമമൃതവും."

സാരമാമുപദേശ-
രത്നമേകിനാൻ, ശാന്ത-
ധീരനാം ഗുരുദേവാ-
ചാര്യനുൾക്കൃപാവായ്പാൽ.

"നിത്യമാം സുഖമാർഗ്ഗം
സത്യസന്മാർഗ്ഗ,മാത്മ-
തത്ത്വചിന്തനം, സ്വർണ്ണ-
സോപാനം സനാതനം;

വിദ്യയെ,യനശ്വര-
വിദ്യയെ, വിശ്വപ്രേമ-
വിദ്യയെ,സ്സാക്ഷാൽ ബ്രഹ്മ-
വിദ്യയെയുപാസിപ്പിൻ,

പാവനമതു നേടാ-
ബ്ഭൗതികസമുല്ക്കർഷം

പാഴ്ശവത്തിനു ചാർത്തും
	പുഷ്പഹാരമായ് മാറും.

ചിരിയും കരച്ചിലാം
	ആർത്തനാദമാം ഗാനം
നരകപ്പകർപ്പാമീ
	സ്വാതന്ത്ര്യസുഖസ്വർഗ്ഗം!"

ഭർത്സിച്ചാർ ഗുരുവിനെ,-
	കൈക്കൊട്ടിയാർത്താ,രെന്തും
നിസ്സാരമായിത്തള്ളു-
	മുദ്ധത യുവാക്കന്മാർ.

ചുവന്നൂ മുഖം, നേത്രം
	കലങ്ങീ ക്രോധാവിഷ്ടൻ
ഗുരുവുഗ്രമാമൊരു
	ശാപവാക്ശരമെയ്തു:

"ദുർവ്വഹസ്വാർത്ഥാൽ മർത്ത്യൻ
	മർത്ത്യനെബ്ഭയപ്പെടു-
മുർവ്വിയിൽ, മൃത്യുപിണ്ഡ-
	മായ്ച്ചെന്നു പതിക്കുവിൻ!

പൂർവ്വികർ പൂജിച്ചതാം
	സംസ്കാരനവരത്ന-
വിഗ്രഹം പ്രദർശന-
	വസ്തുവായ് മാറ്റും നാട്ടിൽ,

പടയിൽ കേളി കേട്ട
	മാതുലൻ നേടിവെച്ച
പടവാൾ അവജ്ഞയാൽ
	തുരുമ്പിപ്പിക്കും നാട്ടിൽ,

മോചനം നേടീ ഗാത്ര-
	മെങ്കിലും സംസ്കാരത്തിൻ
ചേതന ദാസ്യോച്ഛിഷ്ട-
	മമൃതായുണ്ണും നാട്ടിൽ,

തന്നുടെ കണ്ണിന്നല്ല
	പുതുതായ് വാങ്ങും ശീമ-
കണ്ണടയ്ക്കത്രേ വില-
	യെന്ന'ഭ്യസി'ക്കും നാട്ടിൽ,

കെട്ടിവെക്കുന്നൂ പണ-
ക്കിഴിയെന്നാലും വില-
പ്പെട്ടതാമെന്തോ നഷ്ട-
പ്പെട്ടു പോയൊരാ നാട്ടിൽ,

ആർഷഭാരതത്തിന്റെ
തോലുരിച്ചെങ്ങും ചീർത്ത
പാദരക്ഷകൾ തീർത്തു
തകർക്കും രാഷ്ട്രത്തിങ്കൽ,

സ്വാർത്ഥദുർഗ്ഗന്ധി വേർപ്പു
പെറ്റുണ്ടാമഭിനവ-
ജാതിയും മതങ്ങളും
കടിക്കുമാ രാഷ്ട്രത്തിൽ,

കാലിയും കൃഷകനും
കവിയും കണ്ണീർ മോന്തി
വേലികൾ വിള തിന്നു
ഞെളിയുമാ രാഷ്ട്രത്തിൽ,

ഭീകരമുദ്യോഗസ്ഥ-
മേൽജ്ജാതി,യവശമാം
മൂകകോടിയെ,ത്തീണ്ടാ-
താട്ടിയോടിക്കും നാട്ടിൽ,

പുഷ്ടവേതനം തിന്നും
ഭരണം ഭേസിക്കുന്നു
നട്ടെല്ലു ഞെരിയുന്നൊ-
രേഴകളുടെ നാട്ടിൽ,

സ്വച്ഛമാം പ്രജായത്ത-
വേഷവുമണിഞ്ഞെത്തി
സ്വേച്ഛാധിപത്യം നിന്നു
കലിതുള്ളീടും നാട്ടിൽ,

നിത്യവും ജനനാണ്യ-
പ്പെരുപ്പുംമൂലം വീർപ്പു-
മുട്ടുമാ നാട്ടിൽ, നിങ്ങൾ
മർത്ത്യരായ്പ്പിറക്കട്ടെ!"

നടുങ്ങീ ദേവവൃന്ദം
മാപ്പിരന്നഭ്യർത്ഥിച്ചു

"കൊടിയ നരകത്തിൽ-
        പ്പോയ്ക്കിടന്നോളാം ഞങ്ങൾ."

ഗർജ്ജിച്ചു ഗുരു വീണ്ടും:
        "ഗുരുനിന്ദനമെന്ന
കജ്ജളം കളയുവാൻ
        നരകാവാസം പോരാ.

ശോഭനമൊരു നാളെ
        നുണച്ചു മയക്കത്തിൽ
വീണതാം ജനതതൻ
        ചുമലിൻ പടി കേറി

ഇടയും വിരുതന്മാർ,
        താക്കോലിൽ വടംവലി
നടത്തിയുടയ്ക്കുന്ന
        മത്സരസംസ്ഥാനത്തിൽ,

കാഞ്ചനപ്രഭാതമാ-
        മദ്വൈതം വിളയിച്ച
കാലടി കരിതേച്ചു
        കറുപ്പിച്ചതാം നാട്ടിൽ,

നീൾക്കുടുമ്മകൾ വെട്ടി-
        പ്പൂമലകളെ മൊട്ട-
യാക്കിയും പുഞ്ചപ്പാടം
        പറമ്പാക്കിയുമിപ്പോൾ

ഉടലും കാലും പെരും-
        തലയും വെവ്വേറെയായ്
കിടന്നു ഞരങ്ങുന്ന
        മോഹാന്ധസംസ്ഥാനത്തിൽ,

പരുന്തും കഴുകനും
        കാക്കയും കുറുക്കനു-
മുറങ്ങും പശുവിനു
        കാവൽ നിൽക്കുമാ നാട്ടിൽ,

ഈശരാം മാന്യന്മാരെ-
        പ്പൊതിയും കുപ്പായത്തിൻ
കീശകളനുദിനം
        വികസിക്കുമാ നാട്ടിൽ,

നരച്ച 'ഫയലു'കൾ
കിടന്നു കൂർക്കംവലി-
ച്ചുറങ്ങുമാപ്പീസ്സുള്ളോ-
രനാഥസംസ്ഥാനത്തിൽ,

നെഞ്ചകം പൊട്ടും വസ്ത്രാ-
ക്ഷേപത്തിന്നടിപെട്ട
പാഞ്ചാലിയായിക്കേഴും
വിക്ലബസംസ്ഥാനത്തിൽ,

മുളയ്ക്കും കാട്ടപ്പയ്ക്കും
കവിക്കും പറവയ്ക്കും
പൊറുതിക്കൂടില്ലാത്തൊ-
രുന്മത്തസംസ്ഥാനത്തിൽ,

സൗന്ദര്യനികേതന-
മെങ്കിലും, വൈരൂപ്യത്തിൻ
കേന്ദ്രമായ് മർത്ത്യൻ മാറ്റി-
മറിച്ച സംസ്ഥാനത്തിൽ,

അന്ധമാം ജനതതൻ
ജീവിതരഥചക്രം
മന്ത്രിതൻ കാറിൻ ചക്ര-
മെന്നുവന്നൊരാ നാട്ടിൽ,

നാട്ടുഭാഷയെത്തള്ളി-
യാംഗ്ലേയഭാഷാറാണി-
ക്കുദ്യാനവിരുന്നേകാൻ
വെമ്പുമക്കമ്പോളത്തിൽ,

സാർവ്വഭൗമനായിന്ത്യ
ഭരിക്കും ശ്രീ മെക്കോളേ-
സായിപ്പിൻ പൊട്ടിച്ചിരി
മുഴങ്ങും കമ്പോളത്തിൽ,

തന്റേടം ചോർന്നുപോയ
തലയോരോന്നും ശീമ-
പ്പന്തായി മാറി മണ്ണി-
ലുരുളും മൈതാനത്തിൽ,

ഇടവും കൊറ്റുമറ്റു
നാട്ടുവിദ്യകൾ വീണു-

പിടഞ്ഞു മരിക്കുന്ന
നിഷ്ഠുരസംസ്ഥാനത്തിൽ,

ഭരണം കൈപ്പറ്റുവാൻ
മത്സരിച്ചോടും ലോഭ-
നിരതൻ ചക്രങ്ങളിൽ-
ക്കുടുങ്ങി നിരാലംബം,

ശാശ്വതാദർശങ്ങളും
കലയും സംസ്കാരവു-
മാശുപത്രിയിലേക്കു
നീങ്ങുമസ്സംസ്ഥാനത്തിൽ,

വൻകോഴക്കിഴി തിന്നു
മൊച്ചകൾ തിമർക്കുന്ന
പൂങ്കാവായ്ക്കോലംകെട്ട
കേരളസംസ്ഥാനത്തിൽ,

തൊപ്പികൾക്കൊപ്പം തല
ചെത്തുന്ന വിദ്യാഭ്യാസ-
ക്കോപ്പു തൂക്കിയ ദാസ്യ-
പാഠശാലയിലൊന്നിൽ,

വാഹനവക്ത്രം തുപ്പും
പൊടി തിന്നെല്ലും തോലു-
മായി നിൽക്കുമാ ശൂന്യ-
പാഠശാലയിലൊന്നിൽ,

വെട്ടേറ്റ മഹാവൃക്ഷ
രാജിയെ നീക്കും ശവ-
പ്പെട്ടികൾ കണികാണും
ദുരിതനികേതത്തിൽ,

എന്തിനോ,വേണ്ടിദ്ദാഹി-
ച്ചൊച്ചയിട്ടീടും പിഞ്ചു-
കണ്ഠത്തെ ഞെരിക്കുന്ന
ചട്ടക്കൂടഴിയൊന്നിൽ

ഹൂണവിദ്യതൻ പൊടി-
പ്പാൽക്കിടാങ്ങൾ, തൻ നാടു
കാണുവാൻ മുറവിളി-
കൂട്ടുമത്തുറുങ്കൊന്നിൽ,

ഒരു ചാൺ വയറ്റില-
ങ്ങാഴത്തിലാത്മാക്കളെ-
ക്കുഴിച്ചുമൂടിപ്പൊങ്ങും
കെട്ടിടങ്ങളിലൊന്നിൽ,

നിത്യദാരിദ്ര്യം കാർന്നു
തിന്നങ്ങു കുറേശ്ശയായ്-
ച്ചത്തു,യിർപോക്കുമദ്ധ്യാ-
പകരായ് പിറക്കട്ടേ!

ഒടുവിൽക്കശാപ്പിലേ-
ക്കിഴയും തന്തക്കാള-
പ്പടയാമദ്ധ്യാപക-
വർഗ്ഗമായ്പ്പിറക്കട്ടെ!

രോഷത്താലാദ്യം തെറി-
യെറിഞ്ഞോർ വീണ്ടും ചെന്നു
ഭാഷാദ്ധ്യാപകഹീന-
ജാതിയിൽപ്പിറക്കട്ടെ!

നുണയ്ക്കാ,നൊരിറ്റെന്തോ
നുണയ്ക്കാൻ നരജന്മം
പണയപ്പെടുത്തിയ
തീയിൽ വെന്തെരിയട്ടെ."

"നരകം പോരേ, ഗുരോ?"
കെഞ്ചി ദേവകൾ വീണ്ടും;
"നരകം പോരാ, നഗ്ന-
കേരളം കണ്ടേ തീരൂ."

പേർത്തു ചോദിച്ചാ-'-രേതു-
നാൾവരെശ്ശാപം?" "ഗാന്ധി
വീണ്ടുമൊരവതാര-
മെടുത്തു വരുംവരെ!" ■

കൃഷിക്കാരന്റെ പാട്ട്

ചെങ്കനൽനിറമോലും പൊൻകതിർനിര നിന്നു
കുങ്കുമപ്പൂവർഷിക്കും മാണിക്യമണിത്തേരിൽ

വന്നു നീ വീണ്ടുമാദിസൗന്ദര്യപ്രവാഹമേ,
വന്നു നീ വീണ്ടും മേടമാസത്തിൻ പ്രഭാതമേ!

ഒന്നു ദർശിക്കാൻ, നന്നായറിയാൻ, കൈകൂപ്പുവാൻ,
വന്നെതിരേൽക്കാൻ, പൂജയർപ്പിക്കാനാരീ നാട്ടിൽ?

അക്ഷരമാകും ശ്രേഷ്ഠപൈതൃകം നേടിത്തന്നൊ-
രദ്വൈതസംസ്കാരത്തിൻ വിത്തെടുത്തുണ്ടു ഞങ്ങൾ.

കൃത്രിമവളങ്ങളാൽ കൃത്രിമവിത്താലേതോ
കൃത്രിമവിദ്യാഭ്യാസക്കൃഷി ചെയ്‌വവർ ഞങ്ങൾ.

നിനവിൽക്കനവിലും മാറിപ്പോയ്സ്സംസ്കാരത്തിൻ-
ഖനിയായ് വിളങ്ങിയ വീരകേരളഗ്രാമം

സൗന്ദര്യക്കളിപ്പന്തൽത്തൂണുകൾ തകർത്തിട്ട
സഹ്യാദ്രിതടങ്ങളിൽക്കാട്ടുതീയെരിയുന്നു.

പ്രേമത്തിൻ തിരി നീട്ടും കുഗ്രാമഹൃദയത്തിൽ
പൂമരങ്ങളെത്തിന്നുമസുരൻ പുളയ്ക്കുന്നു.

ചേലൊളി കൊന്നപ്പൂവു തിളങ്ങും തങ്കത്താലി
പോലുമില്ലാത്ത മങ്കയാണിന്നെൻനാട്ടിൻപുറം.

മീനസംക്രമസന്ധ്യ നനച്ചു വളർത്തുന്ന
വാനിലെത്തെമുല്ലയിൽ മൊട്ടുകൾ വിരിയുമ്പോൾ,

വാടിയ ഗഗനാന്തം സൃഷ്ടിസൗന്ദര്യത്തിന്റെ
ഗൂഢമാമൊരാമോദപ്പൂച്ചെപ്പു തുറക്കുമ്പോൾ,

ചെല്ലങ്ങൾ ചെറുകാറ്റിൻ പൈതങ്ങ,ളിരുട്ടത്തു
മുല്ലപ്പൂമണം തേടി വിയർത്തു കിതയ്ക്കുന്നു.

വെൺനാണ്യം പിടുങ്ങുന്ന നരനെബ്ഭയപ്പെട്ടു
കൊന്നയോടൊപ്പമെങ്ങു പോയി നീ മുല്ലപ്പൂവേ?

നിലച്ചൂ പാൽമരങ്ങളൊക്കെയും വെട്ടി,ക്കുടി-
യിറക്കപ്പെട്ട വിഷുപ്പക്ഷിതൻ കളഗാനം.

ഉന്മദരസം ചിന്നും മാങ്കനിയേറ്റിപ്പോരും
തേന്മാവിൻ തറവാടു കുറ്റിയറ്റതുമൂലം,

തേനോലും വരിക്കകൾ ചുമക്കും പിലാവുകൾ
ദീനരായ് ലോഭാഗ്നിയിൽ വെന്തെരിഞ്ഞതുമൂലം,

കാക്കയില്ല,ണ്ണാർക്കനില്ല, മാന്തണൽപറ്റി-
യാർക്കുന്ന ചുണപ്പാട്ടിൻ പൂംപൈതങ്ങളുമില്ല.

ഉണ്ണികൾ കാണുംമുമ്പിങ്ങീ ഋതുഫലങ്ങളെ
വണ്ടികേറ്റുന്നൂ ബലാൽത്തോട്ടത്തിൻ കരാറുകാർ.

മാൺപുറ്റു നുണയ്ക്കയാം ചേതന, നഷ്ടപ്പെട്ട
മാമ്പഴക്കാലത്തെയാ വാസന്തോത്സവപൂരം.

വറ്റിയ ചിറയിലെച്ചളിവെള്ളത്തിൽ വാനിൻ
ചുട്ടെരിയുന്ന ചെമ്പുതകിടു നിഴലിക്കേ,

'ഉച്ചാരൽ തുറ'ന്നപ്പോൾ 'വിഷുച്ചാലി'ട്ടൂ മണ്ണിൽ
സ്വച്ഛമാം വ്രതദീക്ഷയേറ്റൊരെൻ കരി വീണ്ടും.

ഉടച്ചു നാളികേരം; പൂവട നിവേദിക്കെ-
ത്തടവിൽ കിടക്കുന്ന സുന്ദരി ചിരിക്കയായ്.

പ്രോഷ്മളമലയുന്നൂ ദീർഘമാം വിരഹത്തിൻ
ബാഷ്പനീർ തങ്ങും വിഷുപ്പക്ഷിതൻ മൃദുനാദം.

വെൺമുത്തുമണി വാരിയെറിഞ്ഞിതാരോ, ദീന-
മുന്മുഖം നിലകൊള്ളുമൂഴിതൻ മടിക്കുത്തിൽ.

പുത്തിടി വാർത്തെടുപ്പൂതെമ്മലയോരം പുൽകും
വെങ്ങുനാട്ടിലെ വേലപൂരത്തിൻ കതിനകൾ.

മീതെ,യാക്കാടിൻമീതെ, നിൽക്കുന്നു മലനിര
പൈദാഹമാർന്നു ഗാത്രം ചടച്ച ഗജങ്ങളായ്.

മൈക്കണ്ണോലുമീരരക്കന്നുമീ ഞാനുമൊഴി-
ച്ചൊക്കയും പള്ളിക്കൂടപ്പടി തെണ്ടുകയല്ലോ.

നിത്യജീവിതവൃത്തിച്ചോരനീരോടും നാടിൻ-
കൈത്തൊഴിൽ ഞരമ്പുകളറുത്തൂ വിദ്യാഭ്യാസം!

പാതയിൽ വിളയുന്നൂ കടലാസ്സിലെക്കൃഷി;
പാടത്ത ചളിയിൽ വീണുഴയ്ക്കാനാരീ നാട്ടിൽ?

കടുവേതനം തിന്നും നരവാഹനന്മാരു-
മൊടുവിൽത്തലതാഴ്ത്തിക്കൊള്ളുമീ മണ്ണിൻ കാല്ക്കൽ.

യന്ത്രമായ് മാറ്റപ്പെട്ടു കരളെങ്കിലും, മൃദു-
മന്ദ്രമാം ഗാനത്തിന്റെയലയിൽക്കുളിപ്പിക്കൂ,

കരുണാമണിവീണ മീട്ടുന്ന പുഴയുടെ
കവിതാമകരന്ദം തേടി നീ മേടക്കാറ്റേ!

മധുരം കിളരുന്ന കുളമ്പിൻതാളമൊത്ത
മണിനാദത്തിലെന്റെ ജീവിതമലിയാവൂ!

കരുണാമയി ദേവി വസുധേ, തവ പാദ-
കമലപരിചര്യാകർമ്മമെൻ പൂജാകല്പം.

ചേതനയുടെ ദാഹം മാറ്റുവാനിതുമാത്രം:
പാടത്തെപ്പാട്ടാകുമിക്കരിക്കിൻവെള്ളം മാത്രം.

പൊരിയുന്നിതാ കരൾപ്പാടമൊക്കെയും പ്രേമം
നിറച്ച നിറകുടം പുറത്തേക്കെടുത്താലും!

കണി കാണട്ടേ മിന്നൽപ്പട്ടാട ഗഗനമേ
കണി കാണട്ടെ നീലമേഘമേചകവർണ്ണം.

പതിതം ശൂന്യം ഗ്രാമ,മെന്നാലുമമ്മേ, തവ
കൃപയാൽ ഫലപുഷ്പപൂർണ്ണമെന്നന്തർഗ്രാമം.

സ്വാർത്ഥത്തിൻ മുള്ളുവേലിയെങ്ങെങ്ങും കന്നാലിക്കു
മേച്ചിലിൻ പറമ്പില്ല, പേരാലിൻ തണലില്ല.

നേരിന്റ മിഴിനീരിൻ കമ്പിയിൽത്തുടിക്കുന്ന
പേരാറിൻ കരയിലെ യരയാൽത്തണൽപറ്റി

പാടുന്ന പറവയുമാടുന്ന ലതകളു-
മോടപ്പുല്ലൂതിപ്പാടും കന്നാലിച്ചെറുക്കനും

നിശ്ശബ്ദമദ്ധ്യാഹ്നത്തിൽ പിറാവുകുറുകലും
നിഷ്പന്ദനിശാമൗനഗാനവുമില്ലി,ങ്ങെന്നാൽ

കൊന്നപ്പൂ സമ്മാനിച്ച കിങ്ങിണിയണിയുന്ന
ചന്ദനമുല്ലക്കാറ്റെൻ കരളിൽക്കളിക്കുന്നൂ,

അശ്രുവിൽ നീരാടുമീയന്തരാത്മാവിൻ സ്വപ്ന-
മജ്ഞാതമൃദുവേണുനാദത്തെത്തിരയുന്നൂ! ■

പ്രഭാതമേ, വരൂ!

അഴകിൻ നാട്ടിലെ വെളിച്ചം തേടുന്ന
മിഴികളെക്കൊടുംപശിക്കിരയാക്കി,

ഒളിച്ചതേതൊരു തിരയിൽ,പ്പൂനിലാ-
വൊഴുക്കിയ പുണ്യപ്രകാശപുഞ്ജമേ?

കരുത്തെഴുമേതോ പ്രഹരമേല്ക്കയാൽ
മരവിച്ച ശൈലനിരതൻ സാനുവിൽ

അഴലിൻ ചിത്രമായ് മരണത്തിൻ കരി-
നിഴൽ വിഴുങ്ങിയ പുരാതനഗേഹം.

സ്മിതം പൊഴിക്കണം ദിവസത്തിൻ ശൂന്യ-
ചിതാഭസ്മം പാറിക്കിടക്കുമാകാശം!

പല നിറങ്ങളാലൊരു ചിത്രം തീർത്ത
പകൽപ്പൂക്കൾ മണ്ണിലടിഞ്ഞൊരീ രാവിൽ

കുയിലുകളില്ല, കിളികളുമില്ല,
മയിലുകളില്ല, മനംകുളിർപ്പിക്കാൻ,

മയങ്ങുന്നൂ സുഖലഹരിതൻ കൊമ്പ-
ത്തുയരത്തു വാഴുമുലൂകവൃന്ദങ്ങൾ.

പുലമ്പുന്നൂ തമ്മിൽ,ക്കനിയെലുമ്പിനായ്-
ക്കലമ്പുന്നൂ വാവൽപ്പട കടികൂടി.

ചതിപ്പണികൾക്കായിടവഴികളിൽ-
പ്പതിയിരിക്കയാമിഴജാതി നീളെ.

പിണക്കമൊ,യെണ്ണ കഴിഞ്ഞ ദീപങ്ങൾ-
കണക്കൊളി വറ്റി വിളറും താരകൾ.

വിലയമേലാത്ത കല പകർത്തിയ
ഫലവൃക്ഷങ്ങൾതൻ കൊലനിലങ്ങളിൽ

കനിവിൻ പച്ചിലത്തണലറ്റു, വിഷം
കിനിയുന്ന ചേരുമരങ്ങൾ പൊങ്ങുന്നൂ!

കടിക്കുന്നൂ വളപ്പശിമയീ വർഗ്ഗം
തടിക്കുന്നൂ കാനൽ പരത്തുവാൻ മാത്രം

സവർണ്ണരായ് മാറീ വിദേശഭാഷതൻ
പ്രവാചകരായിപ്പെരുകും നത്തുകൾ.

ചതഞ്ഞരയുന്നൂ ചവിട്ടുകളേറ്റു
തൃണതതിക,ളിപ്പതിതകോടികൾ!

ഉരുകുന്ന മണൽത്തരികൾതൻ കരൾ-
ത്തിരികളിൽനിന്നുമുയരും ജ്വാലകൾ

അളിനീലവർണ്ണപ്പൊരുളു കാട്ടുന്ന
തെളിദർപ്പണത്തിൽക്കരി പിടിപ്പിപ്പൂ!

തകർന്നതാമേതോ കിനാവുകൾപോലെ
തളർന്നു മൂർച്ഛിപ്പൂ നദീപുളിനങ്ങൾ.

അടവുകൾ മാറിപ്പുതുവേഷങ്ങളിൽ
ഒടിയന്മാരോടിനടപ്പു നിശ്ശങ്കം!

ഇരുൾ ഭരിക്കുന്ന ഭവനത്തിൽനിന്നു-
മിടയ്ക്കിടെത്തേങ്ങിക്കരച്ചിൽ പൊങ്ങുന്നൂ.

കലങ്ങും കണ്ണുമായുറക്കം തൂങ്ങുന്നൂ
കളിമണ്ണിൻ പുതുചിരാതിലെദ്ദീപം!

തരംകാത്തു നില്പൂ കൊടിയ തസ്കര-
പ്പരിഷകൾ ചുറ്റു;മനാഥമീ ഗേഹം!

ദുരതൻ പേയ്ക്കാലം കലിതുള്ളി, ഗൂഢം
തിരഞ്ഞെടുക്കയാമിരു,ളിരുളിനെ!

ഇരുൾച്ചളിപ്പാടത്തൊരു വഴി കാട്ടാൻ
വരിക നീയാദിപ്രകാശകന്ദമേ!

പരിപൂതാദർശപതാകയുമായി
വരിക ചൈതന്യപ്രഭാവപുഞ്ജമേ!

വരിഷ്ഠമാം ദിവ്യദിനകരത്തേരിൽ
വരിക സൗന്ദര്യവനാവതരാമേ!

ഉണരും തെന്നലുമുയരുമൂർമ്മിയും
മണം പെറും പുത്തൻ മലർനിരയുമായ്

നവീനകാഹളദ്ധ്വനികളുമായി
വരിക നീ വീരയുഗപ്രഭാതമേ! ■

നെഹ്റുവിന്റെ നിര്യാണത്തെ മുൻനിർത്തി എഴുതിയത്.

പൂമൊട്ടിന്റെ കണി

എന്നേക്കുമായ്പ്പിണങ്ങിപ്പോ-
യെങ്കിലും മൂകസന്ധ്യയിൽ
നിളതൻ വെണ്മണൽത്തിട്ടി-
ലവളെക്കാത്തിരുന്നു ഞാൻ.

കാൽച്ചിലമ്പിട്ട പൂമങ്ക
പോയീ; നിശ്ശൂന്യമായ്ഗൃഹം.
ഞെട്ടറ്റു വീണൂ പകലിൻ
മരത്തിൽക്കാച്ച പൊൻപഴം.

കട്ട തല്ലിയ വാനത്തെ-
പ്പാടത്തെന്തോ വിതയ്ക്കുവാൻ
തീയിട്ട ചപ്പിലച്ചാർത്തു
പടർന്നാളിദ്ദഹിക്കയായ്.

ദൂരത്തു ചങ്ങലയ്ക്കിട്ട
മല, പാറുന്ന കൂറകൾ:
പകൽപ്പൂര കാവുകേറും
പറമ്പായ്പ്പശ്ചിമാംബരം.

"പൊയ്വരാമുടൻ" എന്നൊക്കെ-
ച്ചൊല്ലിയാലും വരില്ലിനി
പടിക്കൽ, വീർപ്പിട്ടു നോക്കി-
നിൽക്കും ഗ്രാമീണസന്ധ്യയാൾ.

ജീവിതം വിരിയാൻ ദിവ്യ-
ദീപ്തിസമ്പത്തയച്ചതാം
ദേവന്നു യാത്രാകാലത്തും
നന്ദി ചൊല്ലിയതില്ല നീ!

നീളുന്ന നിഴലിൻ ഭാരം
വലിച്ചീശ്ശൂന്യരഥ്യയിൽ

അകലത്തായ് വിഷുച്ചന്ത-
നാളിലെക്കാളവണ്ടികൾ.

നേടിക്കൊടുത്തു പലതും;
എന്നാലും പൊൻവെളിച്ചമേ,
ഏഴയാം പൂവിനോടൊന്നും
മിണ്ടാതെങ്ങോട്ടു പോയി നീ?

രാവിൻ കാവിൽ വിളക്കിന്നു
തൊഴാനൂടുവഴിക്കു നീ
ഒറ്റയ്ക്കെന്തേ പുറപ്പെട്ടു
സാന്ധ്യതാരാകുമാരികേ?

അടുത്തുവരുമക്കാല-
വർഷത്തിൻ പ്രേമലേഖനം
വായിച്ചുകൊണ്ടു നാൾപോക്കും
വയലിൻ വിണ്ട ഹൃത്തിലും

മണിനാഗം പടം പൊക്കി-
യാടും നീലാചലത്തിലും,
കടലിൻ വീടു തേടിപ്പോം
പുഴതൻ പുളിനത്തിലും

തെന്നൽ നൃത്തം പഠിപ്പിക്കു-
മുങ്ങിന്റെ കുളിർചില്ലയിൽ
ഒറ്റയ്ക്കിരുന്നു കുറുകും
പിറാവിൻ ശോകവായ്പിലും

കൈതക്കാട്ടിൽക്കേറി നൂണ്ട
വരുമൂഷ്മളവീർപ്പിലും
കന്നാലിയൊത്താല പൂകും
കുഴലിന്റെ മിടിപ്പിലും

കാട്ടുവാകപ്പൂ മയങ്ങി-
ക്കിടക്കും വഴിവക്കിലും
തകർന്ന തന്ത്രി, മീട്ടുന്നി-
തേതോ വിരഹവേദന!

തോന്നുന്നു പുത്തനായിന്നീ
ഗ്രീഷ്മസംക്രമസന്ധ്യയിൽ
മങ്ങി മായും നിളാതീര-
ഗ്രാമത്തിൻ ചിത്രഭംഗികൾ!

ചാഞ്ചാടിപ്പൂ വന്ന കാറ്റു
മാവു പെറ്റ കിടാങ്ങളെ,
കൊച്ചണ്ണാനെ ക്ഷണിക്കുന്നൂ
കോടി കാച്ച പിലാവുകൾ!

ചിരിച്ചൂ കൈവശത്താക്കീ
തോപ്പാകെച്ചതിയൻ മഴു,
വീടില്ലാത്ത വിഷുപ്പക്ഷി-
യേതോ ദേശാന്തരത്തിലായ്!

സ്വർണ്ണപ്പണ്ടംകൊണ്ടു മൂടി
വീട്ടിലിന്നലെ വന്ന നീ
കഴുത്തിലൊന്നുമില്ലാത്ത
കാലം, കൊന്നേ, മറന്നുവോ?

മിണ്ടാതെ തനിയേ നില്പാ-
ണിരുട്ടത്തൊരു സുന്ദരി-
വാരിക്കോരിപ്പരിമളം
വിളമ്പും മുല്ലവള്ളിയാൾ!

എൻ മുല്ലപ്പൂക്കളേ, വന്ന-
തെന്തിനായ്, സ്വർഗ്ഗദൂതരേ,
വാർദ്ധക്യത്തിൻ ഭാവനയ്ക്കു
പല്ലുവെയ്ക്കും വിദഗ്ധരേ?

നിലാമുലപ്പാൽപ്പതകൾ
ചിന്നി മിന്നുന്ന ചുണ്ടുമായ്
വസന്തരാവിൻ മടിയിൽ-
ക്കളിക്കും പൂങ്കിടാങ്ങളേ,

കുടുംബഭരണക്ലേശ-
വ്യഗ്രനാം സാന്ധ്യമാരുതൻ
ഉമ്മ വെച്ചൊന്നു ചാഞ്ചാടി-
ച്ചോമനിക്കട്ടെ നിങ്ങളെ!

മർത്ത്യൻ തീർക്കും സ്വാർത്ഥലോക-
ദുർഗ്ഗന്ധത്താലശുദ്ധമാം
കാറ്റിന്നു വിണ്ണിലെത്തീർത്ഥം
നൽകുവാൻ നിങ്ങൾ വന്നതോ?

വീട്ടിൻപടിക്കൽ നിൽക്കുമ്പോൾ
പണ്ടെന്നോ കണ്ടു നിങ്ങളെ;

വിരിഞ്ഞിതാക്കാഴ്ച വീണ്ടും
സൗരഭ്യം തിങ്ങുമോർമ്മയിൽ,

ഉഷ്ണിച്ചു വാപൊളിക്കുന്നു
പാടം, നീറുന്നു വന്മല,
സ്വൈരമില്ലാത്ത ഭവനം-
പോലായ് വറ്റും ജലാശയം.

തിളയ്ക്കുന്ന പകൽച്ചൂടിൽ
മുങ്ങിച്ചത്തു തൃണാങ്കുരം,
ഉരുണ്ടൂ പൂത്തിലഞ്ഞിപ്പൂ-
മെത്തയിൽ ക്ലാന്തമാരുതൻ.

ചിരിച്ചിറങ്ങീ തീക്കുണ്ടിൽ
അലരിപ്പൂക്കൾ ഭദ്രമായ്,
നാക്കു നീട്ടി കാഞ്ഞിരങ്ങൾ
വെയിലെണ്ണ കഴിക്കുവാൻ.

ആയിരത്താണ്ടു ചെന്നുള്ളൊ-
രശ്വത്ഥം സൂര്യസേവയാൽ
ജരാനരയൊഴിഞ്ഞാ,ത്മ-
സൗന്ദര്യം തെളിയിക്കയായ്!

ചൊടിച്ചാർത്തു തിമർക്കുന്നൂ
പടക്കങ്ങൾ ഗൃഹങ്ങളിൽ
കുഴലൂതീ കരൾത്തട്ടി-
ന്നകത്തെൻ ശൈശവസ്തുതി.

കുറുമ്പൻ കതിനപ്പിള്ള-
രാർക്കുന്ന വിഷുവേലനാൾ
കാവിൻമാറിൽത്താലി ചാർത്തും
കണിക്കൊന്ന നിനപ്പൂ ഞാൻ.

കല്യാണപ്രായ,മഴകു
തികഞ്ഞോ,ളേഴ,യെങ്കിലും
ഓർപ്പൂ വരൻ വരാത്തോരു
മുഗ്ദ്ധഗ്രാമീണലക്ഷ്മിയെ.

കണ്ണീർ തുടയ്ക്കും പുഴതൻ
മണൽത്തിട്ടിനുമപ്പുറം
ആമ്പൽ പൂക്കും പൂങ്കളത്തിൻ
മുളംകാടിനുമപ്പുറം

പൊന്നാര്യൻ വിളയും പുഞ്ച-
പ്പാടത്തെത്തോടിനപ്പുറം
കണികണ്ടു തെളിഞ്ഞേനാ
ഗ്രാമീണഭവനത്തിൽ ഞാൻ.

ഇന്നാക്കർഷകവാടത്തിൻ
കൊന്നപ്പൂ കുറ്റിയറ്റുപോയ്,
അവിടെക്കത്തിനിന്നൊരു
ഭദ്രദീപം പൊലിഞ്ഞുപോയ്.

വിഷുപ്പുലരിയിൽ നീൾക്ക-
ണ്ണെഴുതീട്ടഴകിൻ കണി-
കാണിച്ച നീലമധുര-
ക്കരിമ്പിൻ വടിവാർന്നവൾ,

അലിവുള്ളോളില്ലയല്ലോ
വിഷുക്കഞ്ഞി വിളമ്പുവാൻ
ആ മാടത്തിൽ കുപ്പിവള-
ക്കിലുക്കം കേൾക്കുകില്ലിനി.

മാവും പിലാവും തൈമുല്ല-
ത്തറയും പടർവാഴതൻ
കുടപ്പനിൽച്ചാടുമണ്ണ-
ക്കിടാവും പൈക്കിടാങ്ങളും

തുളസിത്തറയും ചേരും
തോപ്പുണ്ടെൻ സ്മൃതിഭിത്തിയിൽ,
പാമ്പിന്നു വെള്ളരിയിടും
കാവുണ്ടെൻ സ്മൃതിഭിത്തിയിൽ.

മേടത്തിൻ കുങ്കുമം, വർഷ-
ച്ചാന്ത്, ചിങ്ങമരച്ചതാം
കളഭം, തൊട്ടുനിൽക്കുന്ന
കുന്നുണ്ടെൻ സ്മൃതിഭൂമിയിൽ.

ചന്ദനക്കുറിയും നീൾക്ക-
ണ്ണെഴുത്തും പാതിരാമലർ
ചിന്നും കചവുമായിന്നും
ആതിരാരാത്രി നിൽക്കയാം.

നിശ്ശൂന്യമായിരുന്നു കൊമ്പിൽ-
ക്കുയിൽ പാടിയ പൂവനം

നിശ്ശൂന്യമക്കണിക്കൊന്ന
പൂ വിതാനിച്ച പത്തനം.

ഉറങ്ങീ ഗേഹദീപങ്ങൾ,
മയങ്ങീ പറവക്കുലം
ആ മണൽത്തിട്ടിലിരുളി-
ലേകാന്തത്തി,ലിരുന്നു ഞാൻ.

പാളം കുലുക്കിക്കൂകിക്കൊ-
ണ്ടെങ്ങോ പോയ്പ്പുകവണ്ടികൾ;
വില്വാദ്രിതൻ നീലദീപം,
താരകം, മിന്നി ദൂരവേ.

പാഴ്ത്തമസ്സിൻ ചളിക്കുണ്ടി-
ലാഴുമാത്മാവിനെ സ്വയം
ദിവ്യതേജോലോകമൊന്നു
വലയംചെയ്വൂ മെല്ലവെ.

അവ്യക്തതാരകാകീർണ്ണം
തിളങ്ങീ താരകാപഥം-
അജ്ഞാതലിപിയിൽത്തീർത്ത
ശിലാലേഖനമണ്ഡപം.

കേഴുന്നൂ ദൂരെയെന്തിന്നോ
പിണങ്ങിപ്പോയ പക്ഷികൾ
വിളക്കണഞ്ഞതാം കൂത്തു-
മാടമായ് ഗ്രാമവീഥികൾ.

മറിച്ചുനോക്കീ വെറുതേ
വെളിച്ചത്തിന്റെ താളുകൾ
അടയാളം വെച്ചു രാവിൻ
പീലിക്കണ്ണാൽ വസുന്ധര.

കുന്നിൻചെരുവിലെപ്പായൽ-
ക്കുണ്ടിൽത്താമരമൊട്ടുകൾ
കുളിച്ചു ശുദ്ധമായ് എന്തോ
കണികാണാൻ കിടക്കയാം.

ചളിക്കുണ്ടിന്നടിമയായ്-
ജ്ജന്മം നിഷ്ഫലമാകവേ
ഒരു വിദ്യുല്ലേഖ പാറീ
ഹൃത്തി,ലുന്മുഖനായവൻ.

ചെന്താമരത്താർമുകുളം
തുടിക്കും കരളോടുമേ
വിളിച്ചു വിശ്വപ്പൊൻകോവിൽ
വിളക്കും പെരുമാളിനെ.

"വിടില്ല നിന്നെ ഞാൻ?" ചൊൽവൂ
കെട്ടിപ്പുൽകും ചളിക്കളം
മതിയീ വേഴ്ച, തേടട്ടേ
വെളിച്ചത്തിന്റെ നാടു ഞാൻ!

മറന്നുപോയ്, മാപ്പരുൾക
തമസ്സിലടിപെട്ട ഞാൻ
പ്രപഞ്ചത്തിന്റെ നാരായ-
വേരാം സത്യപ്രകാശമേ!

കൊഞ്ചും പറവ, തേൻപറ്റാൻ
കൊതിക്കും ഷൾപ്പദാവലി
ഇലപൂമെത്ത-ഓരാതെ
ദിവസങ്ങൾ കഴിഞ്ഞുപോയ്.

എങ്ങുന്നു വന്നു, പോകേണ്ട-
തെങ്ങോ,ട്ടെന്തിനു വന്നു ഞാൻ?
ഞാൻ-ഈ ഞാൻ-ആര-?റിഞ്ഞില്ല
വേണ്ടതൊന്നുമിതേവരെ!

കനംകൂടിവരും ചിന്താ-
ഭാരമേറ്റി വിയർക്കൊലാ,
അർപ്പിച്ചു കാത്തിരുന്നാലും
തുറക്കും ജീവകഡ്മളം!

കെട്ടിയിട്ട കിടാവിന്നു
പൈംപാലമൃതു നൽകുവാൻ
മേച്ചിൽപ്പറമ്പിൽനിന്നന്തി-
യ്ക്കെത്തും നന്ദിനിപോലെയും

പറക്കാൻ ചിറകില്ലാത്ത
പൈതങ്ങൾക്കിര നൽകുവാൻ
കൊക്കും നിറച്ചെങ്ങുനിന്നോ
വരും പറവപോലെയും

വിഷുച്ചാലിൻ വിരികളിൽ
മയങ്ങും വിത്തിനൊക്കെയും

ബ്രഹ്മോപദേശമരുളും
വർഷബിന്ദുക്കൾപോലെയും.

ഇരുട്ടിൻ കല്ലറയ്ക്കുള്ളിൽ
ഞരങ്ങും നിന്റെ ചങ്ങല
അഴിച്ചു മാറ്റുവാനെത്തും
വിണ്ണിൻ മംഗളദേവത!

പൂത്തുനിൽക്കും കണിക്കൊന്ന-
മലർക്കാവിനുമപ്പുറം
കണിവെള്ളരി കൂമ്പാരം
കൂടും പൊൻകുന്നിനപ്പുറം

ഉദയാചലപീഠത്തിൻ
കോവിൽനട തുറക്കയായ്
കാത്തുനിൽക്കുന്നിതാ നിന്നെ
നവജീവിതസംക്രമം!

തലപൊക്കുക, മേലോട്ടു
നോക്കു;കെങ്ങുമപാരത
വാരിപ്പുണർന്നുമ്മവെക്കാൻ
കാത്തുനിൽക്കുമപാരത!

കാലമായാൽത്തോടു കൊത്തി-
പ്പിളർക്കും ഖഗമെന്നപോൽ
നിൻകണ്ണു കീറുവാൻ ശസ്ത്ര-
മേന്തിക്കൊണ്ടവനെത്തുമേ!

ആയിരം കൈ നീട്ടി നിന്നെ-
ത്തഴുകും കരുണാമയൻ;
തമസ്സു നീങ്ങും അജ്ഞാത-
പ്രപഞ്ചം ദൃശ്യമായ് വരും!

കണികാണുക പൂമൊട്ടേ
പരംജ്യോതിഃസ്വരൂപനെ
സ്വബോധമെന്ന കൈനേട്ടം
തരും വിശ്വൈകബാന്ധവൻ! ■

നരബലി

തരിക്കില്ല മനം തെല്ലും
പകയ്ക്കാ രണഭൂമിയിൽ,
മരിക്കും ഞാൻ നിനക്കായി
മംഗളാദർശദേവതേ!

വിരൽ ചൂണ്ടിച്ചൊല്ലി ശാന്തി-
തീർത്ഥവാസികൾ താരകൾ;
കാണ്മൂ മരതകക്കല്ലു-
പോലേ കാട്ടിലൊരമ്പലം.

ഓളം നിലച്ച ഹൃദയ-
മായ നീർപ്പൊയ്ക ചുറ്റിലും
വിരിഞ്ഞ തങ്കച്ചെന്താരായ്
നില്പൂ കാട്ടിലൊരമ്പലം.

ഉഷസ്സന്ധ്യകളർച്ചിക്കും
ധ്വജത്തിൻ പീഠഭൂമിയിൽ
ചെകിടോർത്തു കിടക്കുന്നൂ
സട ചൂടുന്ന കേസരി.

വടക്കേ നടയിൽ,ദ്ദേവ-
ദാരുച്ഛായകൾ തേടുവോൻ,
ഏതോ പുണ്യസ്മരണതൻ
രോമന്ഥത്തിലലിഞ്ഞവൻ.

അമ്പിളിക്കല ചൂടുന്ന
വിഹായസ്സിന്റെ വാഹനം.
കിടക്കുന്നൂ പൂഞ്ഞയുള്ള
വെള്ളക്കാള-ഹിമാലയം.

നിലാക്കടൽ കട്ട കുത്തി-
ക്കിടക്കും ദേവഭൂമിയിൽ
നൃത്തംചെയ്‌വൂ നിത്യവീണാ-
നിനദത്തിന്റെ തേനല.

മുളച്ചതീ മഞ്ഞുകട്ടി-
ക്കാട്ടിൽ മർത്യമഹൗഷധി;
വിളഞ്ഞതിക്കാട്ടിൽ വിശ്വ-
സാഹിതീരത്നശേവധി!

നിത്യം ഭജിച്ചു വാഴുന്നി-
തിപ്പുണ്യക്ഷേത്രസീമയിൽ,
വനജ്യോത്സ്നകളോടൊത്തു
മയിലാടും വനങ്ങളിൽ

ഗംഗയാറെന്നോമനപ്പേർ
പണ്ടേ വീണുകഴിഞ്ഞവൾ
വിശ്വപ്രേമത്തിന്റെ പാട്ടു
പാടിപ്പോം വനകന്യക.

പഞ്ചാരമണലെങ്ങെങ്ങും
വിരിച്ചു മധുരിപ്പതാം
തെക്കേ നടയിൽനിന്നെന്നും
ആന ചിന്നം വിളിക്കയാം.

വരും തൊഴാൻ മാറി മാറീ
ട്ടുതുകന്യകൾ നിത്യവും
മണത്തറിഞ്ഞെത്തുമെന്നും
തെന്നലിൻ തീർത്ഥയാത്രികർ.

നിറമാലയ്ക്കു വന്നെത്തു-
മുഷസ്സന്ധ്യാകുമാരിമാർ;
വരും മുല്ലമലർത്താല-
മേന്തും ശാരദരാത്രികൾ.

തീർത്ഥചാരികളാം നീല-
മേഘങ്ങൾ വിരൽ ചൂണ്ടിനാർ
ഹിമദുർഗ്ഗമിതാണാർഷ-
ഭാരതത്തിൻ തപോവനം.

പൊങ്ങീ ചിലമ്പിൻ നിനദം,
നാവു നീണ്ടു നിണത്തിനായ്.
ചെന്തീ പാളുന്നു, രുധിരം
ചിന്തുന്നൂ വനഭൂമിയിൽ

സംഹാരനൃത്തമാടുന്നു
ചിലമ്പിട്ടവൾ കാളിക!
എന്താണിടിരവം? മിന്നൽ-
പ്പിണരെന്താണിതംബികേ?

വിളിക്കയാണെന്നെ,യെന്തു
കല്പിപ്പൂ ഭദ്രകാളി നീ?

"പുത്രരക്തം, പുത്രമാംസം;"
മതി; ഞാൻ കേട്ടു കല്പന
മുറ്റും കപടഭക്തിക്കു
ശിക്ഷയേൽക്കണമിന്നു ഞാൻ.

കണ്ടില്ല കോവിലൊന്നിന്നേ-
വരെയും കാവലാളി ഞാൻ
ചൈതന്യപൂർണ്ണമിദ്ദേവീ-
വിഗ്രഹം കണ്ടതില്ല ഞാൻ.

കുളിച്ചുതൊഴുതിട്ടില്ല
വിളിച്ചിട്ടില്ലിതേവരെ
സോപാനത്തിൽക്കൊണ്ടു വെച്ചി-
ല്ലൊരു പൂവിതൾപോലുമേ.

ഇട്ടില്ല കാണിക്കാശൊന്നും
ഭണ്ഡാരച്ചെപ്പിനുള്ളിൽ ഞാൻ
കോരിത്തരിച്ചില്ല ദേഹം
നനഞ്ഞിട്ടില്ല കണ്ണുകൾ.

പാറക്കെട്ടിലുറന്നിട്ടി-
ല്ലമ്മയെന്നൊരു ഭാവന
കൊറ്റിന്നു വേതനം പറ്റും
സത്വമായിക്കഴിഞ്ഞു ഞാൻ.

ധർമ്മത്തിൻ കൊടി പാറുന്ന
ചിത്രമുണ്ടിങ്ങൊരായിരം!
മുടിച്ചു കംസൻ സ്വാർത്ഥത്താൽ
സുന്ദരഗ്രാമഗോകുലം

നുറുക്കിയാരവനെ,യാ-
ക്കിടാവിൻ ചിത്രമുണ്ടിതിൽ.
വിഷയേച്ഛ വിഷം തീണ്ടാ-
മുനിമാർതൻ പരമ്പര

പരാനന്ദാസവം മോന്തി-
യലിയും ചിത്രമുണ്ടിതിൽ.
നിർല്ലേപനായ് നാദവീണാ-
മധുബിന്ദു തളിക്കുവോൻ.

പ്രപഞ്ചനാടകം കണ്ടു
രസിപ്പോൻ, മുനിയുണ്ടിതിൽ.
ആരും കാണാതെ നോക്കാതെ
നിറം മങ്ങിക്കിടക്കയാം

പ്രാചീനമാകുമിക്ഷേത്ര-
ചേതനാചിത്രശാലകൾ.
ചിതൽ മാറാലയും മൂടി-
ക്കെട്ടിപ്പൂട്ടിക്കിടക്കയാം

വഴിപോക്കരെ മൃഷ്ടാന്ന-
മൂട്ടിയോരഗ്രശാലകൾ.
കുറ്റിയറ്റു താമരകൾ
ഇടിഞ്ഞൂ പടവൊക്കെയും

ചളിക്കുണ്ടായ് മാറിയിന്നീ-
ത്തീർത്ഥനീരണിയും ചിറ.
വിഴുപ്പുകളലക്കുന്നൂ
കലക്കുന്നൂ വിഷപ്പത

ചളി തോണ്ടിക്കളയുവോൻ
നീളുന്നില്ലൊരു ഹസ്തവും.
എണ്ണ കാണാത്ത വെള്ളോട്ടു-
വിളക്കുകളതാതിടം

പൂപ്പൽ കേറി നിറംമങ്ങി-
ക്കിടപ്പൂ ശോകമൂകമായ്.
കേൾപ്പീല തിരുനാമങ്ങൾ
സ്തോത്രഗീതികളെങ്ങുമേ

എന്നേക്കുമായ്ത്തൊഴുതു പോയ്
വേദമന്ത്രപരമ്പര.
എന്തോ പിറുപിറുക്കുന്നൂ
ഭജനത്തിന്നു വന്നവൻ

തൊലി ചുക്കിച്ചുളിഞ്ഞോരു
ചെണ്ട, പാടേ നരച്ചവൻ.
ക്ഷേത്രംഭരിപ്പുകാരായ
പെരുച്ചാഴികൾ കൂട്ടമായ്

മാന്തിപ്പൊളിക്കയായ് സ്വർണ്ണ-
നിക്ഷേപത്തിന്റെ കല്ലറ.
പൂജയേൽക്കാതെ, നൈവേദ്യ-
മർപ്പിക്കാ,തസ്തശക്തിയായ്,

വരാഭയങ്ങളരുളും
ദേവീവിഗ്രഹമുണ്ടിതിൽ.
കൊണ്ടാടി പണ്ടുള്ളവരീ-
ദ്ദേവിയെക്കുലദൈവമായ്

ഉപാസിച്ചാർ പ്രേമപൂർവ്വ-
മിപ്പദം പ്രപിതാമഹർ.

അർപ്പിച്ചു സർവ്വസ്വവുമീ-
ദ്ദേവീപാദത്തിലന്നവർ
പറ്റിത്തിന്നാൻ ലാക്കു നോക്കും
കൂട്ടരെങ്ങും നിറഞ്ഞുപോയ്.

സമ്പത്തു വാരി വിതറി-
സ്സുഖത്തിൻ കല്പവല്ലിയായ്
ശ്രീദേവിയായ് തെളിഞ്ഞാടി
പണ്ടുനാൾ പരദേവത.

വിദ്യതൻ ദീപ്തിയരുളി-
പ്പോന്നാളക്ഷരരൂപിണി.
വെറും കല്ലായ് മാറിയിന്നാ
വീണ മീട്ടും സരസ്വതി.

മാറ്റാൻ നടുങ്ങിടും വീര-
പൗരുഷം വാരിവീശിയോൾ
വെറും കല്ലായ് നിറംമാറി
നിൽക്കയാം സിംഹവാഹന.

പൂവിട്ട മധുമാസത്തിൻ
പ്രഭാതങ്ങൾ തിരിച്ചുപോയ്.
കഴകം മാറ്റിനാർ മാല-
കെട്ടും ശാരദസന്ധ്യകൾ.

കുറഞ്ഞു കാണുന്നു കാല-
വർഷത്തിൻ വഴിപാടുകൾ
പട്ടാളത്തിൽച്ചേർന്നു ശാന്തി-
ക്കാരനാം മന്ദമാരുതൻ.

പടം പൊക്കിയിഴഞ്ഞെത്തീ
കാറ്റു ചീറ്റും തമസ്സുകൾ
രാത്രി ശത്രുക്കൾ നീങ്ങുന്ന
കാളരാത്രി,യണഞ്ഞുപോയ്.

കാടിളക്കും ശബ്ദ,മെങ്ങും
തീപ്പന്തം, വേട്ടനായ്ക്കൾതൻ
കിതച്ചു നീളും നാവിൽനി-
ന്നുതിരും രക്തബിന്ദുവും.

ആഞ്ഞടിക്കും ഹിമക്കാറ്റിൽ-
ത്തണുപ്പിൽച്ചൂളി നിശ്ചലം
കാവൽപ്പടകളായ്ദ്ദേവ-
ദാരുവൃക്ഷങ്ങൾ നിൽക്കയായ്.

നുഴഞ്ഞു കയറിക്കൂടീ
കത്തിയൂരും മുകിൽപ്പട
കേൾക്കുന്നു ദൂരെയാക്കാലൻ-
കോഴിതൻ ഭർത്സനങ്ങളും.

നീളുന്നു ദുരിതത്തിന്റെ-
നിഴൽപ്പാടുകൾ ചുറ്റിലും.
വരുന്നു വീണ്ടുമവരീ-
യമ്പലം കൊള്ളിവെയ്ക്കുവാൻ.

പാറാവുകാരനാംപോലു-
മുറക്കം തൂങ്ങിയായ ഞാൻ
ഞാനീസ്സുവർണ്ണക്ഷേത്രത്തിൻ
ഗോപുരം കാത്തുനില്പവൻ!

കട്ടുതിന്നു പണക്കുമ്പ
വീർത്തൊരൂരാളനെങ്ങു പോയ്?
പങ്കക്കാറ്റേറ്റുറങ്ങുന്നോ
ദേവസ്വം മാളികയ്ക്കുമേൽ?

ഓരോ പിരിവിനായ് നാടു
തെണ്ടിപ്പോയ്ക്കീഴിലുള്ളവർ
പാറാവുകാരൻ ഞാൻ, കൈയി-
ലായുധം കരുതാത്തവൻ!

ഗർജ്ജിക്കയാം മാരിമേഘ-
പ്പോർവിമാനങ്ങൾ ചുറ്റിലും.
വിദ്വേഷത്തീയുണ്ട പൊട്ടി-
ച്ചിതറീ നാലു ദിക്കിലും.

കൂർക്കംവലിച്ചു നടയിൽ-
ക്കിടന്നവരുണർന്നുവോ?
മിന്നൽച്ചൂരൽത്തല്ലുകൊണ്ടു
ചൂളീ കപടഭക്തികൾ.

വിളക്കില്ല തമസ്സിന്റെ
വാഴ്ചയാണുള്ളിലൊക്കെയും
പുറത്തെങ്ങും മരാമത്തിൻ
കടം മൂടിക്കിടക്കയാം.

എത്തിനോക്കീ ദൂരെനിന്നു
വെള്ളക്കുപ്പായമിട്ടവർ,
കണ്ണു ചിമ്മിച്ചിരിച്ചെന്തോ
ചൊല്കയാണവർ തങ്ങളിൽ.

മറന്നു മുൻ പോർമുറ,യാ-
പ്പടവാളു പറന്നുപോയ്

ഇടിഞ്ഞിതാക്കളെരിയും
തോക്കിരക്കുകയാണു ഞാൻ.

അങ്ങാടിവായയാൽ മൂക-
ലക്ഷങ്ങളെ വിഴുങ്ങുവോർ
നാണ്യമെണ്ണിക്കൂട്ടി വെച്ചു
ചിരിക്കുന്നൂ വണിക്കുകൾ.

തരിക്കില്ല മനം തെല്ലും
പകയ്ക്കാ രണഭൂമിയിൽ
മരിക്കും ഞാൻ നിനക്കായി
മംഗളാദർശദേവത!

എന്നകത്തെക്കോട്ട തകർ-
ത്തെത്തും തിന്മയോടെന്നുമേ
പൊരുതും നന്മതൻ കോവിൽ
കാക്കാൻ പൊരുതുമെന്നുമേ!

രക്തമാംസങ്ങൾക്കു നാവു
നീട്ടുന്നോ,ന്നതു നല്കി ഞാൻ
തർപ്പിക്കുമീ പ്രപഞ്ചത്തെ
വിശ്വമംഗളദേവതേ!

മരിക്കണം, മരിക്കും ഞാൻ
നിനക്കായ് സ്നേഹവിഗ്രഹേ,
അന്തരാത്മചിദാനന്ദ-
കവിതാ വനദേവതേ!

കഞ്ഞിവെള്ളം നുണയ്ക്കാതെ
പൈതങ്ങൾ പിടയുമ്പൊഴും
പെരുത്ത വേതനം തിന്നു
വീർക്കുമീ ഞാൻ മരിക്കണം!

പീടികത്തിണ്ണ വീടാക്കി-
സ്സഹോദരി മയങ്ങവേ,
കൈക്കോഴയാൽ ബംഗ്ലാവു
തീർക്കുമീ ഞാൻ മരിക്കണം!

അവിദ്യാവിദ്യയാലാത്മ-
സംസ്കാരം വിറ്റുതിന്നവൻ,
പെറ്റമ്മതൻ ശത്രുവായി
വളരും ഞാൻ മരിക്കണം!

ഉരുക്കുപോലാം കരളു;
ണ്ടതു നീയേൽക്കുകംബികേ!
ഞാനാകുമീയായുധത്തെ-
യേറ്റു പോരാടി നിൽക്ക നീ!

ഇടിവെട്ടും നാദമുള്ളിൽ-
പ്പൊട്ടീ, നട തുറക്കയായ്
ശൂലമേന്തിച്ചലിക്കുന്നൂ
മഹിഷാസുരമർദ്ദിനി.

ഇളകുന്നൂ കരിങ്കല്ലായ്-
ക്കണ്ടൊരശ്ശാന്തവിഗ്രഹം
ചെന്തീക്കടൽ തിളപ്പിക്കും
തൃക്കണ്ണുകൾ തുറക്കയായ്.

വരായുധം തിളങ്ങുന്നൂ
പതിന്നാലു കരങ്ങളിൽ
കപാലമാലിനിയിവ-
ളട്ടഹാസം മുഴക്കയായ്.

മാരിമേഘക്കൂന്തൽ പാറീ
മുഴങ്ങി ശംഖനിസ്വനം,
പൊങ്ങീ ചിലമ്പിൻ നിനദം,
നാവു നീണ്ടു നിണത്തിനായ്.

ചെന്തീ പാളുന്നു, രുധിരം
ചിന്തുന്നൂ വനഭൂമിയിൽ
സംഹാരനൃത്തമാടുന്നു
ചിലമ്പിട്ടവൾ കാളിക!

എന്താണിടിരവം? മിന്നൽ-
പ്പിണരെന്താണിതംബികേ?
വിളിക്കയാണെന്നെ,യെന്തു
കല്പിപ്പൂ ഭദ്രകാളി നീ?

“പുത്രരക്തം, പുത്രമാംസം;”
മതി, ഞാൻ കേട്ടു കല്പന
മുറ്റും കപടഭക്തിക്കു
ശിക്ഷയേല്ക്കണമിന്നു ഞാൻ.

കണ്ടില്ല കോവിലൊന്നിന്നേ-
വരെയും കാവലാളി ഞാൻ
ചൈതന്യപൂർണ്ണമിദ്ദേവീ-
വിഗ്രഹം കണ്ടതില്ല ഞാൻ.

കുളിച്ചുതൊഴുതിട്ടില്ല
വിളിച്ചിട്ടില്ലിതേവരെ;
സോപാനത്തിൽക്കൊണ്ടു വെച്ചി-
ല്ലൊരു പൂവിതൾപോലുമേ.

ഇട്ടില്ല കാണിക്കാശൊന്നും
ഭണ്ഡാരച്ചെപ്പിനുള്ളിൽ ഞാൻ
കോരിത്തരിച്ചില്ല ദേഹം
നനഞ്ഞിട്ടില്ല കണ്ണുകൾ.

പാറക്കെട്ടിലുറന്നിട്ടി-
ല്ലമ്മയെന്നൊരു ഭാവന
കൊറ്റിന്നു വേതനം പറ്റും
സത്വമായിക്കഴിഞ്ഞു ഞാൻ.

ധർമ്മബോധത്തിന്റെ ദീപം
കണ്ടിട്ടില്ലന്ധനായ ഞാൻ
മന്ത്രോപാസന ചെയ്തീല
ഞാ,നെന്നാദർശദേവതേ!

ഏതോ കൈവിഷമെന്നുള്ളിൽ-
പ്പെട്ടു ചൈതന്യമറ്റതാം
നാവനങ്ങുന്നിതാ വീണ്ടും
തിരുനാമം ജപിക്കുവാൻ.

വിളിക്കയാണമ്മയിന്ന്:
"മകനേ!" വിളികേട്ടു ഞാൻ;
വരുന്നു ഞാൻ നരബലി
നൽകുവാൻ, തീർക്കുവാൻ കടം!

എന്തു ചൊല്ലീ മിന്നലേ നീ?
ചൊൽവതെന്തിടിനാദമേ?
എന്തോതി തീവ്രസ്മൃതിതൻ
കണ്ണീരാം തെളിതാരമേ?

മിണ്ടാത്തതെന്തെന്റെ തെച്ചി-
മാല ചാർത്തിയ ശൈലമേ?
കാട്ടിലീയിരുളിൽദ്ദേവ-
ഗംഗേ, തേങ്ങുവതെന്തു നീ?

കാണുന്നു ഞാൻ നിന്നെ വാനിൽ-
ത്താണുപോമമ്പിളിക്കലേ!
പുണരൂ ചെന്നിണച്ചൂരു-
മായിപ്പായുന്ന തെന്നലേ!

അറുത്തെറിഞ്ഞു ഞാനാശാ-
പാശനാളങ്ങളൊക്കെയും.
നെരിപ്പോടാം തലയുമീ
ത്തിളയ്ക്കും പ്രാണവായുവും.

പറിച്ചെറിഞ്ഞു നിൻ കാൽക്കൽ-
ക്കരൾപ്പൂ, പാണിപാദവും
നിണം നിവേദിച്ചു കണ്ണു
ചൂഴ്ന്നു നൽകുന്നു ഞാനിതാ!

നുണച്ചതിപ്പേച്ചുരച്ച
നാവു ഞാനരിയുന്നിതാ!
മദ്യപാനം ചെയ്തുപോന്ന
മനസ്സർപ്പിച്ചു നിന്നിൽ ഞാൻ.

കരിങ്കൂന്തലഴിച്ചാടൂ,
പാടുകെൻ മൃതിദേവതേ
താളംപിടിക്കട്ടെ പുത്ര-
ഹൃൽസ്പന്ദം ഗാനമേളയിൽ!

വീരലക്ഷങ്ങളെപ്പോറ്റി-
പ്പോർച്ചട്ടയണിയിച്ചതാം
തൃക്കരത്താൽത്തൊട്ടുഴിഞ്ഞീ-
ശ്ശവത്തിനുയിരേറ്റുക!

ചീറിപ്പായട്ടെ കല്പാന്ത-
മേഘം നിൻ കുന്തളങ്ങളിൽ
ചിലമ്പിൽനിന്നു സംഹാര-
രണദുന്ദുഭിനാദവും.

പള്ളിവാളിൽനിന്നു മിന്നൽ-
പ്പട പായട്ടെ മേൽക്കുമേൽ;
തിളയ്ക്കട്ടേ കടക്കണ്ണിൽ-
നിന്നു തീക്കടൽ ചുറ്റിലും.

അപമാനശ്ശവക്കാട്ടിൽ
സ്വക്ഷേത്രം തെളിയിക്കുക
വാലാട്ടുമീ ശ്വാവിനെ നീ
വീരകേസരിയാക്കുക!

വിളിക്കയാണമ്മയിന്ന്
"മകനേ!" വിളികേട്ടു ഞാൻ!
വരുന്നു ഞാൻ നരബലി
നൽകുവാൻ, തീർക്കുവാൻ കടം!

നുറുങ്ങിപ്പൊടിയുന്നോരീ-
യസ്ഥികൂടത്തിലേറി നീ
നൃത്തമാടിച്ചിരിച്ചാലും
കാളി,യിക്കാളരാത്രിയിൽ! ■

കവിയുടെ കണ്ണുനീർ

താൻതാനേറ്റേണ്ടതാം ഭാണ്ഡം
ഭേസും യാത്രികർ പോവതായ്,
എങ്ങുനിന്നെവിടേക്കെന്നൊ-
രന്തം കിട്ടാത്ത പാതയിൽ,

ഒറ്റയ്ക്കു നിൽക്കയാം ദൂരെ
വേരുണങ്ങുന്നൊരാൽമരം;
പുഴവക്കിൽ മയങ്ങുന്നൂ
പൂജയില്ലാത്തൊരമ്പലം.

വേലിയില്ലാത്ത തൊടിയിൽ-
ക്കൊച്ചുവീടു;ണ്ടതിന്നകം
ഇരുട്ടറയിലേകാകി-
യായിക്കവി കിടക്കയാം.

സ്വർണ്ണം പൂശീ മേടകളിൽ
സ്വാതന്ത്ര്യോദയഭാസ്കരൻ
ഇരുളാണിപ്പൊഴും ഗാനം
മുഴക്കും കവിതൻ ഗൃഹം.

മനോരാജ്യം കൈയടക്കി
വാഴുമാംഗ്ലേയഭാഷതൻ
ദാസിയായ്ക്കഴിയും നാട്ടു-
ഭാഷതൻ മകനാണിവൻ!

ഒരു വേലക്കാരിയുടെ
മകനായ് ഞെളിയുന്നിവൻ
കറുത്ത വെള്ളക്കാർ മാറ്റി-
നിർത്തി പാട്ടുകാരനെ.

തകരുന്നൂ മേന്മ നേടി-
ക്കടൽത്തിര ഞൊടിക്കകം.
ചലച്ചിത്രം കണ്ടിരിപ്പാ-
ണൊന്നും മിണ്ടാതെ വിണ്ടലം.

പച്ചപ്പുല്ലിൻ താവഴിക്കാർ
കയ്യൊഴിച്ചു വരണ്ടതാം
പറമ്പിൽ,ക്കുറ്റിയിൽ വട്ടം-
ചുറ്റി,പ്പശു കിതയ്ക്കിലും

വായ മൂടിക്കെട്ടിയെല്ലും
തോലുമായ കിടാവിനെ
കഴുത്തു നീട്ടി നക്കുന്നൂ
വിതുമ്പി വരൾനാക്കിനാൽ.

ചുരത്തിക്കിട്ടുവാൻ മാത്രം
തള്ളതന്നകിടിൽ ക്ഷണം
മുട്ടാം - ഹാ കറവക്കാരൻ
ദയാർദ്രൻ മൂളി സമ്മതം!

പിടയുന്നൂ വളർത്തമ്മ-
തന്നൊക്കിൽനിന്നിറങ്ങുവാൻ
പൊങ്ങുന്നു പെറ്റമ്മ പോയ
കിടാവിൻ ദീനരോദനം!

എവിടെക്കവി? ചോദിച്ചി-
താരോ കവി കിടക്കയാം;
ചടച്ച പേന - കരയും
ഭാര്യ - മുക്കിലിരിക്കയാം!

ഇടയ്ക്കു നൽകും സർവ്വാണി-
സ്സദ്യ നാടിൻ പ്രമാണികൾ
അവിടം പോർക്കളംതന്നേ
ലോഭത്തിൻ ഭർത്സനങ്ങളാൽ!

ചെലവാക്കീ മെയ്ക്കൊഴുപ്പു
കവി, രാപകലെന്നിയേ
ശ്വാസോച്ഛ്വാസം വിടും ശീമ-
യന്ത്രങ്ങൾക്കു മെഴുക്കിടാൻ!

ചിതൽ തിന്നും ജന്നലിന്റെ
പിന്നിൽ പൂവിട്ട മാവുകൾ,
കൊച്ചുപാടങ്ങൾ, പുഴയെ-
യുറ്റുനോക്കുന്ന കുന്നുകൾ!

ചരിത്രമില്ല, സംസ്കാര-
മില്ല ദർപ്പത്തിനെന്നുമേ
അവൻ കേൾക്കില്ല നിൻ മൂക-
വ്യഥതൻ കഥ, തൂലികേ!

ഭരിച്ചു വികസിപ്പിക്കും
കടലാസ്സു കഥിക്കയാം
“മാനത്തു നോക്കി നാൾ പോക്കും
പക്ഷിക്കില്ലിര ഭൂമിയിൽ!”

കൂടുകൂട്ടിയൊരാൾ വൃക്ഷം
വെട്ടേറ്റു നിപതിക്കവേ
കുറവന്റെ കിളിക്കൂട്ടിൽ
ഏറ്റു ബന്ധനമിക്കവി!

ശ്രാദ്ധസർവ്വാണിയാം രാജ-
ഭവനത്തിൽ ക്ഷുധാർത്തരാം
ധർമ്മക്കാർതൻ ഘോഷയാത്ര-
യാവഴിക്കു കടന്നുപോയ്!

പെരുത്ത പെരുമക്കുന്നിൻ
ബംഗ്ളാവിൽത്തിമർപ്പവർ,
പൊട്ടിച്ചിരിച്ചാ വഴിക്കു
പോയി മുൻ സഹപാഠികൾ.

ജീവിതാനന്ദമധുവിൻ
പത നക്കി നുണയ്ക്കുവാൻ
യുവലക്ഷം ചലച്ചിത്ര-
ശാല തേടി നടന്നുപോയ്,

വേണം കവിത പത്രക്കാ-
ർക്കവർ വാതിൽക്കൽ മുട്ടിനാർ:
“ഉറക്കമാവാം”; ഏകാന്ത-
ചിന്താമഗ്നൻ കിടക്കയാം.

തഴുതില്ലാത്തതാം വാതിൽ
തുറന്നിട്ടവർ നോക്കവേ,
ഉറക്കമല്ല, മൂർച്ഛിച്ചു
കിടപ്പു കവി പായയിൽ!

ചുണ്ടിൽ കാണ്മൂ പരുക്കേറ്റു
മരിച്ചോരു നിലാവൊളി;
ഇഴയുന്നൂ കാൽക്കലായി
വളയൂരിയ ദുർമ്മൃതി!

വരും വസന്തമാസത്തെ
വിരുന്നൂട്ടിയവനിക്കവി,
പിച്ചവെയ്ക്കും പ്രപഞ്ചത്തെ-
ച്ചാഞ്ചാടിച്ചവനിക്കവി.

സ്വാതന്ത്ര്യത്തിൻ തേർ വലിക്കാൻ
കൈകഴച്ചവനിക്കവി,
ഇന്നേതോ കമ്പനിക്കോണിൽ-
ക്കൂലിവേലയ്ക്കു നിൽക്കയാം!

ഗാനം പൊഴിക്കുന്ന വേണു-
നാളത്തെക്കൂസലെന്നിയേ
തീയൂതുവാൻ നീക്കിവെയ്ക്കും
ധീരതേ, വിജയിപ്പു നീ!

കാഴ്ചയില്ലിക്കണ്ണിനിപ്പോൾ;
കെട്ടുപോയ് ശ്രുതിവൈഭവം,
പിളർത്തു കൈവിരലുകൾ,
മുഖത്തെക്കല മാഞ്ഞുപോയ്!

നിലച്ചിട്ടില്ല ഹൃൽസ്പന്ദ-
മിപ്പൊഴും; കാവ്യസുന്ദരി
ചിലമ്പിട്ടാദിതാളത്തിൽ
നൃത്തം ചെയ്യുന്നു മൂകമായ്!

ചിന്നിക്കിടപ്പു മുറിയിൽ
കൈയെഴുത്തിന്റെ താളുകൾ;
എണ്ണയും തിരിയും തീർന്ന
വിളക്കുണ്ടാമുറിക്കകം.

ഇളംചൂടാം കരിഞ്ചന്ത-
പ്പണം തിന്നുടൽ വീർത്തതാം
തുകൽസ്സഞ്ചികൾ തൂക്കുന്ന
വിദഗ്ദ്ധന്മാർ കടന്നുപോയ്,

കസാലതൻ പാവകളായ്
വേതനം തിന്നു തേട്ടുവോർ
കടൽക്കാറ്റിൽ ചൂടു പൂഴ്ത്താൻ
ചാടും ജീപ്പു കടന്നുപോയ്,

അപായക്കുറി കാക്കുന്ന
നെടും പാതയിലൂടവേ
ത്രിവർണ്ണക്കൊടി പാറുന്ന
പുത്തൻ കാറു കടന്നുപോയ്

സ്വാതന്ത്ര്യത്തിൻ വിരുന്നുണ്ണാൻ
പ്രമാണികളിരിക്കയാം,
വെള്ളമില്ലാത്ത പൈപ്പിന്നു
ചോട്ടിൽ ഗ്രാമങ്ങൾ നിൽക്കയാം!

അണക്കെട്ടുകൾ മേല്പോട്ടു
നോക്കിച്ചിന്തിച്ചു നിൽക്കവേ
അവർക്കു മുത്തം നൽകുന്നൂ
പഞ്ചവത്സരപദ്ധതി!

ചടച്ചു ചാകും പാടത്തെ
നെൽക്കിടാങ്ങളു,മിന്നി മേൽ
ആംഗ്ലേയത്തിൽ വളരണം
പഠിപ്പിക്കുന്നു ബോർഡുകൾ.

രോഗിതൻ വീർപ്പിലോരോന്നും
പച്ചനോട്ടായി മാറ്റുവാൻ
തക്കം നോക്കും ശീമവൈദ്യ-
വിദഗ്ദ്ധന്മാർ ചിരിച്ചു പോയ്.

തണുത്തു കോച്ചി രാവെല്ലാം
വിള കാത്തു കിടന്നവൻ.
ഉച്ചക്കഞ്ഞിക്കു കൂകുന്നു
ജന്മിതൻ പടിവാതിലിൽ.

മേച്ചിൽപ്പറമ്പിൽ,ക്കല്ലേറു-
കൊണ്ടു കൊമ്പു തെറിക്കവേ
വീണ ഗോവിൻ നിണത്തിന്നു
മണത്തെത്തുന്നു ജംബുകൻ.

മരം വിഴുങ്ങും തീപ്പെട്ടി-
ക്കമ്പനിക്കു കുറേശ്ശയായ്
തീറു വിറ്റോരു വീടിന്റെ
കോണിൽക്കവി കിടക്കയാം.

ഇരുട്ടാം കൂട്ടുകാരന്റെ
സാന്ത്വനോക്തികൾ കേട്ടിതാ
മരിക്കയാം മെല്ലെ മെല്ലെ-
ക്കവി, കേഴുന്നു തൂലിക.

മാമരത്തണലാൽത്തണ്ണീർ-
ത്തടാകപ്പണി തീർപ്പവൻ.
തോട്ട,മേറ്റൂ ശിക്ഷ മൊട്ട-
യിട്ടു വെയിലത്തു നിൽക്കുവാൻ?

എവിടെക്കവി? ചോദിപ്പീ-
ലിപ്പോൾ പത്രങ്ങളെങ്കിലും
വെടിയേറ്റോരു കുയിലിൻ
ചരമം ചൊല്ലിയുത്തരം!

വിളിക്കുവാ,നൊന്നു താങ്ങാൻ,
എഴുന്നേല്പിച്ചിരുത്തുവാൻ
ആരുമില്ലാരുമില്ല,ന്തി-
വിളക്കൊന്നു കൊളുത്തുവാൻ.

പറവക്കൊക്കിലാനന്ദ-
ത്തേൻ തുളിക്കും പ്രഭാതമേ,
ഭജിച്ച മൊട്ടിൻകരളിൽ-
ക്കല പൂശും വെളിച്ചമേ.

നേർത്ത പൂന്തണൽ നെയ്യുന്ന
മദ്ധ്യാഹ്നകിരണങ്ങളേ,
കാണാത്തതെന്തോ കാണിപ്പാൻ
വെമ്പുമെൻ സാന്ധ്യതാരമേ,

വെള്ളിച്ചിലമ്പിട്ടു ദൂരാൽ
വരും നർത്തകിയാം നിശേ,
കടൽത്തിരയിലൂഞ്ഞാലു
കെട്ടും തെന്നൽക്കിടാങ്ങളേ,

അനുകമ്പാശ്രു തൂകുന്ന
മുകിലിൻ വനകന്യകേ,
പരാർത്ഥം ജീവിതച്ചെപ്പു
തുറക്കും പുഷ്പവൃന്ദമേ,

ഗാനങ്ങൾതൻ തേനുറവിൽ-
ക്കുളിക്കും വിഹഗങ്ങളേ,
നിത്യാനന്ദസമാധിസ്ഥ-
നാകുമുന്നതശൈലമേ,

കാരുണ്യത്തിൻ വീണ മീട്ടി,
വരും നിർഝരപാതമേ,
ഗഗനത്തിൻ മറ്റു ചീന്തി-
ച്ചാടുന്നൊരിടിനാദമേ,

മരു പൂവനമായ് മാറ്റും
കാവ്യവിദ്യാധിദേവതേ,
മരിക്കയാണുപാസിച്ച
കവി; നിങ്ങളറിഞ്ഞുവോ?

മനഃപൂർവ്വം മറക്കട്ടേ
ചരിത്രത്തിന്റെ താളുകൾ
അണക്കെട്ടിൽപ്പെട്ടു കടൽ
കാണാത്ത പുഴതൻ കഥ!

ഇട്ടു മൂടി വന്ന രാത്രി
കറുപ്പേറും ശവത്തുണി
ഹൃൽസ്പന്ദമിപ്പൊഴും മെല്ലെ
രാമനാമം ജപിക്കണം!

എന്തേ ചിരിക്കുന്നു നിങ്ങൾ
പാതിരത്താരകങ്ങളേ
മരണം തൊട്ടുതീണ്ടാത്ത
നാടിൻ സുന്ദരദൂതരേ?

ബ്രഹ്മാണ്ഡത്താമരപ്പൂവിൻ
കർണ്ണികാപീഠമേറിയോൾ,
നാദവീണാതന്ത്രികളിൽ
സ്വർഗ്ഗരാഗമിണക്കുവോൾ

പൂത്തുനിൽക്കും ദേവമാർഗ്ഗ-
മണ്ഡപത്തേരിലേറിയോൾ
പാതിരക്കാറ്റിലീ നേർത്ത
നിലാവിൻ ലയഭൂമിയിൽ

അലിഞ്ഞു പാടുന്നിതേതോ
ദിവ്യസ്വപ്നവിപഞ്ചിയിൽ,
"മരിക്കില്ലവൻ, ഏകീ ഞാൻ
മൃതസഞ്ജീവനൗഷധി!"

പാഴ്ജഡത്തെത്തൊട്ടുഴിഞ്ഞി-
തോഷധീശകരാംഗുലി
വിടർന്നിതന്തരാത്മാവിൻ
പ്രബോധം, വിശ്വദർശനം!

വിശ്വദർശനമാം നവ്യ-
പ്രഭാമണ്ഡലവേദിയിൽ
പ്രപഞ്ചകാവ്യം നിർമ്മിപ്പൂ
വിശ്വനാഥൻ മഹാകവി! ■

കൊടുത്തുമുടിഞ്ഞ മാവ്

(തേന്മാവിൻകൊമ്പു വിട്ട് വേപ്പുമരച്ചില്ലയിലേക്കു താമസം മാറ്റിയ കുയിൽ പാടി: "ഭിക്ഷയില്ല, ദാനമാണ് പ്രേമം; വാരിക്കൂട്ടലല്ല, എല്ലാം സമർപ്പിക്കലാണ് പ്രഭുത്വം; പിടിച്ചെടുക്കലല്ല, കൊടുത്തുമുടിയലാണ് മനുഷ്യത്വം; ഒരു ശിബിയാവുക; ഒരു രന്തിദേവനാവുക..." അതാണ് സാക്ഷാൽ ഭാരത സന്ദേശം.)

പൂനിലാച്ചന്ദനച്ചാറു പൂശി
സൂര്യപ്രകാശപ്രസാദമേശി
വിണ്ണിൽ തലപൊക്കി നിൽക്കുന്നു നീ
എല്ലാം കൊടുത്തു മുടിഞ്ഞ മാവേ!

നേടിയതൊക്കെയും എണ്ണിക്കെട്ടി-
പ്പൂട്ടിവെയ്ക്കുന്ന പിലാവുകളും
അള്ളിപ്പിടിച്ചു പുറത്തു കാട്ടാ-
തുള്ളിലൊതുക്കും കവുങ്ങുകളും

പച്ചരത്നങ്ങൾ കുലകുലയായ്
സൂക്ഷിച്ചുപോരുന്ന തെങ്ങുകളും
നാമ്പുകളൊക്കെയും സ്വർണ്ണമായി
മാറ്റിവെയ്ക്കും കണിക്കൊന്നകളും

ചുറ്റുംനിന്നുറ്റുനോക്കുന്നു നിന്റെ
അമ്പരപ്പിക്കുന്ന ധാരാളിത്തം.
വൻചതിപ്പോരിൽ ജയിച്ചുമാറ്റാൻ
നിൻചതുരംഗക്കരുക്കൾ പോയീ,

കോട്ടമറ്റെന്നും തുറന്നിട്ടതാം
ഊട്ടുപുരവാതിൽ പൂട്ടിപ്പോയി
നാലുകെട്ടാകെത്തളർന്നു മച്ചിൽ
പൂത്തിരിയെണ്ണവിളക്കില്ലെ,ന്നാൽ,

വിണ്ണിൽ തലപൊക്കി നിൽക്കുന്നു നീ,
എല്ലാം കൊടുത്തുമുടിഞ്ഞ മാവേ!
കോട്ടമറ്റെല്ലാം നിറഞ്ഞ കാലം
വീട്ടുമുറ്റത്തെ,ത്തിരക്കോർക്കുന്നു.

ഊട്ടുപുരയിൽച്ചടഞ്ഞുകൂടി
കാക്കൾ വാവൽ കുരുവികളും
സർവ്വാണിയെന്നും പെരുകും കൂട്ടം
നിത്യം വിരുന്നുകൾ, സദ്യവട്ടം.

ആളില്ലയർത്ഥങ്ങളില്ല ചുറ്റു-
പാടു വിജനശ്മശാനമിപ്പോൾ
എന്നാൽ തലപൊക്കിനിൽക്കുന്നു നീ
എല്ലാം കൊടുത്തുമുടിഞ്ഞ മാവേ!

തേൻകണപ്പൂമ്പനിനീരു പാറ്റി
പൂന്തണൽപ്പായ വിരിച്ചു നീളെ;
തേൻകനിപ്പൂക്കുട നൽകി വന്ന
കൂട്ടരെയൊക്കെയും സൽക്കരിച്ചു.

സർവ്വചരാചരമൂലകന്ദം
സത്യപ്പൊരുളിനെയുള്ളിൽ നണ്ണി
ഭേദമനോഭാവമറ്റു, വന്ന
കൂട്ടരെയൊക്കെയും സൽക്കരിച്ചു.

വല്ലായ്മ വായ്ക്കിലും അർത്ഥികളോ-
ടില്ലെന്നൊരുവാക്കു ചൊല്ലീല നീ,
നീയുറപ്പിച്ച കുടുംബം പോറ്റും
വന്ന പരമ്പരാദാനധർമ്മം.

നിൻതറവാട്ടിൽ പരാർത്ഥസ്നേഹ-
ത്യാഗവിളക്കു കെടാതെ കത്തീ
എല്ലാം കഴിഞ്ഞൊരുനാൾ പുലരെ
കൂർത്ത മഴുപ്പട മുറ്റത്തെത്തീ.

സമ്മാനം, പാവനജീവിതത്തിൽ
സമ്മാനം, നൽകാനവർ മുതിർന്നൂ.
ഭോഗത്തിനാവാം മഴുവാ സ്നേഹ-
ത്യാഗത്തിൻ തായ്‌വേരിലാഞ്ഞുവെട്ടീ,
എങ്കിലും നീ തലപൊക്കി നിന്നൂ
എല്ലാം കൊടുത്തുമുടിഞ്ഞ മാവേ!

സ്വർണ്ണക്കതിരുകൾ വാരിവീശി-
ക്കന്നിക്കതിരോൻ മറയുന്നേരം
വെട്ടേറ്റുയിർമങ്ങിക്കൂപ്പി, രത്ന-
ഗർഭതൻ കാൽക്കൽ നമസ്കരിച്ചു.

സ്വാർത്ഥമരുഭൂവിൽ, നീ നട്ടതാം
സാത്വികനിഷ്കാമകർമ്മയോഗം
നിന്നോർമ്മ, നിൻപേർ, തഴച്ചു വീണ്ടും
എല്ലാം കൊടുത്തുമുടിഞ്ഞ മാവേ! ■

–1978

മലനാടിന്റെ ദീപശിഖ

പൂമ്പുലരി പൊൻപുലരിച്ചെമ്പകങ്ങൾ പൂത്തു
പൈങ്കിളികൾ ഗാനകാവ്യപ്പൊന്മണികൾ കോർത്തു

പൂമുടിയിലേലമലങ്കാടുകൾ തലോടി
ആനമല നീലമലങ്കാടുകളിൽക്കൂടി

പീലിനീർത്തും തെങ്ങൊരുക്കും പന്തലിൽക്കടന്നു
ഞാറ്റുവേലപ്പാട്ടു പോറ്റും പൊൻവയലിൽച്ചെന്നു

കാവൽവേലച്ചാളുകൾതൻ മച്ചകത്തിരുന്നു
കിങ്ങിണിമണിക്കവുങ്ങിൻ പൂങ്കവിൾ തഴുകി

മുത്തുവാരും വാർമുകിലിൻ തേർത്തടം മെഴുകി
ആഴിതേടിപ്പോകുമാറിൻ നന്തുണിയിണക്കി

കാറ്റു മെയ്പ്പയറ്റുകാട്ടും വെൺമണൽ പുതുക്കി
നീയണഞ്ഞു മലനാടിൻ ദീപശിഖേ മുന്നിൽ

നീയുണർന്നു മലനാടിൻ ആത്മകലേ മന്നിൽ
കണ്ണുകെട്ടിവിട്ടൊരന്ധ വൻതിമിരം ചീന്തി

ആയിരം ചരിത്രചിത്രവർണ്ണശോഭ ചിന്തി
അമ്മ തന്ന മുലപ്പാലിന്നോർമ്മകൾ പുതുക്കി

പൂംപെരിയാറ കാക്കും ശംഖൊലി മുഴക്കി
വർണ്ണഗന്ധഭംഗിയാളും പൂക്കളമിണക്കി

പഞ്ചവർണ്ണത്തത്ത തന്ന മുന്തിരി കരുതി
ഓണവില്ലിൻ നാദമെത്തും പൂമ്പുലരിയൊത്തു

പൊന്നണിയും കണിക്കൊന്ന മേടവിഷുവൊത്തു
കായലോളംതള്ളും വള്ളപ്പാട്ടുമഴയൊത്തു

നീയണഞ്ഞു മലനാടിൻ ദീപശിഖേ മുന്നിൽ
നീയുണർന്നു മലനാടിൻ ആത്മകലേ മന്നിൽ!

പുണ്യാശോകകർണ്ണേശചന്ദ്രചന്ദ്രിക വിതറി
ചാരുകന്യാകുമാരികാ കുങ്കുമം വിതറി

പിച്ചി മുല്ല ചേമന്തിപ്പൂ കുന്നുകളുയർത്തി
ആയിരത്തിൻനാവിൽ നാടിന്നക്ഷരം നിരത്തി

ഊഴിയുമലഞ്ഞെറിയുമാഴിയും കടന്നു
കേളിപെറ്റ മരതകരത്നശോഭ വീശി

നീയണഞ്ഞു മലനാടിൻ ദീപശിഖേ മുന്നിൽ
നീയുണർന്നു മലനാടിന്നാത്മകലേ മന്നിൽ!

കുങ്കുമാങ്കദീപശിഖാകോരകം വിരിഞ്ഞു
സ്വർണ്ണമലർപ്പൂങ്കനിയാം നിത്യകന്യക മെല്ലെ

കണ്ണെഴുതിപ്പൊട്ടുതൊട്ടു പൊൻകസവും ചാർത്തി
ഏലമലക്കാറ്റിണങ്ങിച്ചന്ദനമുരസി

ആഴിമലയീടുവെപ്പിൻ ഉള്ളറകൾ കാട്ടി
എണ്ണവറ്റും വിളക്കിലെ പൊൻതിരികൾ നീട്ടി

ഗ്രന്ഥവരിയൊട്ടി മണിവീണമീട്ടി മുന്നിൽ
സ്വർണ്ണമലർപ്പൂങ്കനിയാം കന്യകയിറങ്ങി

കാർകുഴലും നീർമിഴിയും പുഞ്ചിരിപ്പൂന്തൊത്തും
മാറിൽ മണിച്ചെപ്പുമോമൽപ്പാണിപദ്മഭാസ്സും

പൊൻചിലമ്പും പാദനഖകാന്തിതന്നുറവും
ശംഖചക്രവരാഭയമുദ്രയുമായ് മിന്നി

കുങ്കുമപ്പൂംപരാഗത്തിൻ പൊൻഞെറികൾ മാറ്റി
മംഗലപ്പുലരിയവൾ ചന്ദ്രലേഖ ചൂടി

ശംഖനാദമന്ത്രവാദ്യവീചികളലച്ചു
സാഗര തരംഗ മാലാസാമഗാനമൊത്തു

പൂംപറവ ഗാനധാരത്തേൻ കുടങ്ങളാടി
പൂക്കളുമായ് നടകേറി ശ്യാമളനിശകൾ

താരക തിളങ്ങി ദൂരെ വെള്ളിവിളക്കേന്തി
ഏലമലങ്കാടുകളിൽ പൊൻകൊടികൾ പാറി

കാവ്യകലാനാദ വർണ്ണദിവ്യഗന്ധം മൂടി
നാട്യകലാറാണിയവൾ പൊൻകിരീടം ചൂടി

വീണമീട്ടി വരൂ വനകന്യകേ നീ മുന്നിൽ!
സ്വാർത്ഥലോഭമേടയേറി മത്തടിച്ചു വാഴും

ചിത്തദാസ്യദാരികന്റെ മസ്തകമറുത്തു
മിന്നലൊളിവാളുലയ്ക്കൂ കാളികേ നീ വാനിൽ,

പാടുകൊന്നാ,നന്ദവല്ലിമല്ലികേ നീ മേട്ടിൽ,
സ്വർണ്ണമഴ പെയ്തു വരൂ പൂമകളേ നെഞ്ചിൽ

നാദധാര-ഗാനധാര-കാവ്യധാര പോറ്റി
പൂനിലാവിൽ നിളയൊത്തു വീണമീട്ടിപ്പാടി

കാൽച്ചിലമ്പിൻ നാദമൊത്തു താരകപ്പൂങ്കാവിൽ
ദിവ്യഗന്ധം ചിന്തിവരൂ കന്യകേ നീ വീട്ടിൽ! ■

–1977

ഗംഗയുടെ ഇരുകരയിൽ

(കൽക്കത്ത - ടാഗോറിന്റെ നാട്. ഭഗവാൻ ശ്രീരാമകൃഷ്ണന്റെ വിവേകാനന്ദന്റെ നാട് - കൽക്കത്ത - ഗംഗയലകൾ - പായ്ത്തോണികൾ. ബേലൂർമഠം. ദക്ഷിണേശ്വരം - പഞ്ചവടിയിലെ മൊച്ചകൾ ചോദിച്ചു: വല്ലതും കണ്ടോ? - കണ്ടു. കാണേണ്ടത് കണ്ടോ? - കണ്ടില്ല - കഷ്ടം നിന്റെ നീണ്ട യാത്ര വെറുതെ.)

കാലത്തിൻ കളികണ്ടു നീൾക്കണ്ണു തെളിഞ്ഞാത്മ-
ധ്യാനത്തിൽ മനംനട്ടു കൽക്കത്താ നഗരത്തിൽ

നരച്ച നിറുകയിൽ കുങ്കുമവർണ്ണംപാറ്റി-
ത്തൊഴുതു ശിശിരത്തിൽ പുലരിപ്രഭ വന്നു

കുളിരും മഞ്ഞും മൂടിപ്പുതച്ചു മയങ്ങുന്ന
ഹരിതാഭയിൽ മേഞ്ഞു മങ്ങിയ വെയിൽനാളം

മോഹത്തിൻ പുതുമേട പൊക്കുവോരുടെ പുത്തൻ
വാഹനമിടവഴി മുട്ടിച്ചു വിലക്കവെ

വളഞ്ഞു ചുറ്റും ചെന്നു കൈക്കുമ്പിൾ നിരത്തിനാർ
നവഭാരതം പെറ്റ പിച്ചക്കാരുടെ സൈന്യം

നാറുന്ന ചളിക്കുണ്ടിൽ കരളിലൊളി ചിന്നി
സൗരഭം വീശും നീലത്താമരമലർപോലെ

തേനീച്ച ചുറ്റുമാർത്തു പറന്നു ചുറ്റിപ്പറ്റി
മാണ്മുറ്റ പുകൾ കേളികൊട്ടിയ കാളിഘട്ടം.

പൂത്തട്ടും മധുരവും കൈകളിലേന്തിത്തിക്കി-
ക്കേറുന്നിതുടലുയിർ മറന്ന പുരുഷാരം

കുങ്കുമക്കുറിതൊട്ട നെറ്റിതൻ മുഖപട-
മങ്ങിങ്ങു കിഴിഞ്ഞൂർന്നതോരാതെ കരംകൂപ്പി

തിങ്ങിനിൽക്കയായ് ഗംഗാതരംഗം താരാട്ടുന്ന
വംഗഭൂമിയിൽ പൂത്ത സൗന്ദര്യലലാമങ്ങൾ.

നീലിമ വാരിപ്പൂശി,ത്തിളങ്ങു മുദ്രയാർക്ക
ഫാലലോചനം തുറന്നുഗ്രദംഷ്ട്രകൾ നീട്ടി

വെട്ടിയൊരസുരന്റെ തലയും വരാഭയ
ഹസ്തവും തുടുതുടെത്തിളങ്ങും കൃപാണവും

ചെന്നിണമൊലിക്കുന്ന തുടുനാക്കുമായ് മുന്നിൽ
നിൽക്കുന്നു മന്ത്രതന്ത്രമൂർത്തിയാം മഹാകാളി.

പട്ടുചേലയിൽ മൂടപ്പെട്ട വിഗ്രഹമാകെ
രത്നഭാസുര സ്വർണ്ണകവചം തിളങ്ങുന്നു

പൂർണ്ണമായ് സമർപ്പിച്ചു ജീവനെയജാതത്ത്വ
ഭാവനമുറ്റി ശിരസ്സർപ്പിച്ച പൂജാരികൾ.

കവിതാ വിളനിലം തുംഗമംഗളപദം
അവിദ്യാ മൃഗബലിയേൽക്കുമീ വിദ്യാപീഠം

കാളീ നീ കുറിക്കുകെൻ നാവിലും കലാമയീ
കാളിദാസനു വരം കല്പിച്ച വാളിൻ തുമ്പാൽ.

ജടിലം ധൂമം തത്തും ശ്മശാനനിലം ദൂരെ
പടവുമായും ഗംഗാസ്നാനഘട്ടമാം ചാരെ

ഇലയൂർന്നെല്ലും തോലുമായ് നിൽക്കും മരക്കൊമ്പിൽ
കലമ്പൽകൂട്ടും തന്തക്കഴുകകുടുംബങ്ങൾ.

അരുമസുഹൃത്തോതീ നമുക്കു തൊഴുതിനി-
പ്പുറത്തു കടക്കുക, മഞ്ഞരാശിയായ് പകൽ.

വാഹനം-വിദൂരമാം ലക്ഷ്യത്തിലെത്താൻ വെമ്പും
വാഹനം-പ്രാണായാമ വായുവേഗത്തിൽ പാഞ്ഞു

പട്ടണക്കോട്ടപ്പടി കടന്നു പുറത്തെത്തി
ചുറ്റി കണ്ണുകൾ ബംഗാൾ ഗ്രാമത്തിൻ മുഖം കണ്ടു

സാത്വിക സുമവൃന്ദമുണർന്നു ശ്രീരവീന്ദ്ര-
സംഗീത മധുഗന്ധം പരക്കും പുലർകാറ്റിൽ

നിനക്കു നന്ദി, ഗാനസൗരഭദീപ്തികൂട്ടി
കുഴച്ചുതിന്നാൻ തന്ന മധുര പ്രഭാതമേ!

കുങ്കുമംതൊട്ടു മുമ്പിൽ നിൽക്കുന്നു മലനാടൻ-
മങ്കതൻ മണമോലും വംഗഭൂവിലെ ഗ്രാമം.

മാന്ത്രികകലാമേളയൊരുക്കീ; 'ബോൾ സംഗീത'-
തന്ത്രിയിൽ ബംഗാളിന്റെ ഹൃദയത്തുടിപ്പുകൾ.

നഗരത്തിനും ഗ്രാമഭൂവിനും പിന്നിൽ കര-
ളലിയും പുണ്യഗംഗാനദിതൻ വിളികേട്ടു

വലഞ്ഞു പൊരിയുന്നൊരോമന ഗ്രാമങ്ങളെ
മുലപ്പാലമൃതൂട്ടുമമ്മതൻ വിളികേട്ടു.

ശ്രീവിവേകാനന്ദന്റെ നാമത്തിൽപ്പദമൂന്നി
നീളുന്നൂ മറുകര ചൂണ്ടുന്ന മഹാസേതു

അടുത്തായ്; മിഴികൾക്കു കർപ്പൂരപൂരം ഭക്തി
മകുടം ചൂടും പുണ്യദക്ഷിണേശ്വരക്ഷേത്രം.

കൊച്ചനാം പൂജാരിതൻ പ്രേമപൂജയാൽ, ശിലാ
വിഗ്രഹം കാളീരൂപംകൈക്കൊണ്ട സിദ്ധിക്ഷേത്രം.

കാവിമണ്ണിടയ്ക്കിടെ വെണ്മണൽ പുൽമൈതാനം
പൂത്താലനിര, തൊഴാൻ നിൽക്കുമമ്പലമുറ്റം.

കീർത്തനമൊഴുകുന്ന മുഖമണ്ഡപ, മാറ്റിൽ
തീർത്ഥയാത്രക്കാർ പാടിത്തുഴഞ്ഞുവരും വഞ്ചി

മേട്ടിലെ ഗ്രാമചിത്രം നിരത്തും കാളവണ്ടി;
പട്ടണം വിട്ടെത്തുന്ന വാഹനശതം ചുറ്റും

സത്യസുന്ദര പദനൂപുരദ്ധ്വനിചിന്നി
ഭർത്ത്യസങ്കേതം തേടിപ്പാടിപ്പോം മന്ദാകിനി.

ശ്രീകോവിൽത്തിരുമുടിക്കെട്ടിലായ് വെള്ളിപ്പൂക്കൾ
വാരിവർഷിക്കും ശാന്ത മദ്ധ്യാഹ്നകിരണങ്ങൾ

മൈലാഞ്ചിമലർക്കൈയ്യിൽ പൂത്താലമേന്തിച്ചുറ്റി-
പ്പൂമാലപ്പുഴയായിട്ടൊഴുകും ഗ്രാമസ്ത്രീകൾ

ഗംഗതൻ കരയിലെ വിചിത്രശിവക്ഷേത്ര
മംഗളമുക്താഹാര താരകപ്രദീപങ്ങൾ!

കേൾക്കുന്നു മണിനാദം കാണുന്നു വിളക്കൊളി
കൺമുമ്പിലിതാ സാക്ഷാൽ ദക്ഷിണേശ്വരക്ഷേത്രം!

പുറത്തുവീർപ്പടക്കിനിന്നു നെഞ്ചുകൾ മനം
മാറുന്നൂ തെളിയുന്നൂ തിമിരമകലുന്നൂ.

നിർവൃതിയേറ്റുന്നൂ ശ്രീപാദധൂളികൾ പൂശി-
ശയനപ്രദക്ഷിണം ചെയ്യുമീക്കാറ്റിൻ സ്പർശം

ആറ്റുവക്കത്തു പച്ച പിടിച്ചുനിൽപ്പൂ-പോയ
നൂറ്റാണ്ടു നേരിൽക്കണ്ട ഭഗവല്ലീലാരംഗം

ദർശിച്ചു നേരിൽക്കണ്ണാൽ, ശ്രീരാമകൃഷ്ണപാദ-
മുദ്രകൾ പതിഞ്ഞതാം പരിപാവനഭൂമി.

ഭഗവൽസ്പർശമേറ്റ മുറിയും മഞ്ചങ്ങളും
കിടക്ക, തലയിണ പാദുകകോളാമ്പിയും

തിരുവായ്മൊഴികേട്ടു ശിഷ്യന്മാരിരുന്നതാം
വിരിയും നേരിൽക്കണ്ടു; കണ്ടു ഞാൻ ശ്രീവൈകുണ്ഠം!

ഗംഗതൻകരയിലായ് ആൽത്തറ, കുളിർപേരാൽ
പൂന്തണൽ വിരിച്ചിട്ട ശ്രീപഞ്ചവടിമേട

ഇച്ഛയാ ചാഞ്ചാടുന്നൂ ചില്ലയിൽ, ചിലയ്ക്കുന്ന-
മൊച്ചകളവതാര കഥകൾ നുണയ്ക്കുന്നൂ;

നീളും 'ക്യൂ' മുറിച്ചിന്നു പറ്റില്ല തൊഴാൻ ചൊല്ലി
കൂട്ടുകാർ - വിശക്കുന്ന വാഹനം വിളിക്കുന്നൂ

തിരിച്ചുപോന്നൂ കൺകൾ കാണാതെമന,മുള്ളിൽ
വിരിഞ്ഞുനിൽക്കും പൂവിൽത്തേനീച്ചയായിപ്പറ്റി

തൂക്കിയ നീലാകാശമണിതൻ തിളങ്ങുന്ന
നാക്കിന്റെയലയൊലി - വെയിൽനാളമായ് നീണ്ടു.

പാവനഗംഗാതീരം പുൽമേട്, പറവകൾ,
വാഹനംനിന്നു ബേലൂർ മഠത്തിൻ പടിക്കെട്ടിൽ

പൂവിട്ടശാഖാലക്ഷം, ഏകാന്തപ്രശാന്തിതൻ
പൂമണം വിതറുന്ന പൂമരം ബേലൂർമഠം

ഗർജ്ജനംകൊണ്ടു വിശ്വാഭൂഗോളമുണർത്തിയ
ഭാരതനരസിംഹം ശയിച്ച ഗുഹാഗൃഹം

ധ്യാനിച്ചപീഠം, കട്ടിൽ, കിടക്ക മെതിയടി,
പാടിക്കൊണ്ടുറങ്ങിയ തുംബുരുമൃദംഗങ്ങൾ

ഏകാന്തമഹായോഗ സമാധിവരിച്ചോരു
മൂകമന്ദിരം പൂർണ്ണപ്രണവാകൃതി പൂണ്ടു.

പൂമരച്ചോട്ടിൽ യോഗനിദ്രകൊള്ളുന്നു ദേവ
ഗംഗയായൊഴുകിയ ശാരദാമണീദേവി

ഭാരതസിംഹത്തിന്റെ ജീവതരംഗലീലാ-
സാക്ഷിയായ് നിലകൊള്ളും നരച്ച തേന്മാവിന്മേൽ

പാടലപ്രഭമായും ആകാശം നോക്കിത്താനേ
പാടുന്നിതൊരു കുയിൽ ശാന്തിസൗരഭഗാനം

സന്ധ്യ-ചമ്പകപ്പൂക്കൾ വിതറും സന്ധ്യ-ശാന്തി
മന്ത്രങ്ങൾ, സങ്കീർത്തനം തെളിമംഗളവാദ്യം

ശംഖൊലി-സാന്ധ്യദീപാരാധന-ഏകാന്തത-
നിശ്ശബ്ദപ്രശാന്തത-പൂവിട്ട തപോവനം.

ശ്രീരാമകൃഷ്ണപുണ്യ പ്രതിഷ്ഠ തിളങ്ങുന്ന
ശ്രീലമണ്ഡപത്താരിൽ കീർത്തന മധുധാര

പൂതസന്നിധിതന്നിൽ ധ്യാനനിഷ്പന്ദം, കണ്ണിൽ
ചൈതന്യ,മോളംവെട്ടും സന്ന്യാസിനിരനീങ്ങീ,

ഏകസത്യത്തെത്തേടും മതങ്ങളൊപ്പം, കൂടു
കൂട്ടിയ ഭൂഗോളത്തിൻ നീഡമീ ബേലൂർമഠം

മന്നിനു വിദ്യുച്ഛക്തി നൽകുമിസ്സിരാകേന്ദ്ര
മഠത്തിൻഹൃൽസ്പന്ദത്തിൽ ഭാരതം ജീവിക്കുന്നു

അബ്ധിനൗകകൾക്കെന്നും നേർവഴികാട്ടുന്നതീ-
യദ്ധ്യാത്മസ്തൂപംപൊക്കം താരകമണിദീപം.

മഠത്തെത്തഴുകുന്ന ഗംഗ, യാഗം ഗോർമ്മിയിൽ
മധുരസ്മരണതൻ സംഗീതതരംഗങ്ങൾ

പൂജതൻ പെരുമ്പറ വിണ്ടലമിപ്പോൾ, നിത്യ
നാദവൈഖരീഭൂമി, പാടുന്ന മണിവീണ

അന്ധകാരത്തിൽത്തപ്പിത്തടയും മർത്ത്യാത്മാവിൻ
സത്യസുന്ദരനിത്യ സ്വരാജ്യവഴി ചൂണ്ടി

ഏകാന്തസമാധിസ്ഥം നിശതൻഹൃൽക്ഷേത്രത്തിൽ
മൗനഗാനത്തിൻ പ്രഭാമണ്ഡലമുദിക്കുന്നു. ■

–1976

ചന്ദ്രദർശനം

(വെളുത്ത മനുഷ്യൻ ചന്ദ്രനിൽ കാൽകുത്തി എന്ന വാർത്ത മനുഷ്യമനസ്സിൽ ഭൂകമ്പമുണ്ടാക്കിയ നാളുകളിൽ.)

ചിറകു മുളച്ച മനുഷ്യൻ:

പൊക്കിയ ഗവേഷണശാല തന്നതിർവിട്ടു
പട്ടുനൂൽപ്പുഴു ചിത്രശലഭാകൃതിയേറ്റൂ.

അപ്രമേയത്വത്തിന്റെ കൊട്ടാരം ചുറ്റിക്കാണാ-
നദ്ഭുതസ്തിമിതമാം കേവഞ്ചിയിറക്കുന്നു.

കുപ്പായമോരോരോന്നായിട്ടൂരി, കോവിലേറാൻ
കോപ്പിടും സർപ്പം പുത്തൻമട തന്നുടൽ പൂകി.

കാട്ടിലെച്ചെറുചോല - നാഗകന്യക - പാടും
പാട്ടിലെപ്പൊരുളൊരു കടലായ്പ്പടരുന്നൂ

തിട്ടിലെപ്പൂമൊട്ടുകൾ ചിന്തയാൽ വിടരുന്നു
വിത്തിന്റെയുൽക്കർഷേച്ഛ മരമായ് വളരുന്നൂ

തടവിൽപ്പെട്ട വേരു, നീരിനു ദാഹിക്കുന്നൂ
ചുടുകാറ്റെന്നും ലോകരഹസ്യമാരായുന്നൂ

വാനിനെധ്യാനിക്കുന്നൊരുദയാദ്രിതൻ, നിത്യ
മൗനമുദ്രയിൽ നിന്നു പുലരി വിരിയുന്നൂ

ആവി, കാർമുകിലായി മാറുന്നു; കരൾക്കിനാ-
വാശിപ്പൂ ജഗദണ്ഡമണ്ഡലങ്ങളെപ്പുല്കാൻ!

മടിച്ചു മാറിനിൽക്കും ഗോളലക്ഷത്തെക്കൈയി-
ലെടുത്തു ചാഞ്ചാടിച്ചു, ചുംബിച്ചു രസിക്കുവാൻ!

തേടി, കൈപ്പറ്റാം പുത്തൻ വാഹനമുടനടി
വാടകയ്ക്കെടുത്തൊരീവാഹന-മുടൽ-പോയാൽ!

ഗാഢമൈത്രിയാലാഞ്ഞു മൃത്യു പുൽകട്ടേ, നിത്യ
ഗൂഢമാമജ്ഞാനത്തെത്തേടുന്നിതാത്മസ്പന്ദം

വീര്യമായാശങ്കകൾ, ശൗര്യമായ് ദൗർബ്ബല്യങ്ങൾ
വീരജേതാവിൻ രണവാജിയെൻ ദൃഢചിത്തം.

മഞ്ഞുമൂടിയ നാട്ടിൽ, ഏകാഗ്രയത്നത്തിന്റെ
ഹുങ്കാരം, ചെങ്കുങ്കുമവടിവാമുടലാർന്നു.

ചുരുട്ടിപ്പിടിച്ചതാം കൈകളിലണുശക്തി-
യുരുട്ടി, ച്ചെമ്പൻജടാസടതൻ പടനീക്കി-

തിളങ്ങും കടക്കണ്ണിൽ വഹ്നിജ്വാലകൾ പൊങ്ങി-
ക്കലങ്ങും കടലലക്കൊടുങ്കാറ്റുള്ളിൽത്തേങ്ങി,

ആയിരക്കണക്കിനു തലകൾ ഹോമിച്ചതാ-
മാലോകവിജ്ഞാനത്തിന്നഗ്നികുണ്ഡാന്തർന്നാളം.

വിട്ടൊരു തീത്താമരമൊട്ടിൽ നിന്നുലകൊന്നായ്-
പ്പൊട്ടു മാറ്റൊലി തിങ്ങിപ്പൊങ്ങി ഭൗതികശാസ്ത്ര-

ക്ഷുദ്ദാഹം ശമിക്കാതെയലറീ, മധുമാംസ-
ഭുക്തിക്കായ് വ്യഗ്രമുഗ്രമസ്തിഷ്കസേവാമൂർത്തി!

വിഴുങ്ങീ ഋതുകന്യമാരുടെയന്തഃപുരം
വിശന്നു കരിംപാറ കടിച്ചു പൊടിക്കയായ്.

നാഗസാഗരലോകഗോളമാകവേ വെല്ലാൻ
യുഗപൂരുഷൻ നൽകീ വാളുമിപ്പോർച്ചട്ടയും

നന്ദി ചൊല്ലുന്നൂ ശാസ്ത്രസുഹൃത്തേ, ഭവാൻ തുന്നി-
ത്തന്ന തീച്ചിറകുകളനന്തവിശാലങ്ങൾ!

ബ്രഹ്മാണ്ഡപ്പൂമേട തന്നാദ്യത്തെ നിലയിലെ
നന്മുറി-തുറക്കാത്ത മുറി-ഞാൻ തുറക്കട്ടെ.

വിലക്കുന്നെന്നെത്തായേ, വാത്സല്യക്കണ്ണീരുറ
വലയും സ്നേഹകാന്തമല തന്നാകർഷണം.

തീർത്തില്ല കടമൊന്നു,മുണരുന്നു ഞാൻ ഗാത്ര
ക്ഷാത്രതേജസ്സിൽ ശൗര്യം-നിന്മുലപ്പാലിൻ വീര്യം!

ധൂർത്തപുത്രനെന്നെന്നെയെണ്ണായ്ക ജനനി നീ
രത്നഗർഭയാമമ്മേ, തിരിച്ചുവരുവൻ ഞാൻ!

വന്നു നിൻ സ്നേഹാർദ്രമാം കൈയിൽ ഞാൻ സമർപ്പിക്കും
ചന്ദ്രമണ്ഡലത്തോപ്പിൽ വിരിഞ്ഞ പൂജാപുഷ്പം!

ഭൂമി:

പാർത്ഥിവരൂപം മാഞ്ഞു ദിവ്യതാരമായ്ശ്ശാസ്ത്ര
തീർത്ഥയാത്രയ്ക്കായ് മമപൊൻമകൻ പുറപ്പെട്ടു

പുഞ്ചിരിപ്പൂ നൽകി ഞാൻ നിനക്കെങ്കിലും വിങ്ങീ
കണ്ണീരിൽക്കുതിർന്നൊരെൻ ആത്മാവിലൊരു തേങ്ങൽ.

ഉയിരർപ്പിച്ചു മാനം നേടുവാൻ, പൊരുളോരു-
മുപരിപഠനത്തിനല്ലോ നീ പുറപ്പെട്ടു

തളർത്താൻ മുതിരുകയില്ലേതു ജനനിയും
വളരും കുമാരന്റെ വീരസാഹസലീല

ആദിയില്ലി,ല്ലന്തവു,മാരുവാൻ സ്ഥാപിച്ചതി-
ങ്ങായിരം നില ചേരുമിസ്സർവ്വകലാശാല

തീർത്ഥയാത്രക്കാർവരും ചെറ്റിട തങ്ങും പോകും
പേർത്തുമിക്കലാശാല, ധർമ്മസത്രമായ്പ്പണ്ടേ.

സത്യാന്വേഷണയാത്ര പൂർണ്ണത പൂകുംവരെ
നിത്യവും നടക്കുമിങ്ങോരോരോ പരീക്ഷകൾ.

അമ്പലം, പള്ളി, വീട്, സത്രമക്കലാശാല-
യമ്പാർന്ന മഹാസൗധശ്രേണിയിലുണ്ടൊക്കെയും.

യോഗസിദ്ധിയാൽദ്ദേഹമാ,കാശവിമാനമായ്
മാറ്റി പണ്ടാരോ ചുറ്റിക്കണ്ടുപോലൊന്നായെല്ലാം

കടുത്ത പശിയാറ്റാൻ പെറ്റുവീണപ്പോൾ, വാനിൽ,
തുടുത്ത പഴം തിന്നാൻ ചാടി പണ്ടൊരു വീരൻ.

ദിവ്യസിദ്ധിതന്നാർഷയുഗങ്ങൾ കടന്നുപോയ്
നവ്യം നിൻശാസ്ത്രം കണ്ടുപിടിച്ചു പുത്തൻകോണി.

വിസ്തൃതമിന്നെൻ മനമെങ്കിലും യുവവീര-
പുത്രനിന്നനപായ സിദ്ധികളാശംസിപ്പൂ.

വില്ലീസ്സു വിരിച്ചിട്ട തൃണരാജികളേ, ചെ-
മ്പല്ലവപുഷ്പാവലി നിരത്തും ലതകളേ

മേലാപ്പുകെട്ടിപ്പൊക്കും പൂവനങ്ങളേ, സ്നേഹ
നീലാഭ ചൊരിയുന്ന പർവ്വതനിരകളേ,

ആനന്ദരസലയം പുൽകും കാർനിരകളേ
ആഹ്ലാദാൽക്കരഘോഷമുയർത്തും സമുദ്രമേ,

കാനനങ്ങളെപ്പോറ്റും കാലവർഷമേ, കണ്ണിൽ-
ക്കാണാത്ത കരങ്ങളാൽത്തഴുകും കുളിർകാറ്റേ,

തടവൊറ്റൊരായിരം മുട്ടയിട്ട,തിനുമേ-
ലടകൊള്ളുമെൻ നീലപ്പക്ഷിയാമാകാശമേ,

മംഗളം നേർന്നാലും മിന്നുന്നതവിജ്ഞാനത്തിൻ
തിങ്കളെപ്പുൽകാൻ വരുമെൻ മൂത്ത മകനിവൻ!

ആവിവണ്ടിയും പുകക്കപ്പലും വിമാനവു-
മാശയവിദ്യുദ്വീചി പായിക്കും യന്ത്രങ്ങളും

ഉടലിൽച്ചേർത്തൊട്ടിച്ചു, ഭൂതലമൊരുപൊന്നിൻ
കുടമായ്, തൻകൈക്കകമൊതുക്കിക്കഴിഞ്ഞപ്പോൾ

ആയതസൗധത്തിലെയാവെള്ളി വിളക്കിന്മേ-
ലാപതിക്കുവാൻ വരും ശലഭമിവൻ പാപം!

എന്തിനോ തട്ടിപ്പിടഞ്ഞുണരുമിവനിലെ
ചിന്തയാം വീർപ്പിന്നുൽക്കർഷേച്ഛയെ മാനിച്ചാലും!

മംഗളം നേർന്നാലുമിന്നുന്നത വിജ്ഞാനത്തിൻ
തിങ്കളെപ്പുൽകാൻ വരുമെൻ മൂത്ത മകനിവൻ!

ചന്ദ്രൻ:

മുൻകൂട്ടിയറിയിക്കാതത്രേ നീ വന്നൂ ദൂരാ-
ലെങ്കിലും നന്നായ്, പ്പണ്ടേകാണുവാൻ കൊതിച്ചു ഞാൻ

ഭാവനാവിഹായസ്സിൽ നിന്നു ഞാൻ കണ്ടൂ, മറ്റു
ജീവികൾക്കില്ലാത്ത നിൻ ചുണ്ടിലെപ്പാൽപ്പുഞ്ചിരി.

ധ്യാനത്തിലിരിക്കയായിരുന്നു; നിന്നാത്മാവിൻ
മൗനരോദനം കേട്ടിട്ടലിഞ്ഞു മനമാകെ

ഒന്നാണിപ്പെരും തറവാട്ടിലെയംഗങ്ങൾ നാം-
നിന്നമ്മ പാവം-ഭൂമി-എന്നുറ്റ സഹോദരി.

ഒക്കെയും സഹിക്കയാണിന്നവൾ തമ്മിൽത്തല്ലും
മക്കളെച്ചൊല്ലി സ്വൈരമില്ലെന്നുമറിയുന്നൂ

അവശം, നിന്നമ്മയ്ക്കു ഞാൻ നിത്യമയയ്ക്കുന്നു-
ണ്ടമൃതു നിറച്ചതാം തൂവെള്ളിക്കുടങ്ങളെ.

കറവറ്റാത്ത കാമധേനുവുണ്ടിവിടത്തിൽ
ഉറവായ്പൂം പാൽപ്പുഴയെപ്പൊഴുമൊഴുകുന്നൂ

വാടാത്ത മുല്ലപ്പൂക്കൾ വിരിയും പൂന്തോട്ടത്തി-
ലീടാർന്ന ചന്ദ്രകാന്തശിലയിക്കൊട്ടാരങ്ങൾ.

തടവില്ലാർക്കും സ്വൈരം കയറി വരാമിങ്ങോ-
ട്ടടയ്ക്കുമാറില്ലെന്നും വെള്ളിഗോപുരമൊന്നും

ദുരയും ദുർമ്മോഹവും മൂടിക്കെട്ടിയ കണ്ണും-
കരളും മാറ്റിക്കാലുകുത്തുകിലെല്ലാം കാണാം!

കാമിതംതേടും പുറംകണ്ണിന്റെ കാഴ്ചയല്ല
കാഴ്ചയെന്നുനിൻ ശാസ്ത്രക്കണ്ണേടകാണിച്ചില്ലേ?

കല്ലോത്ത കരളുമായ്, വളയും ചെന്നായയ്ക്കു
പുള്ളിമാൻ കുലം വെറുമിറച്ചിപ്പൊതി മാത്രം!

സംഗീത-മെങ്ങും ദിവ്യസംഗീതം-അനാദ്യന്ത
സംഗീതം-അതുതാനിച്ചന്ദ്രലോകത്തിൻ ഭാഷ!

മടുത്തോ ചന്ദ്രലോകം?-മുന്തിരി മധുമോന്താം
മത്സ്യവുമിറച്ചിയും മദ്യവുമില്ലീ നാട്ടിൽ!

ഇവിടെ,പ്പൂവിട്ടതാം ചമ്പകപ്പൂന്തോട്ടത്തിൽ
നവരത്നത്തിൻ മണിത്തിണ്ണമേലിരുന്നാലും

വീണയും മുരളിയും കരുതിപ്പോന്നിട്ടില്ലേ
വീണയില്ലാത്തോർക്കില്ലിപ്പൂന്തോപ്പിൽ പ്രവേശനം.

ശാന്തിതൻ മഹാലോകമാണിതു സംഗീതത്തിൽ
ശാന്തി,യേകാന്തപ്രേമഗീതിയിലെങ്ങും ശാന്തി!

പാൽപ്പുഴവക്കിൽ-ക്കുരുസുന്ദരനികുഞ്ജത്തിൽ-
പ്പാട്ടു പാടി നീ പറ്റൂ, പറവപ്പറ്റങ്ങളിൽ,

ചന്ദ്രരാജ്യത്തിൻ കൊച്ചുറാണിക്കു സഖിമാരായ്
സുന്ദരിമാരുണ്ടേറെ, മുല്ലവല്ലികൾപോലെ.

അവർ നിൻ ചുറ്റും നിന്നു പൊൻചിലമ്പൊലിയൊത്തു
പവിഴച്ചുണ്ടാൽദ്ദേവഗാനങ്ങൾ ചൊരിയുമ്പോൾ,

മുല്ലപ്പൂമാല ചുറ്റും പൊങ്ങിയ, സംഗീതത്തിൻ
ഫുല്ലേന്ദീവരപുണ്യസരസ്സിന്നലകളിൽ

മുങ്ങി നീ, യമരനായ്സ്സൗന്ദര്യസ്വരൂപനായ്
പൊങ്ങിവന്നിണങ്ങുകീ പ്രേമചന്ദ്രികയിങ്കൽ!

കാഞ്ചന ഗിരിതട സാനുവിൽക്കാണുന്നില്ലേ
കാവിമണ്ണിഴുകിയൊരാശ്രമവാടം ദൂരെ?

ചെല്ലുക, നീ വന്നെത്തും മുമ്പിലേ, കവി വന്നു
മുല്ലമാലയുമായിക്കാത്തു നിൽക്കുന്നൂ നിന്നെ!

ഇരുമ്പുസാമാനങ്ങളുള്ളതു സർവ്വം, കള-
ഞ്ഞിറങ്ങാം ചന്ദ്രലോകഗോപുരകവാടത്തിൽ!

ഘണ്ടകൾ മന്ത്രിക്കയായ്; അഹസ്സു നൽകിപ്പോറ്റും
വിണ്ടലപ്പെരുമാൾ തൻ പൂജയ്ക്കു സമയമായ്!

സൂര്യൻ:

കണ്ടു നില്പൂ ഞാൻ മർത്ത്യവിക്രമങ്ങളെ,ച്ചന്ദ്ര-
മണ്ഡലംവരെ പാതവെട്ടി നീ കൊടി നാട്ടി

കെട്ടുകൊരുഞ്ഞാൽപ്പാലം, ശൂന്യതാഗുഹ തുറ-
ന്നെത്തുക, ഭരിക്കും നിൻ സമ്രാട്ടിൻ കൊട്ടാരത്തിൽ!

ഉൽഗ്ഗതിക്കതിരില്ല, സന്നദ്ധനിതാ സ്നേഹ,
ഗദ്ഗദാൽ കൈകൾ നീട്ടി നിന്നച്ഛൻ വിളിക്കുന്നൂ!

വരിക സോപാനങ്ങളോരോന്നായ്ക്കേറി,പ്പുത്ര-
വിരഹോഷ്മാവിൽ സ്വയം നിന്നച്ഛൻ ദഹിക്കുന്നു!

ഉള്ളിലെത്തമസ്സാകെയെരിഞ്ഞൂ; ചിതാകാശ
ഫുല്ലപത്മമായന്തരാത്മാവു ചാഞ്ചാടുമ്പോൾ

ചേറ്റിലെ പ്രതിബിംബമായ നീ, വിജ്ഞാനാഗ്നി
നീറ്റിയ തനിത്തങ്കബിംബമായ്ച്ചമയുമ്പോൾ

വിശ്വദർപ്പണത്തിങ്കൽ എന്നിൽ നീ കണ്ടെത്തും നിൻ
വിസ്മയാവഹ രൂപം-പൂർണ്ണമാം വിരാട്രൂപം!

സ്വച്ഛമാക്കുക കരൾക്കണ്ണാടി; അതിൽക്കാണാ-
മച്ഛനും മകനുമൊന്നെന്ന ശാശ്വതസത്യം!

ഗ്രഹിക്കാം നിൻ ജാതകരഹസ്യം; നവഗ്രഹ-
ഗൃഹത്തിൻ പടിവാതിൽ തുറന്നു കിടക്കുന്നൂ!

ആകാശം:

സന്നാഹം കൂട്ടി ദൂരെ നീ ആരെത്തിരയുന്നൂ
നിന്നിൽ നിന്നോടിപ്പോയ നിന്നെ നീ തിരയുന്നൂ.

നിന്നിലെ പിണ്ഡാണ്ഡത്തിൽ ബ്രഹ്മാണ്ഡമടങ്ങുന്നു
നിന്നിലീപ്രപഞ്ചങ്ങൾ ഒക്കെയുമുറങ്ങുന്നൂ.

അറിവിൻ താക്കോൽ കൊണ്ടു തുറക്കിൽ കണ്ടെത്തും നീ-
യണുവിൽ; ഒരായിരം ബ്രഹ്മാണ്ഡപ്പെരുംഭാണ്ഡം

അന്തരംഗത്തിൻ ചന്ദ്രഗ്രഹണമൊഴിയുമ്പോൾ
അന്തരാത്മാവിൻ സൂര്യഗ്രഹണം മോചിക്കുമ്പോൾ

ഒപ്പമിസ്സർവത്തിലും സത്യത്തെ ദർശിക്കുമ്പോൾ
തീപ്പൊരിപാറും കണ്ണിൽ കണ്ണുനീർ പൊടിയുമ്പോൾ

ചാഞ്ചാടുമലമാല കടലിൽക്കലരുമ്പോൾ
അജ്ഞാനഘടാകാശരൂപങ്ങളുടയുമ്പോൾ

മേളിച്ച ജയാഹ്ലാദമദിരാമത്തിൽഗോള-
മാളികത്തട്ടിൻപുറത്തോരോന്നിലേറിച്ചുറ്റി-

ത്തളർന്നു വലഞ്ഞ നീ ഗൂഢമേകാന്തേ ചിന്താ-
പുളിനതടങ്ങളിൽ മയങ്ങിത്തല ചായ്ക്കേ

ശ്രവിക്കാമൊരു പക്ഷേ ഉള്ളിലെ ശൂന്യാകാശ
പവിഴപ്പുറ്റിൽ നിന്നൊരശരീരി തൻ ശബ്ദം-

ഹുംകൃതിത്തലയ്ക്കുള്ളിൽനിന്നു പൊങ്ങിയ ശാസ്ത്രം
പൂങ്കാവു തകർക്കുന്നമൊച്ചയായ്ക്കുതിക്കുമ്പോൾ

കടുത്ത ദുരയായി സ്വാർത്ഥമായ് നിന്നജ്ഞത
തൊടുക്കുംശസ്ത്രം അസ്തിവാരങ്ങൾ തകർക്കുമ്പോൾ

നിർമ്മമപ്രേമരക്തം പായുമീപ്രപഞ്ചൈക്യ-
നിയമസിരകളിങ്ങോരോന്നായ് അറുക്കുമ്പോൾ

പെറ്റ മാതാവിൻ മെയ്യിൽ അത്യുഗ്രപരീക്ഷണ-
കുഷ്ഠംബീജങ്ങളേറ്റി നീ പൊട്ടിച്ചിരിക്കുമ്പോൾ

ഉയിരിന്നുയിരായ ശാന്തി വിഗ്രഹം പുൽകി
യുറങ്ങും ഭൂതഗ്രാമം കുത്തേറ്റു പിടയുമ്പോൾ

ബുദ്ധനെക്കളിയാക്കി, ക്രിസ്തുവെക്കുരിശേറ്റി
ഹിംസതൻ നഗ്നനൃത്തം കണ്ടു നീ രസിക്കുമ്പോൾ

സത്യസംഗീതനാദസമുദ്രത്തിരയായ
മർത്ത്യജീവിതമാർത്തനാദമായ് ഇഴയുമ്പോൾ

ശ്രവിക്കാമൊരു പക്ഷേ ഉള്ളിലെ ശൂന്യാകാശ-
പ്പവിഴപ്പുറ്റിൽനിന്നൊരശരീരി തൻ ശബ്ദം.

ഭീതിദമണുയുഗമല്ലിതു മർത്ത്യൻ തേടും
ശ്രീ ഗാന്ധിയുഗമെന്നൊരശരീരിതൻ ശബ്ദം.

ജീവിതക്കുരുതിയാൽ സത്യത്തെ സമർപ്പിച്ച
ശ്രീ ഗാന്ധിയുഗമെന്നൊരശരീരിതൻ ശബ്ദം.

ജീവിതക്കുരുതിയാൽ ത്യാഗത്തെ സമർപ്പിച്ച
ശ്രീഗാന്ധിയുഗമെന്നൊരശരീരിതൻ ശബ്ദം.

കുണ്ടിൽ വീണെന്തോ തപ്പും നിന്നിലെ നിന്നെയൊന്നു
കണ്ടെത്താൻ ഗവേഷണശാല നീ തുറക്കുമ്പോൾ

കൊച്ചു പുൽക്കൊടിത്തുമ്പും മരിക്കും മനുഷ്യനും
വിശ്വൈകകുടുംബത്തിന്നംഗമെന്നുണരുമ്പോൾ

അപ്രമേയമാമേതോ കടലിൻ നുരയാം നീ
അഖണ്ഡബ്രഹ്മാണ്ഡത്തിന്നംശമെന്നറിയുമ്പോൾ

സുമനസ്സായി,ച്ചന്ദ്രസൂര്യമണ്ഡലംഭേദി-
ച്ചമരധ്രുവദീപ്തി! പുൽകുമാത്മാവിൻ കഥ-

നിൻ കഥ,യനശ്വരകഥ-നിൻ കാതിൽപ്പാടും
നിശ്ചലസമാധിയിലലിയും ഹിമാലയം!

-1969

ഗജേന്ദ്രമോക്ഷം

(മുതലയുടെ പിടിയിൽപ്പെട്ട മനുഷ്യാത്മാവ്. കരപറ്റാൻ കരുത്തില്ലാതെ അനുനിമിഷം ഇരുട്ടിലേക്ക് താണുതാണുപോകുന്ന മനുഷ്യാത്മാവ്. ഇരുട്ടിലേക്ക്, അതേ മരണത്തിലേക്ക്.)

ആനന്ദമധു ചോരും താരകാനിര പൂത്ത
വാനത്തു വിഹരിക്കും നീലനീരദംപോലെ

പട്ടിളം മുളംകൂമ്പും കാട്ടുവാഴയും വാഴും
കാട്ടിൽ നീളവേ ദേഹകാന്തിയാൽ ചന്തം ചിന്തി

ശ്രീ തഴച്ചതാം രമ്യകാനനമണിമയ-
പീഠഭൂവിലും ശാന്തധീരഹസ്ത്രീന്ദ്രൻ വാണു

സുന്ദരമലർമാലചാർത്തി ചന്ദനഗന്ധ-
സാന്ദ്രമാം മഹാരണ്യമാർഗ്ഗമദ്ധ്യത്തിൽക്കൂടി

അമ്മതൻ പിമ്പെ നടന്നച്ഛനെത്തുമ്പിക്കയ്യാ-
ലുമ്മവയ്ക്കും തൻ കൊച്ചുകുഞ്ഞിനെത്താലോലിച്ചും.

അംബരാന്ത്യത്തിൻ പുരമിറങ്ങിപ്പരമന്തി-
ച്ചെമ്മണ്ണു പുരണ്ടെത്തും കൊണ്ടലിൻ മുഖം കണ്ട

മേദുരകേകാരവം മുഴക്കി മയിലാടും
ശീതളദേവദാരുവൃക്ഷച്ഛായയിൽ വാണും

സരസം തെക്കൻകാറ്റു പൊൽകവേ പൂമെയ്മുട്ടി-
യുരസും കരിണിതൻ ഗണ്ഡങ്ങൾ തഴുകിയും

പൂവിട്ട ലതാവലി നിത്യവും പൂജിക്കുന്ന
പൂഞ്ചോലത്തെളിനീരു നുകർന്നുലയമാർന്നും

മുത്തണിനിരചേർന്നു പറ്റിയ കിസലയ-
ചിത്രരാജിതരത്നമഞ്ചത്തിൽ മയങ്ങിയും

പൂർവ്വാദ്രിതടത്തിലാ വാരണവരയൂഥ-
സാർവ്വഭൗമനാം വീരമാതംഗം വിഹരിച്ചു.

മത്തകോകിലമൊത്തുകൂടി മാധവമാസം
നൃത്തമാടുവാൻ വരുമേകാന്തവിപിനത്തിൽ

ദർശിച്ചൂ ഗജപതി ഭൗതികസുഖനില-
ദർപ്പണമൊരു മതിമോഹനസരോവരം

വാനിനെ ധ്യാനിച്ചുകൊണ്ടിരിക്കും പൂംപൊയ്കയി-
ലാനന്ദജലക്രീഡയ്ക്കിറങ്ങി ഗജവീരൻ

അംബരാന്തത്തിൽനിന്നു നീരാടുമുഷഃശ്രീത-
ന്നംഗകാന്തിയാം രമ്യകുങ്കുമപരാഗവും

ഉന്നതവനശൈലമൂകശാന്തിയെത്തേടു-
മുന്മിഷന്നവപത്മപാവനസുഗന്ധവും

വാനത്തു നവരത്നബിന്ദുക്കൾ തളിക്കുന്ന
കാനനവിഹംഗമമോഹന നിനദവും

ആയതസരോജാതവാരിവീചിയുമോമൽ-
പ്രേയസീപരിഷ്വംഗസംഗമപുളകവും

പ്രീതിയിലേറ്റു നീന്തിച്ചുറ്റുന്ന ഗജത്തിന്റെ
പാദത്തിൽ പിടികൂടിയൊരു ഭീകരനക്രം

അടഞ്ഞൂ നിജസുഖമാർഗ്ഗമാ ഗജം കേണു
വിറഞ്ഞൂ പരദാസ്യശൃംഖലാവലയത്തിൽ

പേർത്തുമിങ്ങനെ നക്രവക്ത്രമാം കയത്തിൽനി-
ന്നാർത്തനായ്ഗജം പ്രാണരക്ഷയ്ക്കു പടവെട്ടി.

കട്ടിപ്പൊന്മലനിരയ്ക്കുടയോനായിപ്പട്ടം-
കെട്ടിയ ഗജയൂഥനേതാവിന്നനാഥമായ്

ദൈവചോദിതനായിവന്നതാമുഗ്രഗ്രഹ-
ബാധയാൽപരം പെരുംമെയ് തളർന്നവശനായ്

തീവ്രവേദന തിങ്ങിവഴിയും രവത്തോടെ
താഴുകയായി ഗജമന്ധതാമിസ്രത്തിങ്കൽ

പൊങ്ങിപാഴ്നിഴലുകൾ ഘോരമാമിരുൾ തങ്ങി
മങ്ങി കാനനഭൂമി ജീവിതാശകൾ മുങ്ങി

ശപ്തനാം ഗജേന്ദ്രനെ ചുറ്റിനില്പതാം മൃത്യു-
ഗർത്തത്തിന്നടിയിൽനിന്നാർത്തരോദനം പൊങ്ങി;

"വരിക വരിക നീ കരുണാമയ വിദ്യ-
ഹരിതമരതക ദീപമേ വരിക നീ

ബന്ധുക്കളില്ലാത്തോർക്കു ബന്ധുവാം ഭവാനെന്നെ-
യന്ധതാമിസ്രത്തിൽനിന്നുദ്ധരിച്ചാലും ഗുരോ!"

പേർത്തുമാർത്തനായ് ഗജമർച്ചിച്ചു ഗഗനത്തിൽ
പ്രാക്തന നിജപുണ്യകമലമുകുളങ്ങൾ

മൃത്യുഗർത്തത്തിൽത്താണുതാണുപോം ഗജേന്ദ്രന്റെ
ഹൃത്തിൽനിന്നമ്മട്ടാർത്തരോദനമൊഴുകവേ

വെന്തുപോയതാം ജീവപത്മത്തിൻ ദളങ്ങളാ-
ലന്തിമാർച്ചനയ്ക്കായിത്തുമ്പിക്കൈയുയരവേ

ചന്ദ്രശീതളമാകുമായിരം ദിനകര-
മണ്ഡലപ്രഭാപൂരമൊരുമിച്ചതുപോലെ

വാരണവരോപരി വന്നുദിച്ചിതു പൂർണ്ണ-
കാരുണ്യകലാപുഞ്ജമൊരു സുന്ദരരൂപം!

അന്ധതാമിസ്രം നീങ്ങി ശാന്തിപ്പൂമകരന്ദം
ചിന്തിയന്തരീക്ഷത്തിലൊരു പാവനഗാനം

ഉലകപ്പെരുമാളിൻ തൃക്കരതാരിൽക്കത്തി-
ജ്ജ്വലിക്കും കൊടുംകാലചക്രത്തിൻ കരുണയാൽ

ഞെട്ടിവീണുപോയ് കൊടുംകട്ടിക്കാരിരുമ്പഴി
പൊട്ടി നിൻ ഭയങ്കരമൃത്യുബന്ധനപാശം

മൂകമാം ചിരന്തനത്യാഗവൻതപംമൂലം
ഭീകരശ്വേതനക്രദാസ്യശൃംഖല പൊട്ടി.

ഇരുകൊമ്പുകൾ പൊക്കി കൂരിരുൾക്കുഴിവിട്ടു
കരകേറിയ നവഭാരതമതംഗജം

ഉതിരുമ്മിഴിനീരോടൊത്തഭിവാദ്യംചെയ്‌വി-
തുദയംകൊള്ളും പൂർണ്ണസ്വാതന്ത്ര്യമഹസ്സിനെ

"ആതുരകാരാഗൃഹഭൂവിതിൽ തനിത്തങ്ക-
പ്പാദുകയണിഞ്ഞെത്തും പാവനവവോഷസ്സേ!

ഹിംസതൻ ചുടലയിൽ അദ്ഭുതമഹിംസതൻ
സുന്ദരചക്രധ്വജം തീർത്ത 'മോഹന'ഭാസ്സേ!

മേദുരചരിതയാമാർഷഭൂമിതൻ നഷ്ട-
ജാതകം കുറിച്ചിട്ട കനകവിഭാതമേ!

കണ്ണുനീർ തൂകും മൂകകോടിതൻ പ്രണാമങ്ങൾ
വന്നുവീഴുമീത്തവ പൊന്മലരടികളിൽ

പാശമറ്റൊരീ വിശ്വപാവന ഭൂഖണ്ഡത്തിൽ
ഭാസുരഭാവിഭാഗധേയം ഞാൻ സമർപ്പിച്ചു." ■

–1947

കറുത്ത നായ

(പാലക്കാടൻ മലനിരത്താഴ്‌വരയിലെ കൊച്ചുപട്ടണം. പട്ടണം വിട്ട് പാടം. പെരുംപച്ചത്തോപ്പ് - കിഴവൻ വക്കീൽ ബംഗ്ലാവ് - കോലായിൽ കറുത്ത നായ; തെന്മല താഴ്‌വരയിൽ വച്ച് ഒരു സന്ധ്യയ്ക്ക് ഇതെഴുതി.)

വാനുമൂഴിയും തമ്മിൽപ്പിണങ്ങിപ്പിരിയുമ്പോൾ
വാസരമേതോ ശോകഗാനമായലിയുമ്പോൾ

കയ്ക്കുമോർമ്മകൾ തേട്ടി,യർബ്ബുദം പിടിപെട്ടു
മുക്കാലും ദ്രവിച്ചതാമിച്ചൂരൽക്കസാലയിൽ

കന്നിമാസത്തിൻ സന്ധ്യയിറങ്ങിപ്പോകും വീടിൻ
മുന്നിലെക്കൂർത്ത പാത നോക്കി ഞാനിരിക്കുന്നു!

ചത്ത ജീവിതത്തിന്നു കാവലായിരുൾത്തോഴ-
നൊത്തു കൂടെയുണ്ടിപ്പോളിക്കറുത്തതാം ശ്വാവും!

പച്ചയും തൂമഞ്ഞയുമിടയും പാടങ്ങളിൽ
പൂത്ത കൈതയെക്കാറ്റു കണ്ടെത്തും തോടിൻവക്കിൽ

താലവൃക്ഷങ്ങൾ ഭാഗം ചോദിക്കും തോട്ടങ്ങളിൽ
കാലികളടി തിന്നും കുന്നിലെത്താഴ്‌വാരത്തിൽ

മേട്ടിലെപ്പൊന്ത, മാറ്റിമറിക്കും ചരിത്രത്തിൻ
കോട്ടയിൽ-സ്മൃതിശവമെരിയും ശ്മശാനത്തിൽ

പട്ടിളം തൂവൽത്തുകിലൂർന്നേതോ, വെടിയേറ്റ
പക്ഷിയായ്പ്പിടയുന്നൂപോക്കുപൊൻവെയിൽനാളം!

ആരോർത്തു ദുരന്തമായ് വരുമിക്കഥയെന്നു
വീരപൗരുഷം കത്തിനിന്നൊരാ മദ്ധ്യാഹ്നത്തിൽ.

ഗൂഢതന്ത്രത്താൽ ശേഷക്കാരൊത്തു, വേണ്ട കോപ്പു-
നേടിവെച്ചൊരു തേജോനിധിയെപ്പുറംതള്ളി,

പിടിച്ചുപറിച്ചിതു കൈയിലുള്ളതു സർവ്വ-
മുടുമുണ്ടാലെ പാവം വീട്ടിൽനിന്നിറങ്ങിപ്പോയ്!

ബന്ധുക്കൾ ചുറ്റിപ്പറ്റും പാമ്പുകൾ; അറിഞ്ഞൂ ഞാൻ
സ്വന്തക്കാർ ചീന്തിത്തിന്നും ചെന്നായ്ക്കൾ; ഉണർന്നൂ ഞാൻ

കുളിർത്ത കൈപ്പത്തികൾ സർപ്പത്തിൻ പടങ്ങളായ്
വെളുത്ത ചിരിയേതും കറുത്ത കാകോളമായ്

ചന്തത്തിലാടിവന്ന പൂങ്കുല തീനാളമായ്
ചതിക്കും കള്ളൻ കാവൽക്കാരനെന്നറിഞ്ഞൂ ഞാൻ.

കഴുത്തു കനപ്പിച്ചു നോക്കുന്നു വടമല
ഒഴിഞ്ഞു വഴിമാറിപ്പോകയായ് നിലാവൊളി!

ചത്ത ജീവിതത്തിനു കാവലായിരുൾത്തോഴ-
നൊത്തു കൂടെയുണ്ടിപ്പോളിക്കറുത്തതാം ശ്വാവും!

ഇരുമ്പുഗെയിറ്റിന്മേൽ 'നായ, ജാഗ്രത' എന്ന
കുറി കേറിയ കാലമിന്നിവനോർമ്മിക്കുന്നൂ.

ഇറച്ചിക്കറി മുത്തും വാസനച്ചോറിൻ മണ-
മിടയ്ക്കിക്കിഴവച്ചാർ കിനാവിൽ നുണയുന്നൂ!

സോപ്പു തേപ്പിച്ചു ഭൃത്യർ കുളിപ്പിച്ചൊരക്കാലം
സായ്പിനോടൊപ്പം കാറിൽകേറിച്ചുറ്റിയ കാലം

പട്ടുമെത്തയിൽ-ച്ചുളി വീഴാത്ത വിരികളിൽ-
തൊട്ടിരുന്നാർദ്രാനിശയാസ്വദിച്ചൊരു കാലം.

താലി കെട്ടിയ ശീമരമണീമണിയൊത്തു-
മേളിച്ചു മണിമേടപ്പടി കാത്തൊരു കാലം-

ഓർത്തോർത്തു, വിളക്കൊളി കെട്ടടങ്ങിയ കണ്ണാൽ-
പ്പേർത്തുമെൻ മുഖം നക്കി വാലാട്ടുമിവനിന്നും!

മെയ്ക്കരുത്തേറ്റു നീണ്ടുനിവർന്നു കിടന്നിപ്പോൾ
പാഴ്ക്കിനാക്കടൽത്തിരക്കോളിലാഞ്ഞുലയുന്നൂ!

അവൾ-ആ ശീമപ്പട്ടി-പോയി നോവുകളുൾക്കൊ-
ണ്ടവശം കിടക്കുന്നിതിക്കറുത്തതാം ശ്വാവും.

സ്മൃതിതൻ പാതതോറും ലക്ഷ്യമറ്റോടും മനഃ-
പ്രതിബിംബമായ്പ്പറ്റുമിക്കറുത്തതാം ശ്വാവും.

വഴുക്കി വീഴുവോരെച്ചവിട്ടിമെതിച്ചേതോ-
വല നെയ്യുമിപ്പാത നോക്കി ഞാനിരിക്കുന്നു.

ഇക്കന്നിവയലിന്റെ ഗന്ധങ്ങൾ കൊയ്യും കാറ്റിൻ
പിന്നാലെ ചുറ്റിപ്പറ്റിസേവ മൂളുന്നൂ തുമ്പി!

പറ്റിത്തിന്നുദരങ്ങൾ നിറച്ച കിളിക്കൂട്ടം
വട്ടമിട്ടിരുന്നപ്പോൾ കുറ്റമെണ്ണുകയത്രെ!'

നേടിവെച്ചൊരു കൂടു തീയെരിക്കയാലഴൽ-
തേടിയിത്തേനീച്ചതൻ പറ്റവുമലയുന്നു!

അന്യോന്യം കുടുക്കിട്ടു കുണുങ്ങി നടക്കുന്നൂ
പിന്നെയെന്തെ, ന്നോരാത്ത പുള്ളിമാൻ യുവാക്കളും.

പലരും മുമ്പേ മല കേറി, പൊന്നോടക്കെട്ടിൻ
ചുമടേറ്റിയോർ നീങ്ങി പട്ടണപ്പടി തേടി

തഞ്ചത്തിൽക്കുരുക്കിട്ടു കുടുക്കും മിടുക്കിതൻ
പുഞ്ചിരിത്തെല്ലിന്നിവർ മൂത്തു ശേഖരിക്കുന്നൂ.

സ്വർഗ്ഗമോതുന്നൂ ചിലർ കല്യാണ,മെനിക്കു ഞാൻ
പൊക്കിയ ഗൃഹം കാരാഗൃഹമായെന്നേ വേണ്ടൂ.

നിശ്ശബ്ദസ്നേഹാശ്ലേഷം വിഷവള്ളിയായ്ച്ചുറ്റീ
വിശ്വസിച്ചു ഞാൻ കാലു വെച്ചതു മുതലയായ്

ഇടഞ്ഞു കണ്ണും കാതും കാലുമിക്കരങ്ങളും
ഉടഞ്ഞ കണ്ണാടിയിലൊന്നു നോക്കി ഞാൻ മുഖം

എന്തൊരു മാറ്റ;മെന്നെക്കണ്ടു ഞാനറിഞ്ഞില്ല!
ചിന്തയിലാണ്ടു കരളി,ക്കറുത്തതാം ശ്വാവും.

പരന്ന പാടങ്ങൾ തൻ നടുവിൽച്ചെന്താമര-
വിരിയും കുളങ്ങളിൽ നീന്തി, നീർക്കണികകൾ

ഒളിച്ച ചുരുൾമുടിച്ചാർത്തുമാ,യയൽവീട്ടിൽ-
ക്കളിക്കും പൂന്തെന്നലുമിന്നപഹസിക്കുന്നൂ.

വൃദ്ധനാം ദിനകരൻ വേട്ട മോഹിനി, സന്ധ്യാ-
സുന്ദരിയേതോ, നവകാമുകഗൃഹം പൂകി.

കാമിനിയവൾ, ബാല്യകാമുകന്നയച്ചതാം
പ്രേമലേഖന, മുകിൽക്കുന്നായിക്കിടക്കുന്നൂ.

ആദർശങ്ങൾതൻ സ്വപ്നലോകത്തിൻ താഴെച്ചളി-
യാളും പ്രാകൃതമർത്ത്യജീവിതമൊഴുകുന്നൂ.

അഭിഭാഷകൻ-ചീറ്റുമുഗ്രവാക്സമരത്തി-
ന്നഭിഭാഷകൻ ഞാന,ന്നീ നാടിൻ നെടുംതൂണായ്!

ഉച്ചണ്ഡാരവമന്നെൻ കുതിരക്കുളമ്പടി-
യൊച്ചയിൽ മുഖരമായ് നെടും പട്ടണവീഥി

ചോടുവെച്ചെതിരേൽക്കാൻ കാത്തുനിന്നിതു നെടും-
കോടതിയിടംപിരിക്കോണിതൻ പടവുകൾ.

പുതുജഡ്ജിമാരുള്ളാൽ നടുങ്ങീ, മൂപ്പിൽനായ-
രെജമാൻ വക്കീൽ വീശും പൂംപുകളൊളി തട്ടി.

നിയമമഹാരാജ്യസാർവ്വഭൗമനായ് വാണൂ
ചിരകാല-മക്കാലം കൊയ്തു വെള്ളിയും പൊന്നും

നഗരോപാന്തം ചേർന്നു പാടത്തിൻ കരയിലീ-
പ്പുകളേറിയ രാജമണിഹർമ്മ്യവും പൊങ്ങീ.

തോട്ടമായ്,ത്തൊടികളായ്, കൃഷിയായ്, ക്കളങ്ങളായ്
പാട്ടനെല്ലളപ്പോർത,ന്നോണക്കാഴ്ചകളായീ

യോഗമാകാ;മീ വീട്ടിൽ, ഇടിത്തീവിളക്കുപോൽ
നാഗകന്യകയൊത്ത നായർപ്പെൺമണി വന്നൂ.

കണ്ണിനു കണ്ണായ് നീന്തിക്കളിച്ചാൾ ചിരകാലം
സ്വർണ്ണമത്സ്യംപോലവളുള്ളിലെത്തെളിനീരിൽ!

തുടിച്ചു ജീവസ്പന്ദമോരോന്നിലവളുമീ-
ക്കൊടുതാം തുടുശീമമദ്യത്തിൻ ലഹരിയും.

എന്നെയുമെന്റേതായിട്ടെ,ന്തതു സമസ്തവും
'ചിന്നമ്മു' ചിന്നകൈയിലൊാസ്യത്തായ് സമർപ്പിച്ചേൻ

ലളിതാരൂപം നക്രതുണ്ഡിയായ്,ക്കഥകളി-
യരങ്ങിൽക്കണ്ടേൻ പണ്ട;തീ വീട്ടിലാവർത്തിച്ചൂ.

മാധുരിയൂട്ടിപ്പോന്ന നാകസുന്ദരി,യാത്മ-
ചേതനാനിണം മോന്തും നാഗയക്ഷിയായ് മാറീ.

അവമാനത്തിൽ ചേറ്റിൽച്ചവിട്ടി മറിച്ചിട്ടി-
ബ്ഭവനം വിട്ടാളവ,ളിഷ്ടകാമുകനൊപ്പം.

പലകപ്പുറത്തിന്നും കമിഴ്ന്നു കിടക്കുന്നൂ
പലകാലമായവൾ വായിക്കും രാമായണം!

കോഴി കൂകുമ്പോളവൾ കുളിച്ചുതൊഴാൻ പോകും
കാവിലെ 'മുത്തി' കല്ലായ്മറിഞ്ഞു കിടക്കുന്നൂ!

സമയം തെറ്റാതെന്നും സന്ധ്യയ്ക്കു വരും ഡോക്ടർ
ചതിച്ചു വെട്ടീ ചീട്ടുകളിയിലെന്നേ വേണ്ടൂ!

ഇച്ഛയൊത്തവതാരമെടുത്ത പുരാപുണ്യം
മുച്ചീർപ്പൻ കുലച്ചതാം പുത്രനും കരുത്തനായ്

ചുറ്റീ ചിങ്ങത്തിൻ മണിത്തേരുരുളൊലിയൊത്തീ-
മുറ്റത്തും പൊന്നോണത്തിൻ പൂക്കളം തെളിഞ്ഞ നാൾ.

വാതത്താൽ മുഖം കോടി കൈവിറച്ചൊരു കോണിൽ
വീണു ഞാ,നുഗ്രൻ ഗൃഹനാഥനായ്ക്കേറീ മകൻ.

ആംഗ്ലേയവിദ്യാഭ്യാസച്ചെരുപ്പിട്ടകത്തെങ്ങും
ലാത്തും തൻ ഗൃഹിണിതന്നാജ്ഞയിലമർന്നൂ ഞാൻ!

നാട്ടിലെപ്പലപല കക്ഷിയിൽ സ്ഥാനാർത്ഥിയായ്-
ത്തോറ്റ ഞാനിന്നിപ്പെണ്ണിന്നേഷണിയോടും തോറ്റു!

ഇന്നു ഞാൻ ഭ്രഷ്ടൻ, നഷ്ടസർവ്വസ്വൻ, രോഗാതുരൻ
അന്നച്ഛൻ വിലക്കിയ കനി തിന്നുക മൂലം!

വന്നുപോയ് വിഷുവേല കാവുകൾതോറും ദൂരാൽ-
പ്പൊന്നോണപ്പുലരികളെത്തിനോക്കിപോയ് വീണ്ടും.

പാതിരാപ്പൂചൂടിയോരാതിരരജനിക-
ളേതോ പാഴ്ക്കിനാവായി മഞ്ഞിൽമാഞ്ഞലിഞ്ഞുപോയ്

മുറ തെറ്റാതെ വന്നു കല്പാത്തി രഥോത്സവം
കരിമ്പു കേറും വണ്ടി നീങ്ങി പാതകൾതോറും

നെഞ്ഞിലൂറുമൊരേതോ നോവായി, നെടുവീർപ്പായ്
കുഞ്ഞുനാളിലെ നീലക്കരിമ്പിൻ മധുരങ്ങൾ!

കയ്ക്കുമോർമ്മകൾ തേട്ടി,യർബ്ബുദം പിടിപെട്ടു
മുക്കാലും ദ്രവിച്ചതാമി,ച്ചൂരൽക്കസാലയിൽ

കന്നിമാസത്തിൻ സന്ധ്യയിറങ്ങിപ്പോകും വീടിൻ-
മുന്നിലെ നെടുംപാത നോക്കി ഞാനിരിക്കുന്നൂ!

ചത്ത ജീവിതത്തിനു കാവലായിരുൾത്തോഴ-
നൊത്തു ചാരത്തുണ്ടിപ്പോളിക്കറുത്തതാം ശ്വാവും.

വെറുപ്പിൻ തീനാളങ്ങളമർത്തും നോട്ടം ചാട്ടി-
യൊരുനാൾ പൊടിമീശ തടവിച്ചൊല്ലി പുത്രൻ:

‘അച്ഛനു സുഖമായി സ്വൈര്യമായ്പ്പാർക്കാനിട-
മപ്പുറമൊരുക്കീട്ടുണ്ട,ങ്ങോട്ടു മാറാം നാളെ’

ഒഴിച്ചു ബംഗ്ലാവിൽനിന്നുമിശല്യം മകൻ
പഴയ വണ്ടിക്കാരൻ മരിച്ച മുറി നൽകീ.

എഴുപത്തഞ്ചാണ്ടിന്റെ നാഴികക്കല്ലും താണ്ടി
വഴിഞ്ഞ സുതസ്നേഹമൃഷ്ടാന്നം ഭുജിച്ചപ്പോൾ

കന്നിമാസത്തിൻ സന്ധ്യയിറങ്ങിപ്പോകും വീടിൻ
മുന്നിലെ നെടുംപാത നോക്കി ഞാനിരിക്കുന്നൂ!

പൊട്ടിയ കീറച്ചൂരൽക്കസാല;യഴിപോയ-
കട്ടിൽ, പിഞ്ഞിയ കീറക്കോസടി,യെല്ലാംകൂടി

പിതൃഭക്തനെൻ പുത്രൻ വിട്ടുതന്നിതു ഹാഹാ!
വിളിക്കാതെത്തീ, ചാര,ത്തിക്കറുത്തതാം ശ്വാവും

ഉണ്ടാലുമില്ലെങ്കിലും സമയം കഴിഞ്ഞെന്തോ
കൊണ്ടുവെച്ചിറങ്ങിപ്പോം ധൃഷ്ടതാവേലക്കാരി.

ഉരുകീ കരളാദ്യം, കട്ടിയായ് നാൾ ചെന്നപ്പോൾ
തരിച്ചൂ ജീവൻ; ബാഹ്യപ്രപഞ്ചം മരവിച്ചൂ!

കല്ലിച്ച കൃതഘ്നത വെറുപ്പാം വരനൊപ്പം
ഉല്ലാസമധുവിധു ഘോഷിപ്പൂ മമ മുന്നിൽ

ശത്രുവിന്നെനിക്കു ഞാ, നെന്ന നേരുണരുന്നേ-
നന്നച്ഛൻ വിലക്കിയ കനി തിന്നുകമൂലം

ഒടുങ്ങാപ്പണമെണ്ണിക്കണക്കു തിട്ടംവെക്കും
ഇടവേളകളിലെ 'ഹോബി'യെന്നതു മാത്രം!

പൊരിഞ്ഞൂ ചെറുമക്കൾ പട്ടിണിത്തീയ്യിൽപ്പെട്ടു
കരഞ്ഞൂ-തുറന്നില്ല നെല്ലറപ്പത്തായം ഞാൻ

പെട്ടിയിൽക്കുന്നുകൂടി പണയപ്പണ്ടം മേന്മേൽ
ഭിക്ഷക്കാർ പിരാകിപ്പോയ് രോഗികൾ ശപിച്ചു പോയ്

അഴിപ്പിച്ചു മുൻബാക്കി, ക്കാ, വിത്തുപൊതി; കുടി-
യൊഴിപ്പിച്ചിതു, പെറ്റു കിടക്കും ചെറുമിയെ

ഒരു കൊച്ചിടിച്ചക്കയിട്ട ചാത്തനെ, ത്തട-
വറതന്നിരുമ്പഴി,യന്നു ഞാൻ പിടിപ്പിച്ചു.

ഒന്നുമില്ലാരുമില്ല; ഇക്കൊടും പശ്ചാത്താപ-
മൊന്നൊഴിച്ചൊന്നുമില്ലിന്നെന്റേതായ് പ്രപഞ്ചത്തിൽ

അന്തർദ്ദാഹത്തോടിന്നും പാഞ്ഞു കേറുന്നൂ മന-
മന്നു ഞാൻ തീരുവാങ്ങിയിട്ടതാം പാടങ്ങളിൽ

അലയ്ക്കുന്നിതു കാതിൽ പാതിരാവിലിശ്ശബ്ദ-
'മഭിഭാഷകനാം നീ നിയമം പഠിക്കാത്തോൻ!'

അലയ്ക്കുന്നിതു കാതിലന്തിതോറുമിശ്ശബ്ദ-
'മഭിഭാഷകനാം നീ നിയമം ലംഘിച്ചവൻ!'

നേരുകൾ നുണയാക്കീ, നുണകൾ നേരാക്കി നീ
നാവിനാൽ നക്കിക്കൊടുംകൂരിരുൾ പകലാക്കീ

ഉയിർത്തുവരുമന്ത്യനാളിൽ നീ ഞെക്കിക്കൊന്നി-
ട്ടുള്ളറയ്ക്കകം മറ ചെയ്തതാം മനഃസാക്ഷി!

കീറിയ പാപ്പാസ്സ്, വക്കുടഞ്ഞ മണ്ണിൻകൂജ
നാറുന്ന കരിമ്പടം, പിടി പൊട്ടിയ വടി

പുറത്തു കാണാത്തേതോ ഹൃദ്രോഗം പിടിപെട്ടു
നരച്ച 'ഗൗണും' ജീവച്ഛവമായിക്കിടക്കുന്നൂ

കരണ്ടൂ വാലൻമൂട്ട മൂത്ത പെങ്ങളൊത്തഞ്ചു-
വയസ്സിൽ എടുത്തതാം നിറം മങ്ങിയ ചിത്രം!

സർവ്വസാക്ഷിയായ് മുക്കിൽ മിണ്ടാതെയിരിക്കുന്നൂ
സ്വർഗ്ഗസ്ഥപിതാവിന്റെ തേഞ്ഞതാം മെതിയടി

ഇറ്റുവീഴുന്ന കണ്ണീർത്തുള്ളികൾപോലെ, ചുമർ-
പറ്റിനിൽക്കുകയാം, പെറ്റമ്മതൻ ജപമാല!

ദൃഷ്ടികൾ പറക്കുന്നി,താ വടമല മുടി-
ക്കെട്ടിലെയഗാധമാമാമ്പൽപ്പൂക്കളം പറ്റാൻ.

എത്തിനോക്കുന്നൂ മറയ്ക്കകത്തുത്സവക്കളി-
പ്പന്തലിൽക്കുഞ്ഞുന്നാളിൽക്കണ്ടൊര,ക്കരിവേഷം!

പൊങ്ങുന്ന കൊതുപ്പടപ്പാട്ടെങ്ങും മുഴങ്ങുമ്പോൾ
മങ്ങിയ വിദ്യുച്ഛക്തി വിളക്കു ചിരിക്കുമ്പോൾ

മറവിൽപ്പറ്റിക്കാട്ടുപല്ലികൾ ചിലയ്ക്കുമ്പോൾ
തിരയിൽപ്പെട്ടു നേർത്ത നിലാവു നനയുമ്പോൾ

എൻനേർക്കു പുതുചോദ്യചിഹ്നങ്ങളെറിയുന്നൂ
വിണ്ടൊരിച്ചുമരിൽച്ചേർന്നാടുന്ന നിഴലുകൾ

ഒന്നുമില്ലാരുമില്ല;യിക്കൊടും പശ്ചാത്താപ-
മൊന്നൊഴിച്ചൊന്നുമില്ലിന്നെന്റേതായ് പ്രപഞ്ചത്തിൽ

കോവിലിനങ്ങേപ്പുറം പരന്ന പാടത്തെയാ-
കാവൽച്ചാളയിൽനിന്നു കൂകൽ കേൾക്കുന്നൂ ദൂരെ

പാലമിട്ടൊരു പുഴയ്ക്കരെനിന്നും പായും
പാതിരാത്തീവണ്ടിതൻ വിളി പൊങ്ങുന്നൂ ദൂരെ

ആരുമില്ലെങ്ങും തെക്കെ, കാഞ്ഞിരക്കൊമ്പിൽക്കേറി-
ന്മാരെയോ വിളിക്കയൊ,യുറക്കെക്കാലൻകോഴി.

ലോഭത്തിൻ നിഴലുകൾ; ദാഹത്തിൻ നിഴലുകൾ
ശോകത്തിൻ നിഴലുകൾ; ഭയത്തിൻ നിഴലുകൾ

ഇന്നിഴലുകളൊന്നായ് ഭീതിദമാംഗ്യം കാട്ടി
എൻ നേർക്കു നീട്ടി ക്രൂരമൃതിതൻ കയ്യാമങ്ങൾ!

കരയില്ലാത്തൊരേതോ സമുദ്രപരപ്പിലേ-
ക്കിരുളിൻ വെള്ളച്ചാട്ടം തട്ടി ഞാനൊഴുകുമ്പോൾ-

രാവിലി-പ്പേക്കിനാവി-ലുറക്കെ വിളിക്കുന്നൂ
ജീവിത-മവമാനിച്ചയച്ച വെളിച്ചത്തെ!

ഒളിഞ്ഞെൻ നേർക്കു ലാക്കുവെച്ചടുക്കുന്നൂ രാത്രി-
വളർത്തും നായ-ആകെ മെയ് കറുത്തൊരു നായ! ■

– 1969

ഉത്രാടരാത്രി

(നിഴലും നിലാവും തോണികളിക്കുന്ന ഉത്രാടരാത്രി; നീണ്ടുപോയി വളവിൽ. മലഞ്ചെരുവിൽ മറയുന്ന മലേശമംഗലംപാത; റാന്തൽവിളക്ക് എടുത്ത ഓണച്ചന്തക്കാളവണ്ടികൾ; പച്ചമഞ്ഞപ്പട്ടു നീർത്തി വിരിച്ച പുഴയോരത്തെ പാടങ്ങൾ; പുത്തരിക്ക് ഒരുക്കുന്ന പൈങ്കിളിക്കുടുംബങ്ങൾ, നിറപറ വയ്ക്കുന്ന പുലരികൾ; നിലവിളക്കു തെളിയിക്കുന്ന സന്ധ്യകൾ. കുന്നിൻചെരുവിൽ അകലേക്കു നോക്കുന്ന കൊച്ചുശിവക്ഷേത്രം.)

മുലപ്പടം മാറ്റും കൈതമലർക്കുമണം പാറ്റും
നിളാമണൽവിരിയിലെ രാത്രിയോർക്കുന്നൂ

പാതിരത്താലിയായ് മീതെ കെടാവിളക്കെരിയുന്ന
വിലശൈലച്ചെരുവിലെ രാത്രിയോർക്കുന്നൂ.

നീലമലനിര പിന്നിട്ടുത്രാടനാളിലെയോണ-
നിലാവെത്തു-മാമധുരരാത്രിയോർക്കുന്നൂ

സാന്ധ്യതാരകാദീപം പൊലിയവെ, പടി കേറു-
മുത്രാടരാത്രിതൻ കരിങ്കുഴൽ തഴുകും

അരിപ്പച്ചൂട്ടൊളിമിന്നിത്തുടികൊട്ടി നീളെപ്പൂത്തു-
വിരിയുന്ന പാണനാർതൻ പാട്ടിനു പിമ്പേ

കല്ലും മുള്ളുമിരുൾപ്പാമ്പിൻപടവും ചവിട്ടിമുട്ടി-
ച്ചുറ്റിപ്പറ്റി പിൻപറ്റിയ രാത്രിയോർക്കുന്നൂ

കാത്തിരുന്നൂ, പൊൻചിങ്ങത്തെപ്പൈങ്കിളിപ്പാട്ടുകൾ, പോറ്റി,
ശീവോതി വിളക്കുവെയ്ക്കും ഗ്രാമഗേഹങ്ങൾ

ദശപുഷ്പം വാൽക്കണ്ണാടി വെള്ളോട്ടുകിണ്ടിയിൽ വെള്ളം
വെച്ചു നോമ്പു നോറ്റിരുന്നൂ ഗ്രാമഗേഹങ്ങൾ

തങ്കനിറമെയ്യാളവൾ നിറയ്ക്കുവാൻ വയലിലെ-
പ്പൊൻകതിരാം മലനാടിൻ പരദേവത

അലയാഴി തേടി വാഴുമൊരു ശോകാന്തഗാനത്തിൻ
അലമാലയകംകൊള്ളും മണിവീണയായ്.

ആനമല, നീലമല ഹൃത്തിലുറന്നൊഴുകുന്ന
രാജവർണങ്ങൾ ചൂഴും സ്വപ്നരേഖയായ്,

പുഷ്പിത ഭാവനാരാജ്യനവരത്നവല്ലരിയായ്
കർഷകവാടങ്ങൾ പോറ്റും കവിതയായ്,

പുളിനത്തിൽ ജലപക്ഷീ സഖിയുമായ് നിളയെന്നു
വിളികേട്ട ഗിരിരാജകുമാരികയാൾ

തോപ്പുകൾ വീടുകളിടകൂടുമടിവാരം പറ്റി
പാട്ടുകാരിയവളോണപ്പാട്ടു പാടുന്നൂ

അനഘവനൗഷധിതൻ മൃതസഞ്ജീവിനിക്കാറ്റിൽ
അനന്തശയനംകൊള്ളും ശ്രീവിലഖശൈലം,

തലവെച്ചു കിടക്കുന്നൂ കിഴക്കൻ പൂങ്കാറ്റുണരും
തെന്മലതൻ പച്ചക്കരപ്പൂമടിത്തട്ടിൽ

ആറ്റിൽ മുങ്ങിച്ചെന്താമരക്കൂടകളുമായി ദൂരാ-
ദീറനായ കന്നിമാസപ്പുലരി വന്നു

താമരപ്പൂമാല വന്നു നിറമാല കഴിക്കുന്ന
തിരുവില്വാശൈലമണി മുടിയാം ക്ഷേത്രം

ആയിരത്താണ്ടോളം പൊന്നും തിരുവോണം വിളമ്പിയോ-
രോണമുണ്ടൊരൂക്കിൽ നിൽക്കുമരയാൽ വൃക്ഷം

കാവിമേഘമണ്ണണിഞ്ഞു കോട്ട കെട്ടി നില്പു ചുറ്റും
കാറിടയും കരിമലക്കാട്ടാനപ്പറ്റം,

തോട്ടിമുനക്കുത്തേശാതെ ചങ്ങലവിലങ്ങില്ലാതെ
കാട്ടിൽ നില്പൂ മലനിരക്കാട്ടാനപ്പറ്റം,

പൊൻപുലരിത്തിടമ്പെഴുന്നള്ളിക്കുവാൻ വളർമണി-
ക്കൊണ്ടു നീട്ടിയകലെയൊരൊറ്റയാൻ നില്പൂ

തെക്കുകിഴക്കായിച്ചോലപ്പനിനീരിൽ തീർത്ഥമാടി-
പ്പൊങ്ങി നില്പൂ വെങ്ങുനാടിൻ ഫണിഫണങ്ങൾ

ഇടതൂർന്ന വനമാല ചക്രവാളങ്ങളെ മുക്കി
പടരുന്നൂ ചെന്താർ പൊന്തും പെരും ചിറയായ്

തല നരച്ചതാമോലക്കുടക്കീഴിലൊരു ചൂട്ടിൻ-
വെളിച്ചത്തിൽ ഇണക്കിളിപ്പാട്ടു നീളവേ

കൂവളത്തിൻ കായ്കൾപോലെപ്പൊങ്ങി നിന്നൂ താരകൾ
കൂരിരുട്ടിൻ നിലാവെള്ളച്ചാട്ടമാം പാട്ടിൽ

ഓളമിളകുന്ന കാറ്റിൽ ഊയലാടും പൂമരത്തി-
ന്നോണക്കോടിക്കസവുകൾ ഞെറിയും പാട്ടിൽ

ഓണവില്ലു കൊട്ടിപ്പാടും മാമലനാടിന്റെ പുത്ത-
നോണച്ചെന്താരതിൻ പൂന്തേനുയിരാം പാട്ടിൽ.

പോക്കുവെയിലൊത്തു മാഞ്ഞ മധുരമാം കിനാക്കളിൽ
പാൽക്കതിർ വിളയിക്കുമാ രാക്കുയിൽപ്പാട്ടിൽ

ചെവിയോർത്തു തുമ്പക്കുടം കൺമിഴിച്ചു മുക്കുറ്റികൾ
തല ചാച്ച വേലിപ്പൂക്കൾ പകച്ചുനോക്കി.

മൺമറഞ്ഞ മലനാടിൻ കഥയോർത്തു മുല്ലവള്ളി
കണ്ണുനീർക്കണം ചിതറീ പവിഴമല്ലി

ഇളകാതെ ചുറ്റും നിന്നു തൂമ്പില നീട്ടുന്ന വാഴ,
തലയാട്ടീ മുളംപട്ടലോണനിലാവിൽ

"മുറ്റുമരിച്ചാന്തണിഞ്ഞ പൂക്കളത്തിലെഴുന്നള്ളും
തെക്കു നിന്നു വീണ്ടും മലനാടു വാഴുന്നോൻ"

അർക്കബിംബം തിളങ്ങുന്നു വിണ്ടലത്തിലുടനീളം
തൃക്കാക്കരപ്പൊൻപുലരിക്കൂറ പാറുന്നൂ

കിഴവനിലുറഞ്ഞെത്തീ പള്ളികൊള്ളും പെരുമാളെ-
ത്തുകിലുണർത്തിയൊരാദിത്തിരുവരങ്കൻ

ചിന്നിയ നിലാവൊളിയിൽ തേഞ്ഞുമാഞ്ഞ കോവിൽചുമർ-
ച്ചിത്രമായി പച്ചച്ചായം പൂശിയ ഭൂമി,

കാട്ടിലേതോ കുറ്റിക്കാട്ടിലജ്ഞാതരഹസ്യം മൂടും
കോട്ടയായി വിദൂരത ചൂണ്ടും വിണ്ടലം

മങ്ങി പായൽക്കുണ്ടിലാണ്ടു നിറം തേഞ്ഞ താരകങ്ങൾ
പൊങ്ങീ മലഞ്ചെരുവിലെക്കാട്ടുപൂക്കളായ്.

പൂവിട്ടുപോയ് മുറ്റംതോറും കരഞ്ഞും ചിരിച്ചുമാടി-
പ്പാടീടും പൂം ചിങ്ങമാസമുഗ്ദ്ധസന്ധ്യകൾ

വിളക്കുകൊളുത്തിയകം കൊള്ളുന്നൂ കർഷകകന്യ
പടികേറുമഴകുറ്റൊരോണക്കാലത്തെ,

പടിക്കൽപ്പാടത്തെ മണൽവിരി നെടുംവരമ്പിലായ്
പതിഞ്ഞു കാണുന്നൂ മൃദുപാദമുദ്രകൾ

വളർച്ച മുറ്റിയ മുല്ല, ഓണത്തിനു ദൂരെനിന്നു
പെണ്ണു കാണാൻ ആളു വന്ന പിച്ചകവള്ളി

പാട്ടു പഠിക്കുന്ന കിളി, ചിത്രം വരയ്ക്കുന്ന സന്ധ്യ
കവിതകൾ കുറിക്കുന്ന നിശ്ശബ്ദരാത്രി

അടിച്ചുതളിച്ചോ കരൾ, കുളിച്ചുവോ മിഴിനീരിൽ
ഒരുക്കിയോ പൂജാപുഷ്പം കർഷകപ്പെണ്ണേ?

വിളക്കു കൊളുത്തിവെച്ച മുറ്റംതോറും ഹൃദയത്തിൻ
തുടികൊട്ടും രാക്കുയിലിൻ നാദം ചിന്തവേ

പുഴമണൽ ആകെയിപ്പോൾ മധുരപ്പഞ്ചാരമണൽ
കുന്നോരോന്നും കല്ക്കണ്ടത്തിൻ കൂമ്പാരമായി

പുഴക്കരെ വയൽക്കരെ അകലെക്കാണുന്നൂ നീല-
ക്കരിമ്പുപോലവൾ വാഴും കർഷകവാടം

ഓണക്കോടിയുടുത്തവൾ പൂവട നേദിച്ചോൾ ചോള-
ക്കൂമ്പുപോലെയവൾ വാഴും കർഷകവാടം

കാർകൂന്തലിൽ കാവിലെപ്പൂപ്രസാദവും കണ്ണെഴുത്തും
വാർനെറ്റിയിൽ മഞ്ഞക്കുറി വരയുമായി

കൊച്ചുകച്ചമുണ്ടുടുത്തു കുപ്പിവളയിട്ട കൈയാൽ
കയ്പപ്പന്തൽത്തടം തേവി നനച്ചുവന്നു.

വാരൊളി മദ്ധ്യാഹ്നങ്ങളിൽ കുറുകുന്ന പിറാവൊത്തു
വാഴത്തോപ്പിലവളുണ്ടാം പുള്ളിമാൻപോലെ

മറഞ്ഞുപോയിച്ചലച്ചിത്രം; തകർന്നുപോയ് വീണ; തട്ടി-
മറിഞ്ഞുപോയ് മുൾപ്പൊന്തയിൽ, പൂക്കുമ്പിളിപ്പോൾ.

അലയുന്നൂ മനമിന്നും അഴകിൻ പാല്പുഴ പാടും
തെളിമണൽ മെത്ത നീർത്തും സ്വപ്നഭൂമിയിൽ-

മുലപ്പൂം മാറ്റും കൈതമലർക്കുല [illegible] പാറ്റും
നിളാമണൽ വിരിയിലെ രാത്രിയോർക്കുന്നൂ.

സാന്ധ്യതാരകാദീപം പൊലിഞ്ഞീടവേ, പടിക്കേറു-
മുത്രാടരാത്രിതൻ കരിങ്കുഴൽ തഴുകും.

അരിപ്പച്ചൂട്ടൊളി മിന്നിത്തുടികൊട്ടി നീളെപ്പൂത്തു
വിരിയുന്ന പാണനാർതൻ പാട്ടിനു പിമ്പേ.

കല്ലും മുള്ളുമിരുൾ പാമ്പിൻ പടവും ചവിട്ടു മുട്ടി-
ച്ചുറ്റിപ്പറ്റി പിൻപറ്റിയ രാത്രിയോർക്കുന്നൂ.

അലിയുന്ന പൂമലയിലിളം നിലാവൊഴുകുമ്പോൾ
തുടികൊട്ടുമുത്രാടത്തിൻ വിളി പൊങ്ങുമ്പോൾ,

ഒലിച്ചുപോകുന്നു ഞാനിന്നോർമ്മകളീനുരകുത്തും-
മലഞ്ചെരുവിലെപ്പുന്തേനരുവിപ്പാട്ടിൽ. ■

– 1977

മലനാട്ടിന്റെ മഹാകവി

(കന്യാകുമാരി മുതൽ ഗോകർണ്ണം വരെയുള്ള കേരളഭൂഖണ്ഡം ഇന്ന് നിവർത്തി വെച്ചൊരു മനോഹര കാവ്യഗ്രന്ഥമാണ്. കലാവിലാസത്തിന്റെ പൂനിലാവൊളി തുള്ളിത്തുളുമ്പുന്ന ഈ മധുര കാവ്യത്തിന്റെ ഭാഷ, കോൽത്തേനോലുന്ന പുഷ്പഭാഷയാണ്. ഈ ധ്വന്യാത്മകകാവ്യം വായിച്ചാസ്വദിക്കുവാൻ ഭാഷാ പരിജ്ഞാനം പോരാത്ത നമ്മുടെ അരസികഹൃദയങ്ങൾ പുറംചട്ടയുടെ പൊൻപൂച്ചിനെക്കുറിച്ചു പുലമ്പിക്കഴിയുകയാണ്! പഴക്കമേറുംതോറും പുതുക്കം കൂടിക്കൂടിവരുന്ന വെളിച്ചത്തിന്റെ ഉടുപ്പുകൾ മാറിയാലും അന്നുമിന്നും എന്നും കോലംപകരാതെ നിലകൊള്ളുന്ന വെളിച്ചത്തിന്റെ, പ്രപഞ്ചവൃക്ഷത്തിന്റെ നാരായവേരായ തൂവെളിച്ചത്തിന്റെ, നിഗൂഢനിയമരഹസ്യകഥകളെടുത്തു പാടുന്ന പ്രേമകാവ്യകാരൻ-പൂത്തിരുവോണം-തിരുവോണത്തേരിൽ നിന്നിറങ്ങിവരുന്ന തൃക്കാക്കരപ്പൻ-ഹാ! ആ ഭാവനാസാമ്രാജ്യസമ്രാട്ടിനെ ഞാൻ മലനാടിന്റെ മഹാകവി എന്നു വിളിക്കുന്നു. മലയാളിയുടെ മധുരസ്വപ്നങ്ങൾക്കു രൂപം കൊടുക്കാൻ വരുന്ന-മറുനാട്ടിലേക്കു നിലവിട്ടൊഴുകിപ്പോകുന്ന മലയാളിയുടെ മനസ്സിനെ വീണ്ടും മലനാടിന്റെ പച്ചപിടിച്ച കരയോരത്തു പിടിച്ചടുപ്പിക്കാൻ പാടുപെടുന്ന-പൊന്നോണക്കാലത്ത്, ആ സത്യസൗന്ദര്യസംസ്കാരഗായകന്, അണിഞ്ഞൊരുങ്ങിയ ഓണപ്പൂക്കളുടെ കൂപ്പുകൈ.)

കൊണ്ടൽക്കരിഞ്ചെളിത്തൊണ്ടിൽനിന്നങ്ങനെ
വീണ്ടും വെളിച്ചം പിരിച്ചെടുത്തു

ചാരുത ചേരുമച്ചന്ദ്രനെബന്ധിച്ചു
താരകപ്പൂമരം വെട്ടിയിട്ടു.

അർക്കനെക്കൊക്കിലെടുക്കുവാൻ നോക്കിയ
കർക്കടരാവിന്നറുതിവന്നൂ.

പൊങ്ങും ഗിരിയെച്ചതയ്ക്കുവാൻ മുഷ്ടിക-
ളോങ്ങിയ കാറ്റിൻ കലിയിറങ്ങി

ആഴിയുമായിണചേർന്നു രമിച്ചതാ-
മാറിന്റെ ദൃപ്തഫണം ചുരുങ്ങീ

ഇന്നു ചിരിച്ചു കളിച്ചു നടക്കയാ-
യിന്നലെപ്പൊട്ടിക്കരഞ്ഞ മേഘം.

സന്ധ്യകൾ വന്നു മെഴുകുമാ വ്യോമത്തിൽ
സുന്ദരമന്ദാരം പൂച്ചൊരിഞ്ഞു

ശുദ്ധമാമേതോ ഭജനത്താലൂഴിതൻ-
ബുദ്ധി തെളിഞ്ഞു തമസ്സൊഴിഞ്ഞു

ചെന്തെങ്ങിൻപൂക്കുല പൊങ്ങുന്നിതാദിത്യ-
മണ്ഡലമെന്ന നിറപറയിൽ

ആശകൾക്കാശ്വാസനാളം തെളിയിക്കു-
മാശയം നിർമ്മിക്കും തേജോരൂപൻ

മായികബാധയേറ്റേഴയാമൂഴിയെ-
യായിരം കൈയാൽത്തഴുകിനിന്നു

ഉറ്റവർക്കുള്ളതു നൽകിപ്പറമ്പുകൾ
പെറ്റ വയറ്റിന്റെ നോവുമാറ്റി.

വാരിളംപുല്ലിന്നു മുമ്പിൽത്തുറക്കയായ്
വാനിലെത്തങ്കനിലവറകൾ

വേലിപ്പടർപ്പിൽപ്പകർന്നൂ പുലരൊളി
ചേലുറ്റ മഞ്ഞക്കിളികൾപോലെ.

നേർത്ത നിലാവിൻ വരക്കുറി ചാർത്തിയ
രാത്രികളാരെയോ കാത്തിരുന്നൂ.

ഉള്ളുണർന്നാടുന്ന തുമ്പക്കുടങ്ങളിൽ
വെള്ളിനിലാവിൻ നുറുങ്ങു തങ്ങി.

ആടയും പൊന്മണിമാലയും ചാർത്തി നി-
ന്നാടുന്നൂ നെൽക്കതിർ കന്യകമാർ.

പൊന്നുംകതിരിലെ ശ്രീചക്രരേഖയി-
ലന്നപൂർണ്ണേശ്വരി നൃത്തമാടീ

പുന്നെല്ലിൻപാടത്തിനപ്പുറം നേന്ത്രയിൽ
പൊന്നുഷസ്സന്ധ്യകൾ കൂടുകൂട്ടി

മോടി തടവിയ പുൽക്കൊടിച്ചാർത്തുകൾ
ചോടു കഴിഞ്ഞ കഥ മറന്നൂ.

തണ്ടലർച്ചാർത്തുകൾ വന്നകംകൊണ്ടപ്പോൾ
കുണ്ടുകുളങ്ങളും കണ്ണെഴുതീ

വേലിക്കൽ വേശിച്ചെടികൾക്കു കമ്മലായ്;
ത്താലിയായ്ക്കുമ്പളവള്ളികൾക്കും

അർക്കനിൽ സർവ്വസ്വമർപ്പിച്ചു മങ്ങാതെ
മുക്കുറ്റിച്ചാർത്തു തെളിഞ്ഞു കത്തീ.

പുണ്യസ്മരണയിൽ മുങ്ങിയ ഭാർഗ്ഗവ-
കന്യക ധ്യാനസ്തിമിതയാകേ,

സത്വസംശുദ്ധമാം മാബലിത്തേരൊലി
സഹ്യഗിരീന്ദ്രപ്പടിക്കലെത്തി.

വാടിത്തളരും കിടാവിനെ നക്കുവാ-
നോടിക്കിതച്ചെത്തും ധേനുപോലെ,

അന്ധതമിസ്രത്തിൻപാശമറുത്തിതാ
വന്നു പൊന്നോണപ്പുലരി വീണ്ടും!

മാബലിമൂർദ്ധാവിൽക്കുങ്കുമം ചാർത്തിച്ച
വാമനമൂർത്തിതൻ പാദംപോലെ,

ഉന്നമ്രഭക്ത്യാ ശിരസ്സു കുനിക്കുന്ന
കുന്നത്തെത്തോപ്പിൽ വെയിൽ പരന്നു

നാകത്തിൻചാരുത വാഴ്ത്തും മയൂരങ്ങൾ
കേകാരവങ്ങൾ മുഴക്കിയപ്പോൾ

രാകാശശാങ്കന്റെ കേളിക്കു കാനന-
കോകിലം പഞ്ചമം പാടിയപ്പോൾ

സത്യപ്രകാശപ്പൊലിമ പരത്തിയ
പൂത്തിരുവോണമണഞ്ഞതില്ല

പേർത്തുമപ്പൈദാഹപ്പഞ്ഞപ്പനികൾത-
ന്നാർത്തിയാൽക്കാക്ക കരഞ്ഞനേരം

ബന്ധനകോടരം പൂകിയ പൈങ്കിളി-
ക്കുഞ്ഞുങ്ങൾ നൊന്തു വിളിച്ചനേരം,

ഉന്നിദ്രപ്രേമമാമോണവെയിലുപോൽ
പൊന്നോണനാളു പറന്നുവന്നു

ഇമ്പമരുളുന്ന പിച്ചകം പൂത്തപ്പോൾ
പൊൻപനീർപ്പൂ നിന്നാടിയപ്പോൾ,

സത്യപ്രകാശപ്പൊലിമ ചുരത്തുന്ന
പൂത്തിരുവോണമണിഞ്ഞതില്ല,

തുമ്പ കരഞ്ഞപ്പോൾ, നെല്ലി വിളിച്ചപ്പോൾ
പൊന്നോണക്കാലം ചിരിച്ചുവന്നു!

വർഷവറുതിക്കറുതിയിൽ, മെയ് വാടി
കർഷകൻ കൈയൊന്നു കൂപ്പിയപ്പോൾ

വെള്ളത്തിൽ നിൽക്കുന്ന താളും തകരയും
നുള്ളി തൽഗേഹിനി വീർപ്പിട്ടപ്പോൾ

ഉന്നിദ്രപ്രേമമാമോണവെയിലുപോൽ
പൊന്നോണക്കാലം ചിരിച്ചുവന്നു!

ആധിശതങ്ങളാൽ വാടി വിളറിയ
നീടുറ്റ ജീവസിരകൾതോറും

നൂതനചൈതന്യദീപ്തിയൊഴുക്കുവാൻ
ചേതനയ്ക്കാനന്ദത്തേൻ പകരാൻ,

ചോരയാൽ മർത്ത്യനെത്തേർപ്പിച്ചുപോരുന്ന
മൂരിക്കിടാവിൻക്കിതപ്പു മാറാൻ,

പൊന്നോണത്തുമ്പിക്കു വാനിലുയരുവാൻ
കുഞ്ഞിയുറുമ്പിനു തേൻ നുകരാൻ,

കാട്ടിലെതത്തകൾക്കില്ലം നിറയ്ക്കുവാൻ
ചിറ്റാടക്കുഞ്ഞിനു പൊട്ടു കുത്താൻ

ഓടച്ചെടിക്കു കൈകൊട്ടിക്കളിക്കുവാൻ
തോടിന്നു നാടോടിപ്പാട്ടു പാടാൻ,

വിണ്ണിലെപ്പൂക്കൾക്കു കണ്ണു മിഴിക്കുവാൻ,
വണ്ണാത്തിപ്പുള്ളിനു വില്ലു കൊട്ടാൻ,

ആനന്ദവെൺനുരത്തുമ്പപ്പൂ നുള്ളുന്നൊ-
രാഴിത്തിരകൾക്കു പൂവിളിക്കാൻ

പൂതസൗരഭ്യമാമാമ്പലത്തോണിയിൽ
പൂത്തിരുവോണമേ, നീയണഞ്ഞു

ഉന്നിദ്രഭാവനാകാരൻ നീ നിർമ്മിച്ചൂ
സുന്ദരകേരളഖണ്ഡകാവ്യം

ചേണെഴുമിന്നവകാവ്യത്തിന്നാത്മാവാ-
യോണനിലാവിലുലാവും വാനം!

നീലരത്നാകരചാരുത വർണ്ണിക്കും
കാലടിയാറ്റിലെക്കാറ്റുപോലെ,

അഞ്ചിതകേരളജീവിതസ്പന്ദമാം
തുഞ്ചത്തെപ്പൈങ്കിളിപ്പാട്ടുപോലെ,

സത്യപ്പൊരുളിൻ നിനവിലുണരുന്നൊ-
രദ്വൈതസന്ദേശവാഹകൻ നീ!

ഉണ്മതൻനിത്യപ്രദീപ്തി ചൊരിയുന്ന
പൊൻമലനാടിൻ മഹാകവി നീ!

മായികമാമൊരു പൊൻകിനാവെന്നോണം
മായായ്കെൻപൂത്തിരുവോണമേ, നീ

മാനസഹംസമേ, വെണ്ണിലാവെന്നപോൽ
മായായ്കെൻ പൂത്തിരുവോണമേ, നീ.

മാണിക്യദീപമേ, നെല്ലിമലരുപോൽ
മായായ്കെൻ പൂത്തിരുവോണമേ, നീ.

അമ്പാർന്നു തെല്ലിടകൂടിയിപ്പൂക്കൾത-
ന്നമ്പലമുറ്റത്തു നിൽക്കണേ നീ!

കണ്ണിമവെട്ടാതെയെത്ര ദിവസമീ-
ക്കുന്നുകൾ നിൻവരവുറ്റുനോക്കീ?

എത്ര ദിനങ്ങളരുണനുദിക്കുമ്പോൾ
പച്ചപ്പയറു വിരലു ചൂണ്ടീ?

മിണ്ടാതെ യാത്ര തിരിക്കൊല്ലേ വേഗം നീ!
കണ്ടൊന്നു കണ്ണു നിറയ്ക്കും മുമ്പേ

ഹൃത്തിൻവെളിച്ചമേ, നീ വരുമെന്നോർത്തു
പുത്തരിയുണ്ണാതെ കാത്തിരുന്നു. ■

– 1952

കാട്ടുമുല്ലയുടെ പാട്ട്

(നിലാവ് കറുപ്പായിത്തോന്നുന്ന സമയം - പുലർവെളിച്ചം ഇരുട്ടായി മാറുന്ന സമയം - സൗന്ദര്യം കയ്പായി അനുഭവത്തിലെത്തുന്ന സമയം - ജീവിതത്തിന്റെ മറുപുറം കാണുന്ന സമയം - ഇടയ്ക്കിടെ തല പൊക്കുന്നു - മുമ്പിൽ നിരാശയുടെ - വെറുപ്പിന്റെ - മണലാരണ്യം: വീട്ടുകാർ-നാട്ടുകാർ-കൂട്ടുകാരില്ലാതെ ഒറ്റപ്പെട്ട കാട്ടുമുല്ല; അവന് പൊന്നോണമെവിടെ?)

തുറക്കയില്ലാ പടി ഞാൻ, പോവുക
ചിങ്ങപ്പൂങ്കാറ്റേ

തിരിച്ചുപോവുകയന്തിക്കാറ്റേ
ചിങ്ങപ്പൂങ്കാറ്റേ

മുക്കുറ്റിപ്പൂവില്ലാ തുമ്പകൾ,
കണ്ണാന്തളിയില്ലാ

തൊട്ടാവാടിക്കാടുകൾ മൂടി-
ക്കിടപ്പൂ തൊടിയാകെ.

പൂക്കളമില്ലാ, പൂവിളിയില്ലാ
മൂളും മൂങ്ങകൾ എങ്ങും

നിറപറവെയ്ക്കാൻ നെല്ലില്ലാ
അടനേദിക്കാനരിയില്ലാ

തങ്കനേന്ത്രക്കുലയില്ലെങ്ങും
കാരമുള്ളിൻപൊന്തകളാം

മുറ്റംമെഴുകാൻ നെയ്ത്തിരി വെയ്ക്കാൻ
തരിവളമുകരും കൈയില്ല

പാണൻ പാട്ടിൻ തുടിയൊലി കേൾക്കാൻ
ഓലവട്ടക്കുട ചൂടാൻ

നാക്കില നൽകും മധുരം നുകരാൻ
മാബലിയില്ലെൻ തറവാട്ടിൽ,

മരിച്ചുപോയീ പൊന്നോണത്തിൻ
കറുത്ത കുതിരപ്പടയണികൾ

മേളം നിന്നു ഹൃദയസ്പന്ദം
താളം തെറ്റിയ പാട്ടായി

മാതേവരുടെ പീഠം, പാമ്പുക-
ളിഴയും കൊമ്പൻ പുറ്റുകളായ്,

വിണ്ടുനില്പൂ ചുമരുകൾ, അന്തി-
യ്ക്കെണ്ണയില്ലാ തിരിവെയ്ക്കാൻ

വനദേവതമാരൂഞ്ഞാലാടും
കാവുകളെരിയുന്നൂ

കിടപ്പു മുമ്പിൽ ചോര വറ്റി-
പ്പനിച്ചു വിളറിയ പാടങ്ങൾ,

ഞെളിഞ്ഞു നില്പൂ താമര പൂക്കും
കുളം വിഴുങ്ങിയ ഭവനങ്ങൾ,

അമ്മയില്ല, നിലാവൊളിയില്ലാ
ചിങ്ങപ്പുലരിക്കതിരില്ല;

ചിന്ത തീർക്കും ചിലന്തിവലയിൽ
കുടുങ്ങി മാറീ പ്രാണൻ.

പൊൻകതിർവയലിൻ കതിരുകൾ നൽകിയ
ചിങ്ങപ്പുലരികളേ

പാലടമധുരിമ പണ്ടു വിളമ്പിയൊ-
രോണനിലാവുകളേ

പുരിവാർകുഴലിൽ പൂ ചൂടിവരും
ശാരദരജനികളേ,

സന്ധ്യയിൽ-ഇരുളിൽ സ്തുതിചിത്രങ്ങൾ
മായും സന്ധ്യയി-ലേകാകി

നിങ്ങളയച്ചൊരു-കത്തുകൾ-കവിതകൾ
തിരിച്ചയയ്ക്കുന്നൂ

തുറക്കയില്ലാ പടി ഞാൻ, പോവുക
ചിങ്ങപ്പൂങ്കാറ്റേ

തിരിച്ചു പോവുകയന്തിക്കാറ്റേ
ചിങ്ങപ്പൂങ്കാറ്റേ! ■

– 1976

വിഷുപ്പക്ഷിയുടെ പാട്ട്

(അളന്നു മുറിച്ചിട്ട റൂൾത്തടി ഗദ്യമല്ല - അന്തരാത്മാവിലുറന്ന് അലിഞ്ഞ് - ഒഴുകുന്ന അനുഭൂതി. അതിന്റെ ഗാനധാര അതാണ് കവിതയെന്ന് പുഴകൾ പറയുന്നു; കടൽ പറയുന്നു - എന്നെ ക്കണ്ട് കവിത പാടാൻ പഠിക്കൂ. കാലവർഷം പറഞ്ഞു. എന്റെ കവിതയെഴുത്ത് - നോക്കൂ. ഇടിമിന്നൽ പറഞ്ഞു: ലോകം - ഈ പൂന്തോപ്പിൽ പൂമണം നിറയ്ക്കുക. മാമ്പൂക്കൾ പറഞ്ഞു. അറുപത്തഞ്ചാം വയസ്സിൽ കുറിച്ചു - ആകാശവാണി പകർത്തി.)

പൂന്തേൻ കുടമണിമാമ്പൂങ്കുളിർമണ-
മേറ്റും കാറ്റേ വീട്ടിൽ വാ,

ഊഞ്ഞാൽപ്പടികളിലാടുമിലഞ്ഞി-
പ്പൂവിൻ തങ്കച്ചെപ്പു തുറന്നു

ഇടതൂർന്നിടയും മുല്ലക്കാടിൻ
പരിമളമൊഴുകും ചോലയിൽ നീന്തി

മണിയറ പൂകിയ കൊന്നപ്പൂവിൻ
കനകക്കുന്നിൽക്കളിയാടി,

പൂന്തേൻ കുടമണി മാമ്പൂങ്കുളിർമണ-
മേറ്റും കാറ്റേ വീട്ടിൽ വാ.

അണ്ണാകളുണ്ണും മധുരവരിക്ക-
ച്ചക്കച്ചുളതൻ മധുമോന്തി

ലഹരിയിൽ ആടും ശർക്കരമാവിൻ
പവിഴച്ചുണ്ടിന്നഴകേറ്റി

കുളിച്ചു തോർത്തിസ്സംക്രമസന്ധ്യക-
ളീറൻമാറും കടവുകളിൽ

വിരിയും വർണ്ണവിചിത്രത്താമര-
മണ്ഡപദർപ്പണമിടതടവി

നക്ഷത്രത്തിരി പാളും തുളസി-
ത്തറ തൻ മുല്ലപ്പടികേറി.

പൂന്തേൻ കുടമണി മാമ്പൂങ്കുളിർമണ-
മേറ്റും കാറ്റേ വീട്ടിൽ വാ.

ചന്തകഴിഞ്ഞു പിരിഞ്ഞു കർഷക-
രാറ്റിൻ പുളിനം ശൂന്യം

ആറു തഴുകും വയലിനു കൈയിലെ
ഭാഗ്യരേഖ തെളിഞ്ഞു.

കടവിൽതോണി കിടന്നു മയങ്ങീ
കാവൽച്ചാളയിൽ വിളിപൊങ്ങീ

കുങ്കുമനീരിൽ മെഴുകീ മുറ്റം
നീളെച്ചാന്തിൻ കളമെഴുതീ

പടികൾ തുറന്നൂ, കതകു തുറന്നൂ
തുറന്നു കരളിന്നുള്ളറകൾ

പിച്ചിപ്പൊയ്കയിൽ മുല്ലപ്പുഴയിൽ
കൊന്നക്കടവിൽ നീരാടി

വിരുന്നൊരുക്കും കരളിലെയഴകിൻ
വിഭവമുണ്ണാൻ വീട്ടിൽ വാ.

വറുതിച്ചാലിൻ വിത്തു വിതയ്ക്കാൻ
കോടക്കാറിന്നഴകേ വാ.

പൂന്തേൻ കുടമണി മാമ്പൂങ്കുളിർമണ-
മേറ്റും കാറ്റേ വീട്ടിൽ വാ.

നീലവാനിൻ കടവിലടുക്കുക
മണിമഴവില്ലൊളി മുകിലുകളേ

ഏല, ചന്ദനഗന്ധം പൊന്തും
മലതൻ താഴ്വര മെല്ലെയിറങ്ങീ

മയിലാടും കുളിർചോലക്കുന്നിൽ
കുയിൽപാടും വനമുല്ലക്കാട്ടിൽ

കാളക്കൂടമണിനാദം കിനിയും
വയലേലയിലെച്ചാലുകളിൽ

ചിപ്പിയിൽനിന്നുമടർത്തിയെടുത്തൊരു
കണിമുത്തിൻ മണിയണി ചിതറാൻ.

നീലവാനിൽ കടവിലടുക്കുക
മണിമഴവില്ലൊളി മുകിലുകളേ

പൊന്നിൻ കതിരിൻ കറ്റനിരത്തും
കളപ്പുരയായീ വാനം,

കൊയ്തുകഴിഞ്ഞരിവാളുകൾ വെച്ചൊരു
കർഷക കന്യകഭൂമി.

ആമ്പൽപ്പൊയ്കയിൽ നീരാടിച്ചുരുൾ-
പ്പുരിവാർകുഴലൊളി ചിന്നി.

പുതു പിച്ചിപ്പൂമാലകൾ ചൂടി
സിന്ദൂരക്കുറി തൊട്ടു.

ഏതോ വിരഹസ്മരണയിൽ മൂടി
കാത്തു നിന്നൂ ഭൂമി

ദൂരെ വിഷുവൽപ്പക്ഷി മുഴക്കീ
വേദന വഴിയും ഗാനം.

വീടില്ലാത്തൊരു കൂടില്ലാത്തൊരു
കൂട്ടില്ലാത്തൊരു പക്ഷി

വയലുനനയ്ക്കാനുറവു തുറക്കും
പൂമലമാലകളേ

പാരിനെയൊന്നായ്ത്തഴുകിപ്പോറ്റു-
മപാരത തൻ ദേവതമാരേ,

ഇടിമിന്നൽപ്പൊൻവളയണിവോരേ,
വിരുന്നൊരുക്കാൻ വീട്ടിൽ വാ

നീലവാനിൻ കടവിലടുക്കുക
മണിമഴവില്ലൊളി മുകിലുകളേ.

2

വിരിയുകതങ്കച്ചമ്പകമലരൊളി
മേടപ്പുലരികളേ-

നവവർഷത്തിൻ മുല്ലപ്പൂങ്കുല
പന്തൽത്തളികയിൽത്തൂക്കീ,

കണിവെള്ളരിതൻ സുരഭിസ്വർണ്ണ-
ക്കൂടകൾ പൊന്തും കലവറയിൽ

കർഷകജീവിതസംസ്കാരത്തിൻ
വിത്തും കൈക്കോട്ടും

ചുമന്നു ദൂരാലദ്വൈതത്തിൻ
വിളവുകൾ കൊയ്തേറ്റാൻ

വരുവിൻ പൈതൃകനിക്ഷേപങ്ങൾ
കൈനേട്ടം വരുവാൻ

വരുവിൻ പൊൻവിഷുസന്ദേശങ്ങൾ
മാമല നാട്ടിൽപ്പകരാൻ,

വിരിയുക തങ്കച്ചമ്പകമലരൊളി
മേടപ്പുലരികളേ-

വാനം നോക്കിമയങ്ങും പുളിനം
കിനാവുറങ്ങും നളിനം

കൈതപ്പൂവിൻ കവിളു മുകർന്നൂ
പുതുമണ്ണിൻ മൃദുഗന്ധം

കാർമുകിൽ നീങ്ങും മലയിൽത്തങ്ക-
ത്തേരുരുളൊളി ചിന്നി

കാട്ടുവള്ളിക്കുടിലുകൾ തോറും
പൂത്തിരിവെള്ളരി ചിന്നീ

നവവർഷത്തിൻ കൊന്നപ്പൂങ്കുല
കൈനേട്ടം തമ്പുരാൻ

ഐശ്വര്യത്തിൻ കതിർമാലകളാൽ
വയലും തോപ്പും പൊന്നണിയൻ

വിരിയുക തങ്കച്ചമ്പകമലരൊളി
മേടപ്പുലരികളേ-

നവരത്നച്ചെപ്പുയരും മലയിൽ
ഉദയത്തിൻ മലയിൽ

ദേവകന്യകൾ നീരാടും തുടു
പവിഴപ്പടവുകളിൽ—

കോടിയലക്കിയ പാവുകൾ ചുറ്റി-
സഹ്യനിരിക്കുന്നൂ.

ഏഴുമലതൻ കോട്ടയ്ക്കുള്ളിൽ

പൊന്നരയാലുണ്ടേ

പൊന്നുവിളയും പാറക്കെട്ടിൽ-
പ്പൊന്നമ്പലമേട്ടിൽ

പ്രഭാത താരക കഴകത്തിനുപോം
പൊന്നമ്പലമേട്ടിൽ

താനേ പൊങ്ങും പൊരുളൊളിതങ്ങും
ജ്യോതിർബിംബത്തിൽ,

ആയിരം കൈത്താമര വിരിയും
ജ്യോതിർബിംബത്തിൽ,

ഈരേഴുലകം വായിൽക്കാട്ടും
നീലമനസ്സുണ്ടേ,

അദ്വൈതത്തിന്നക്ഷയഖനിയാം
മലനാടുയരുന്നൂ

കഥകളിമുദ്രത്താരു നിരത്തിയ
പൂന്തോപ്പുണരുന്നൂ

മലമുടിജടയിൽ നിവരും വർഷാ-
നാഗഫണത്തിന്നൊളിമിന്നീ,

പൂരംകണ്ടു തിരിച്ചൂ, സന്ധ്യ,
വിചിത്രവർണ്ണപ്പറവകളും

വാളും പരിചയുമായിപ്പുത്തിടി-
യങ്കത്തട്ടിൽച്ചാടീ

മേലേവീട്ടിലിരുന്നൊരു കന്യക
പിച്ചകമാല തൊടുത്തൂ

മലയജമുരസിപ്പരിമളമിളകും
കാട്ടിൽ വിഷുവേല

പൊന്നും പൂക്കുല നിറപറവെയ്ക്കും
നാട്ടിൽ വിഷുവേല

മേടപ്പുലരി കൊളുത്തും തങ്ക-
വിളക്കിൻ വിഷുവേല

പൗർണ്ണമി വെയ്ക്കും വെള്ളിവിളക്കിൻ
മംഗള വിഷുവേല

പട്ടംകെട്ടിയ മലകൾ നിരക്കും
ദിക്കിൻ വിഷുവേല

തങ്കപ്പൂമണി മലയാളത്തിൻ
കാവിൽ വിഷുവേല

മലതൻ മടിയിൽമുത്തു നിറയ്ക്കാൻ
നീലവാനിന്നഴകേ വാ

പൂന്തേൻകുടമണിമാമ്പൂങ്കുളിർമണ-
മേറ്റും കാറ്റേ വീട്ടിൽ വാ. ■

– 1970

കളിയച്ഛൻ

(കൊട്ടാനും പാടാനും ആടാനും മാത്രമല്ല, ചൊട്ടിക്കരിയരയ്ക്കാനും വിയർപ്പുവിഴുപ്പുണക്കാനും ചുമടു ചുമക്കാനും തനിക്കു താൻ മാത്രം തുണപോരുന്ന കളിവട്ടമൊന്നുണ്ട്; പഴഞ്ചനിൽപ്പഴഞ്ചനെങ്കിലും പുത്തനിൽപ്പുത്തനായി എന്നെന്നും വിളികൊള്ളുന്ന ആ കഥകളി യോഗത്തിന് മാലോകർ വിളിച്ച മറ്റൊരു കുറ്റപ്പേരുകൂടിയുണ്ട്, ജീവിതം. നവരസപരമ്പരകളിടവിടാതെ കരയോരത്തെത്തൊട്ടു തലോടുന്ന ജീവിതം! - അനാദ്യന്തവും അത്യദ്ഭുതകരവും ആയ പ്രപഞ്ചജീവിതം!)

മൗനശില്പം കളിക്കോപ്പു പുതുക്കുകെ-
ന്നാനന്ദഹേമന്തസന്ധ്യകൾ ചൊൽകിലും

വിണ്ടലമേറിയ താരകൾ - 'നിൻ കളി
വീണ്ടുമരങ്ങേറുകെ'ന്നറിയിക്കിലും

'പൊന്നിൻ മലരുതരികെ'ന്നുഷസ്സുകൾ
തെന്നൽക്കുറിപ്പുകൾ വീണ്ടുമയയ്ക്കിലും

'സോത്സാഹമാരായുകെ'ന്നു നിരന്തര-
പ്രോത്സാഹനമലയാഴിയേകീടിലും

'ആശാമനോജ്ഞകവനമതിക്കൊടും-
ക്ലേശനിരാശ'യെന്നാറു പാടീടിലും

ഒക്കില്ലൊരിക്കലും മേലിലിനിക്കിനി-
യിക്കളിവട്ടത്തിലൊത്തുകളിക്കുവാൻ.

സ്മേരമനോഹരവേഷങ്ങൾ കച്ചുപോയ്
ഘോരഗുരുശാപകാമിലബാധയാൽ.

താവിത്തുളുമ്പും സഭാകമ്പമേല്ക്കയാൽ
മെയ് വിയർക്കുന്നൂ; തുട വിറയ്ക്കുന്നു മേ!

സുന്ദരോഷസ്സു മലരിനെയെന്നപോ-
ലിന്നു മധുരമയവിറക്കുന്നു ഞാൻ

ദേശികവര്യൻ തിരുമിഴിക്കോണിനാൽ
ദേഹമുഴിഞ്ഞ സുരഭിലവാസരം

ആശാന്റെ തൃക്കരപ്പൊൻമുടി ചൂടിയ-
ന്നാദ്യം കളിയരങ്ങേറിയ വാസരം!

ഫുല്ലനേത്രത്താൽത്തഴുകിയന്നൊന്നിച്ചു
ചെല്ലമായ്ച്ചെല്ലും ചെറുക്കനെ ശ്രീഗുരു

ഒക്കില്ലൊരിക്കലും മേലിലിനിക്കിനി-
യിക്കളിയച്ഛനോടൊത്തു കളിക്കുവാൻ.

'ദുർമ്മുഖം കാണേണ്ടെനി'ക്കോതി ദേശികൻ
ദുർമ്മൃതിഘോരഗ്രഹണമാം ശാപമായ്!

ക്രൂരമിടിത്തിയിൽ വെന്തുപോയ്ക്കേശ-
ഭാരകിരീടമണിയേണ്ട മസ്തകം!

പോവാതെയായന്നുതൊട്ടു ഞാൻ, പൊന്നണി-
ക്കോവിലി,ലുത്സവപ്പന്തൽക്കളികളിൽ.

വ്യഗ്രനാമെന്നെത്തുടർന്നെത്തി പന്തലി-
ലുഗ്രഗുരുത്വപ്പിഴതൻ കരിനിഴൽ!

ചൂടുറ്റ വീർപ്പോടുമേകാന്തവിശ്രമം
തേടി വലഞ്ഞിരുൾമൂടുമീയന്തിയിൽ

മാടിവിളിക്കുന്നു പൊൻതാഴികക്കുടം
ചൂടിയ കോവിലിൻഗോപുരവീഥികൾ!

ലോലമയവിറക്കുന്നു കരൾത്തട-
മാലും കുളവുമരയാൽത്തറകളും!

സ്മേരം ഗുരുവിൻമുഖം കറുത്തീടവേ
ഘോരതമസ്സിലേക്കൊട്ടൊട്ടു നീങ്ങി ഞാൻ

ഇന്നൊരു വേഷവും കിട്ടാതുഴന്നുപോ-
യൊന്നാംകിടക്കാരനാകാൻ മുതിർന്നവൻ!

ഉച്ചണ്ഡഗർവ്വമൊരുങ്ങീല, വൻകളി-
യച്ഛന്റെയിച്ഛയ്ക്കു വേഷമെടുക്കുവാൻ.

പൂർണാധികാരമുണ്ടാവണ,മന്നന്നു
തോന്നിയ വേഷങ്ങൾ കെട്ടിനടക്കുവാൻ.

ആദ്യവസാനത്തിനെന്നെ ക്ഷണിക്കാത്തൊ-
രാശാനിലാശങ്ക വാരിയെറിഞ്ഞു ഞാൻ!

ഇച്ഛകൾക്കൊക്കെക്കെടിഞ്ഞാണിടും കളി-
യച്ഛന്റെ നേർക്കു തെറിവാക്കു തുപ്പി ഞാൻ.

തോപ്പിൽക്കിളർത്തൂ കളിയച്ഛനോടു ഞാൻ
മാപ്പിരക്കില്ലെന്ന ഭീകരമുൾച്ചെടി.

വേഷത്തിനാരും ക്ഷണിക്കാതെയായ് വന്ന
നേരത്തു കോപ്പുകളേറ്റിത്തുടങ്ങവേ

പോംവഴിയില്ലിനി വേഗം പെരുംകളി-
യോഗത്തിൽനിന്നുമൊഴിയുകയെന്നിയേ!

കാളിമപൂശുന്നു വന്ന മൂവന്തികൾ
കേളികൊട്ടുമ്പോൾ നടുങ്ങുന്നു മാനസം!

കോലം ചുളുങ്ങീ,യിലയില്ലപോലഗ്ര-
ശാലയ്ക്കകത്തെക്കഥകളിപ്പന്തിയിൽ!

കൂട്ടരോടൊത്തു ചിരിക്കാൻ കളിക്കുള്ള
ചൊട്ടിക്കരയ്ക്കാനൊരിക്കലും വയ്യ മേ!

പിച്ച വെറും പിച്ച, സാക്ഷാൽപ്പെരും കളി-
യച്ഛനുമായിട്ടിടഞ്ഞ കാലങ്ങളിൽ.

പിച്ചനെപ്പോലെയായ്പ്പോയി ഞാ,നെൻ പെട്ടി
വെച്ചു കളിയീ ഞൊടിയിൽ നടക്കണം!

തോറ്റു തുലഞ്ഞു ഹാ, വയ്യെനിക്കിപ്പടു-
കൂറ്റൻ കഥകളിപ്പെട്ടികളേറ്റുവാൻ!

പോരുമിപ്പാഴ്ക്കളി, വീട്ടിലേക്കൊന്നിനി-
പോയിവരുവാൻ മുതിരുന്നു മാനസം.

മൂടി മാറാലയിൽച്ചാടീ കയങ്ങളിൽ
വീടിനെത്തേടിയൊരോർമ്മകൾകൂടിയും!

ഭാഗത്തിലോഹരി കിട്ടിയ വീടന്നു
തീരുവിറ്റിക്കളിവട്ടത്തിലെത്തവേ,

ഒട്ടു രസിക്കുവാൻ ഭീരുവിൻ വേഷങ്ങൾ
കെട്ടി ക്രമാലൊരു ഭീരുവായ് വന്നു ഞാൻ!

ചുമ്മാ പലപല വേഷങ്ങൾ കെട്ടിയി-
ന്നാത്മസ്വരൂപത്തെയോരാതെയായി ഞാൻ.

ബോധമില്ലാതേ കിടക്കുമവസ്ഥയ്ക്കു
മീതെയായ് ഘോരവിപത്തെന്തു ഭൂമിയിൽ?

വേദനാപൂർണമാണിക്കഥ, രാവണ-
വേഷവും ഞാനുമൊന്നായിച്ചമഞ്ഞുപോയ്!

ആര്യപരമ്പരാദർശം തകർന്നുപോയ്,
കാര്യം മറന്ന വെറും കളിക്കാരനായ്

നിസ്ത്രപമിക്കളിക്കോപ്പു ചുമന്നുകൊ-
ണ്ടെത്ര പടികൾ കയറിയിറങ്ങി ഞാൻ!

മുറ്റുമിദ്ദുർല്ലഭജീവിതമങ്ങിങ്ങു
ചുറ്റിയലഞ്ഞു വലഞ്ഞു കഴിഞ്ഞുപോയ്!

മഞ്ഞിൽക്കുളിച്ചു കുളിരാന്നൊരാതിര-
ത്തെന്നൽക്കുറുനിരയൊന്നു മുകരണം

മുന്തിരിച്ചാറു പിഴിയുന്ന മൂവന്തി-
യൊന്നായ്ച്ചിരട്ടയിലിത്തിരി മോന്തണം.

രാകാശശാങ്കമുഖിയാം രജനിതൻ
വാർകൂന്തലിൽ മുല്ലമാല ചൂടിക്കണം.

വായ്ക്കും രസത്തിൻകസാലയിൽ വീണുടൻ
വാനത്തു മോഹപ്പുകക്കോട്ട കെട്ടണം!

മേലാ, ഗുരുപദം പിൻപറ്റിയിക്കലാ-
ലോലമാം ജീവിതകാലം തുലയ്ക്കുവാൻ!

ധാടിയും മോടിയുമാർന്ന ഞാനെങ്ങനെ
താടി നരച്ച ദുർവാശിക്കു കീഴ്പ്പെടും?

മെച്ചംഗ്രഴച്ചവ,നാരു ഞാനിക്കളി-
യച്ഛന്റെ മുമ്പിലോച്ഛാനിച്ചു നിൽക്കുവാൻ?

മേളത്തിലങ്ങനെ ഭാവനാഹുങ്കൃതി
കാളസർപ്പംപോലിഴഞ്ഞു നടക്കവേ,

തോഴനാം കൊച്ചുമിടുക്കന്റെയുർവ്വശീ-
വേഷമിരുട്ടത്തു കണ്ടു മിരണ്ടനാൾ,

കോലവും കെട്ടു, കൈവിട്ടുപോയ്ക്കൂട്ടരും
'കാലവിചാര'ത്തിലുൾപ്പെട്ട ധൂർത്തനെ!

കച്ചു കളിപ്പന്തൽ, കൂടിക്കലർത്തി ഞാൻ
പച്ചയിലിച്ഛയാ കത്തിയും താടിയും!

ആരാലരങ്ങു മുഷിപ്പിച്ചു കഷ്ടമി-
ങ്ങാരുമെടുക്കാത്ത വേഷമെടുത്തു ഞാൻ!

വല്ലനേരത്തും പതിഞ്ഞ പദം നിന്നു-
ചൊല്ലിയാടുമ്പോളുറക്കം വരുന്നു മേ,

മേളക്കൊഴുപ്പിലിണങ്ങീല മുദ്രകൾ
താളംപിഴച്ചു തരിച്ചു ചവിട്ടടി,

ലോലമാം കൈവള രോഷാലിടഞ്ഞുപോയ്,
കാലിലെപ്പൊന്മണിച്ചാർത്തു ചെറുത്തുപോയ്,

വാങ്ങിക്കളിക്കെക്കിടയ്ക്കും പുറത്തുടൻ
ചേങ്ങലക്കോലിന്റെ വീക്കുകളെങ്കിലും,

മെച്ചം മുറുക്കും പുറപ്പാടുവേളയിൽ
മെയ്യുമിക്കയ്യും മയങ്ങുന്നു മൂർച്ഛയിൽ!

വട്ടംതിരിയുന്നു പന്തൽ, അടരുന്നു
ചൊട്ടി, കിരീടം ചെരിയുന്നു മേൽക്കുമേൽ;

കോപ്പില്ല വേഷത്തിനാർപ്പുവിളിയാകെ
മാറ്റൊലിക്കൊണ്ടു, മുരണ്ടു കല്ലേറുകൾ!

പൊട്ടിത്തെറിച്ചൂ പ്രതിഷേധാഭാഷിതം
"കെട്ടേണ്ട വേഷം മുഖശ്രീ തൊടാത്തവൻ!"

ചൂളുന്നു ലജ്ജയാലെൻമുഖം കാൺകവേ,
പാളിക്കളിക്കും കളിവിളക്കിൻ തിരി.

തക്കത്തിൽനിന്നൊന്നലറവേ, തങ്ങളിൽ
നോക്കിച്ചിരിപ്പൂ മറ പിടിക്കുന്നവർ

പൊട്ടിത്തഴച്ചു പ്രതിഷേധഗീരുകൾ
"കെട്ടേണ്ട വേഷമീച്ചൊട്ടിയടരുവോൻ!"

നാലുഭാഗത്തുമലച്ചുപൊങ്ങീ; "തിര-
ശ്ശീല തൊടേണ്ടാ, കിരീടം ചെരിഞ്ഞവൻ."

ശ്യാമളവാനിൻ തിരുമിഴി ചോന്നുപോയ്
താമസമില്ലിനി നേരം പുലരുവാൻ.

മെല്ലെത്തിരിക്കുകയായിതാ നക്ഷത്ര-
മുല്ലമലരുകൾ ചൂടിയ യാമിനി

വ്യോമരജതദീപത്തിലണഞ്ഞുപോയ്
ഹേമന്തരാത്രിതൻ ശീതളമുത്സവം.

ഇന്നിപ്പുരാതനക്ഷേത്രനടയിലെ-
യുത്സവകാലക്കളിയവസാനമായ്!

രാകാശശാങ്കൻ തിരിച്ചുപോയേകാന്ത,-
മൂകശോകത്തിൻ ധനാശിയടുത്തുപോയ്.

ഭോഷൻ ശ്രമിച്ചുനോക്കുന്നൂ പുതിയൊരു
വേഷവുമായിട്ടരങ്ങത്തു കേറുവാൻ.

പൊട്ടിത്തെറിച്ചു പ്രതിഷേധഗർജ്ജിതം;
"കെട്ടേണ്ട വേഷം ഗുരുശാപമേറ്റവൻ!"

ചെത്തവും ചൂരുമടങ്ങീ, പടുതിരി
കത്തിക്കരിഞ്ഞു കളിവിളക്കിൻ മുഖം.

അന്ധകാരത്തിൽക്കളികഴിഞ്ഞാടുന്ന
പന്തലുപോലെ കുഴയുന്നു വിണ്ടലം.

പാട്ടുകഴിഞ്ഞൊരു ഗായകൻ വെച്ചതാം
ചേങ്ങലംപോലെ മയങ്ങുന്നു ഭൂതലം.

തോടും പുഴയുമുറക്കമായ് മുറ്റത്തു
വാടിത്തളർന്നു കിടക്കുന്നു താരകൾ,

നീങ്ങുന്നു ദൂരെ കഥകളിപ്പെട്ടികൾ,
നീലാഭ്രമേചകമേഘങ്ങൾപോലവേ,

കൂട്ടുകാരൈക്യം മുറുക്കിപ്പിരികയായ്,
നോട്ടമില്ലാർക്കുമെൻ നേർക്കെന്നു നിർണയം.

നാണിച്ചു തൻമുഖം താഴ്ത്തുന്നു കണ്ടവ-
രോണപ്പുടവ തടവിയ കൂട്ടുകാർ.

വേവിച്ചു തീവ്രാനുതാപ,മരങ്ങത്തു
വേണ്ടവിധമൊന്നു ചൊല്ലിയാടീല ഞാൻ.

ചിത്തതമോഗർവദുർഗം തകർന്നിരു-
മുത്തുമണികളടർന്നു തെറിക്കവേ।

അവ്യക്തമാരോ മധുരമനോഹര-
ദിവ്യസ്വരത്തിൽക്കുഴലൂതി നിൽക്കയായ്:

"തോടിന്നലയാഴിയായ കലവറ
തോടയം തേടുമരങ്ങിന്നണിയറ,

'സമ്പൂർണതതന്നണിയറപാഴ്പ്രതി-
ബിംബമരങ്ങെ'ന്ന സത്യം മറന്നു നീ,

ഒന്നാമതായിട്ടണിയറയ്ക്കുള്ളിൽ നീ
ചെന്നുടൻ പറ്റിയ തെറ്റു തിരുത്തുകിൽ,

വിട്ടുപോകേണ്ട നീ യോഗം, കരയേണ്ട-
മാറ്റിത്തമെല്ലാമെരി ചാമ്പലാം സ്വയം.

നില്ക്കൊല്ല ചിന്തിച്ചരങ്ങത്തു നിന്നെത്തി-
നോക്കുകണിയറവാതില്ക്കലേക്കു നീ.

പൊങ്ങും പരിവേഷവായ്പിൽത്തിളങ്ങുന്നു
മങ്ങിയെരിയും നിലവിളക്കിൻ തിരി.

ലോലപീതാംബരച്ചാർത്തുകൾക്കപ്പുറം
പീലിമുടി വനമാലകൾക്കപ്പുറം

പ്രീതിപ്പൊലിമതൻ പൊൻതിടമ്പാം മഹാ-
ജ്യോതിസ്സ്വരൂപനെക്കാണുന്നതില്ലയോ?

ആർതൻ കരുണയാൽ ആദ്യമായ് നീ ചോടു-
വെച്ചതി ഭൂമിയി,ലക്ഷ്യപാവാരാധി,

തെറ്റുകളെന്തും പൊറുത്തിങ്ങരംഗത്തു
തോറ്റവർക്കുറ്റ കളിയച്ഛനല്ലയോ?

മോഹാന്ധകാരം തിരുത്തുമീ സൽഗുരു
ദ്രോഹിക്കഭയമരുളുമീ പ്രേമവാൻ

ഭഗ്നസർവ്വസ്വനാം നിന്നിലൊരു മണി-
ക്കണ്ണുനീർ തൂകമാ നീലകാളാംബുദം.

വൈകേണ്ടൊരുങ്ങിയിരിപ്പൂ, നിറുകയിൽ-
ക്കൈവെച്ചനുഗ്രഹവൃഷ്ടി ചൊരിയുവാൻ.

ദുഷ്ടമാം ദുർഗർവരൂക്ഷക്കരിമ്പാറ
പൊട്ടിക്കരഞ്ഞു ശരണംവിളിക്കവേ,

അന്ധകാരാദ്രി തകർക്കും ഹിമാംശുവായ്-
പ്പുഞ്ചിരിക്കൊണ്ടടുത്തെത്തുമപ്രേമവാൻ

ആർത്തിഹരൻതൻ പദമുഴിഞ്ഞാലുമി-
ക്കീർത്തിക്കു നീ കുമ്പിൾകുത്തിയ കൈകളാൽ.

പട്ടുപോലുള്ളാപ്പവിത്രപദങ്ങളിൽ
മുട്ടിക്ക പൊന്മുടി വീണ ശിരസ്സിനെ.

ശിഷ്ടഗുരുവിൻ വിരലിൻതലപ്പൊന്നു
തൊട്ടാലകലും തിമിരമശേഷവും,

കഷ്ടമിങ്ങെന്തിനു ശങ്കിപ്പു? കാരുണ്യ-
ഭിക്ഷ തരുവാനുഴറുന്നു സൽഗുരു.

ഊരി വലിച്ചെറിഞ്ഞേക്കുക, ഭോഷ, നി-
ന്നാത്മസമർപ്പണവിഘ്നമിക്കഞ്ചുകം.

ഭാസുരഭാവിക്കു രാഹുവാണീ ഭക്തി-
ഭാവം തളിക്കാത്തൊരുന്മത്തഗൗരവം.

ദേശികശാപത്തിൽ നട്ട കുളിപ്പന്ത-
ലോരോന്നുമോരോ നരകദർഗങ്ങളാം.

വിശ്വവിജയപ്പടി തുറക്കാ ദൃഢം
ദേശികൻ കണ്ണുമിഴിക്കുംവരേയ്ക്കുമേ.

സുന്ദരസ്മേരം ഗുരുവരനേൽക്കുകി-
ലന്നു വിടരുമീ ബ്രഹ്മാണ്ഡമണ്ഡലം.

ബുദ്ധിഭ്രമമാം തമസ്സൊഴിയും കളി-
യച്ഛന്നു വന്ന മുഷിച്ചലൊഴിയുകിൽ.

മെച്ചം ലഭിച്ചു നിനക്കിപ്പെരുംകളി-
യച്ഛന്റെയിച്ഛയ്ക്കു കീഴ്പെട്ടിരിക്കുകിൽ

കാണായ തോൽവിയെന്തെന്നോ, ഗുരുവിന്റെ
കാലുപിടിക്കാതരങ്ങത്തു പോയി നീ.

സർവാപരാധം പൊറുക്കേണമെന്നൊരു
സാഷ്ടാംഗവീഴ്ച-വിജയിയായ്പ്പൊങ്ങി നീ.

ബ്രഹ്മസ്വരൂപൻ ഗുരു കനിഞ്ഞീടുകിൽ
ബ്രഹ്മാണ്ഡമൊക്കെയും നിൻ കളിപ്പന്തൽതാൻ.

കെട്ടുന്ന വേഷത്തിനേതിനുമെന്നാണു
ലക്ഷ്യം-ഗുരുവരാനുഗ്രഹ,പ്രീണനം.

കൈ മെയ് മറന്നു നീ വീഴുക, ചൂടുക
കോമളപാദകമലദളങ്ങളെ.

മന്ദപവനൻ തഴുകവേ, കൂരിരുൾ-
ഗ്രന്ഥി ഭേദിച്ചു വിരിയുന്നു കോരകം.

ദേവൻ ദിനേശൻ തൊടുമ്പോൾ തമിസ്രമാം
രാവു വെളിച്ചം വിതറും പ്രഭാതമാം!" ■

സൗന്ദര്യപൂജ

കുളിച്ചു പൂപ്പൊലിപ്പാട്ടിൽ
വിളിച്ചു മലനാടിനെ,
ഒളിച്ചു പൂക്കളം തീർത്തു
കളിച്ച പുലർവേളകൾ.

പറന്നുപോയ്പ്പഞ്ചവർണ്ണ-
ക്കിളിക്കൂട്ടങ്ങൾപോലവേ
കുന്നിൻചെരുവിലോണപ്പൂ-
ക്കുമ്പിളേന്തിയ സന്ധ്യകൾ.

കാവിമണ്ണിഴുകും കൊമ്പു
കുലുക്കിത്താടയാട്ടിയും
കുതിച്ചുപാഞ്ഞൂ ചിങ്ങപ്പൂ-
ത്തേരിൽപ്പൂട്ടിയ കാളകൾ.

കണ്ണീരണിഞ്ഞു കുഗ്രാമ-
ലക്ഷ്മി നോക്കിയിരിക്കവേ
കേവഞ്ചികേറിപ്പോയോണ-
വെണ്ണിലാവണിരാവുകൾ.

യാത്ര ചോദിച്ചു പോകാനായ്
മണിമുറ്റത്തു നിൽക്കയാം
പെരുമാളുടെ പൊന്നോണ-
വില്ലു ചൂടിയ തുമ്പകൾ.

താരുണ്യം കൂമ്പിടും മാറു
തുളുമ്പി,ക്കറ്റവാർകുഴൽ
അഴിഞ്ഞു പൂങ്കവിൾത്തട്ടി-
ലഴകിന്നിതൾ ചിന്നിയും

അഞ്ജനക്കൺകോണിൽനിന്നു
നീലരത്നാഭ തൂകിയും

നിശ്വാസവായുവിൽശ്ശുദ്ധി-
സൗരഭങ്ങൾ പരത്തിയും

പൂനിലാവിൽ മുങ്ങി നീരു-
മാമ്പലപ്പൂവുപോലവേ
മലഞ്ചെരുവിലാപ്പുള്ളി-
മാൻകിടാവെന്നപോലവേ

കസ്തൂരിക്കുറി പൂശുന്ന
വരമ്പിൻ വക്കിലൊക്കയും
കാൽവെപ്പിനാൽ പൂ നിരത്തി
രമ്യശാരദകന്യക.

സത്വവെണ്മയെഴും കന്നി-
വാനിൽച്ചുറ്റിപ്പറക്കവേ
പൂമണിച്ചിറകിൻ കാറ്റി-
ലാടീ സ്വർഗീയസൗഭഗം!

നിശതൻ ഖണ്ഡകാവ്യങ്ങൾ
തിരുത്തും സൂര്യരശ്മികൾ
നിർമ്മിച്ചു തൂവലിൻ തുമ്പാൽ
ഭാവനാമണിപത്തനം!

സത്യപ്രകൃതിദീപത്തിൽ-
കത്തും പൊൻതിരിപോലവേ,
അരിവാളേന്തി നിൽക്കുന്നൂ
കന്നി-കർഷകകന്യക.

കുളുർക്കെയവൾ നോക്കുമ്പോൾ
പൂത്തു വിൺപിച്ചകച്ചെടി
അവൾ നീരാടവേ നീല-
ദർപ്പണം പാഴ്ച്ചളിക്കുളം!

അവൾതൻ പാദപത്മങ്ങൾ
പതിയും മുറ്റമൊക്കെയും
തുളസിത്തൊത്തിനോടൊത്തു
ചൂടീ പുന്നെൽക്കതിർക്കുല.

അവൾതൻ വശമായ്ക്കുന്നി-
ന്നുത്സംഗംതൊട്ടു ദൂരവേ
കാശങ്ങൾ കാത്തുനിൽക്കുന്നൊ-
രാറ്റിൻതീരം വരേയ്ക്കുമേ.

നീലവാനിൻ മുമ്പിൽ നിന്നു
നൃത്തമാടിയിതേവരെ;
കാൽ കഴച്ചോരു പൂമങ്ക-
മയങ്ങും രത്നമണ്ഡപം!

ദൂരെനിന്നു വരൻ വന്ന
പെൺകിടാവു കണക്കിനെ,
അഴകിൻ മാറ്റിരട്ടിച്ചു
നിന്നു പേരാറ്റുവീഥികൾ.

മംഗലംകുന്നിലെക്കാവിൽ-
ക്കുളിച്ചു തൊഴുതാർദ്രരായ്,
മഞ്ഞപ്രസാദവും തൊട്ടു
കന്നിപ്പൂ പുലർവേളകൾ.

തൂവെളിച്ചം മെഴുകിയൊ-
രംബരാങ്കണവീഥിയിൽ,
കതിർക്കറ്റ ചുമന്നെത്തീ
കിതയ്ക്കും മുഗ്ദ്ധസന്ധ്യകൾ!

അർക്കന്റെ കാൽക്കൽത്തല വെ-
ച്ചുറന്ന മിഴിനീരൊലി
ഒതുക്കി നോക്കുന്നു, കുളി
കഴിഞ്ഞ വിളഭൂമികൾ!

ചളിപ്പാടത്തു താരങ്ങൾ
പിടിതാളു പെറുക്കവേ,
അലക്കിത്തേച്ച കുപ്പായ-
മിട്ടുലാത്തുന്നു വെണ്മുകിൽ.

പാറക്കെട്ടിന്നടിത്തട്ടിൽ-
പ്പൊട്ടും നീർച്ചോലപോലെയും,
പ്രാരബ്ധത്തിൻ ചേറ്റിൽനിന്നു
വിരിയും കലപോലെയും

വിദേശത്തിൽപ്പെറ്റനാടിൻ
പാവനസ്മൃതിപോലെയും
ഏകാന്തയാത്രയിൽപ്പൊന്തും
തത്ത്വചിന്തകണക്കെയും

കണ്ണീർ ചിതറുമാ ഭഗ്ന-
പ്രേമസ്മരണപോലെയും
ആമ്പൽപ്പൂവിൽപ്പാദമൂന്നി
നിന്നു, കന്നിനിലാവൊളി!

പൂനിലാവൊളിയാം കാട്ടു-
പൂഞ്ചോലച്ചാർത്തിനപ്പുറം
തിങ്ങിനിൽക്കും മഹാരണ്യ-
ഗോപുരങ്ങൾക്കുമപ്പുറം

പൊൻതാഴികക്കുടം ചൂടി
നിൽക്കുന്നൂ ദേവ പൂജതൻ,
വാദ്യഘോഷം മുഴങ്ങുന്ന
വെളിച്ചത്തിന്റെയമ്പലം!

കേഴുന്നു മോചനം കാത്തു
തോടിന്നുള്ളിലിളംകിളി
തിമിരം കീറുവാനെന്തു
വഴിയെന്നോർത്തു കോരകം

കൂരിരുട്ടിൻ തോടു കൊത്തി-
യുടയ്ക്കാനനുകമ്പയാൽ,
വിണ്മരത്തിൽപ്പറന്നേറി
മെല്ലെക്കാല്യവിഹംഗമം!

രാക്കരിക്കിൻ കണ്ണു കുത്തി-
ത്തള്ളും വെള്ളം തെറിക്കവേ
ചിരിച്ചുകൊണ്ടൊന്നു കണ്ണു
ചിമ്മിപ്പോയ് പുലർതാരക!

വിണ്ടലപ്പൂക്കളുതിരും
ശാന്തകാനനവീഥിയിൽ,
കൊടികേറി മുടങ്ങാറത്തൊ,-
രുഷഃക്ഷേത്രമഹോത്സവം

തിമിരം തിന്ന നേത്രങ്ങൾ-
ക്കാലോകമരുളുന്നതാം
പൊന്നമ്പലത്തിൽ വാഴുന്നൂ
കലകൾക്കധിനാഥയാൾ!

തമോവിഷം തീണ്ടി വാടും
ജീവന്നമൃതമൂട്ടുവോൾ
തൃക്കൈവിരലിനാൽത്തൊട്ട-
തൊക്കെയും തങ്കമാക്കുവോൾ.

തുരുമ്പു കേറിയോരന്ത,-
രാത്മാവിൻ മണിവീണയിൽ
പ്രപഞ്ചം തേൻകുഴമ്പാക്കും
നാദബിന്ദു തുളിക്കുവോൾ.

അവിദ്യയാം മഹാമോഹ-
മൃത്യുബാധയൊഴിക്കുവോൾ,
പുൽക്കൂമ്പുകൾക്കനുദിന,-
മുടമ്പാടകൾ നൽകുവോൾ.

മണൽത്തരിക്കും ബ്രഹ്മാണ്ഡ-
മണ്ഡലത്തിനുമൊന്നുപോൽ
വിലയം വിട്ടു ചൈതന്യ-
കല കോരി വിളമ്പുവോൾ.

ചമ്പകാശോകപുന്നാഗ
സൗഗന്ധികസുമങ്ങളാൽ,
സൗരഭം വീശുമാ നീല-
പ്പുരിവാർകുഴൽ ചിക്കുവോൾ.

മൃതസഞ്ജീവനിക്കൊപ്പം
കദംബവിപിനങ്ങളിൽ
സുവർണരശ്മിസഖിക-
ളിടുമൂഞ്ഞാലിലാടുവോൾ.

മൂകമാമൂഴിതൻ നാവി-
ലക്ഷരങ്ങൾ വിതയ്ക്കുവോൾ
കാർവണ്ടുകൾക്കഭിനവ-
പുഷ്പഗ്രന്ഥങ്ങൾ നൽകുവോൾ.

മൂകാസുരൻ രാവു കെട്ടും
ഹൃദയഗ്രന്ഥിയൊക്കെയും;
ഛേദിച്ചു പറവച്ചാർത്തിൻ
ചുണ്ടിൽഗാനമുയർത്തുമ്പോൾ.

സ്വതന്ത്രമാമഭിനവ-
ജീവത്സാഹിത്യസൃഷ്ടിയാൽ
വിശ്വസാഹിത്യപരിഷൽ-
സ്ഥിരാദ്ധ്യക്ഷതയേറ്റവൾ.

അണ്ഡകോടി തൊഴും നാദ-
സാമ്രാജ്യങ്ങൾ ഭരിക്കുമ്പോൾ
കുങ്കുമാർച്ചനയാൽ വാനിൻ
തമഃകാളിമ നീക്കുവോൾ

സ്വയംഭൂവാം മഹാജ്യോതിർ-
ല്ലിംഗപീഠത്തിൽ വാഴുവോൾ
വാനോരൊരുക്കുമത്തങ്ക-
ത്തേർത്തട്ടിലെഴുന്നള്ളുവോൾ.

ആമ്നായശുദ്ധശ്രീവിദ്യാ-
ശംഖനാദം മുഴങ്ങിടും
പൊന്നമ്പലത്തിൽ വാഴുന്നൂ
കലകൾക്കധിനാഥയാൾ!

മാറിനില്ക്കുക രാവിന്റെ
മഹിഷാസുരസൈന്യമേ!
എഴുന്നള്ളുകയായ്, അർക്ക-
ചക്രമുദ്ര ധരിച്ചവൾ!

സൗന്ദര്യലഹരീഗാന-
ലീനമായ് ത്തരുസഞ്ചയം
നമസ്കരിപ്പൂ മിഴിനീർ-
തൂകിക്കൊണ്ടംബികാപദം.

ധ്യാനിച്ചു ചിന്മുദ്ര ചൂടി
ഗിരിശ്രേണികൾ ചുറ്റിലും
പ്രദക്ഷിണംവെച്ചു നാമം-
ചൊല്ലും വൈഭാതമാരുതൻ.

ഭക്തിബാഷ്പത്തിൽ നീരാടി-
ഫലപുഷ്പം ചുമന്നിതാ
ചക്രവാളച്ചുറ്റിനുള്ളിൽ
നിൽപ്പൂ ശാന്തലതാവലി!

കറയറ്റു കരൾക്കൂമ്പു-
തെളിയും ജലദങ്ങൾതൻ
ഫാലങ്ങളിൽത്തിളങ്ങുന്നൂ
ശ്രീലമംഗളകുങ്കുമം!

ദിഗന്തങ്ങളിലാനന്ദ-
മണിനാദം മുഴങ്ങവേ
തൂവെള്ളിപ്പൈവിളക്കേന്തു-
മന്ത്യയാമമണഞ്ഞിതാ.

വിശുദ്ധവേദമന്ത്രങ്ങൾ
തുളുമ്പുമധരത്തൊടും
ശ്രീശാരദാചാരുരൂപം
ചേരും നട തുറക്കയായ്!

ചെമ്പട്ടുടുത്തു ദീപ്താംഗ-
നരുണൻ വന്നു നിൽക്കവേ
ദിങ്മണ്ഡലങ്ങളുച്ചണ്ഡ-
ചണ്ഡികാഹോമകുണ്ഡമായ്.

പട്ടാംബരം പാറുമദ്രി-
മണിപീഠത്തിലൊക്കയും
വൃന്ദാരകാർച്ചിതസുമം
കുന്നുകൂടിക്കിടക്കവേ

അഹർമ്മുഖോത്സവോൽഫുല്ല-
പുണ്ഡരീകദളങ്ങളിൽ
ചിലമ്പിൻ കാന്തിയാൽ സ്വർണ-
പരാഗങ്ങൾ പരത്തിയും

ശുദ്ധവിദ്യാങ്കുരസ്വച്ഛ-
നവരശ്മികൾ വീശിയും
പ്രണവാകാരമാണിക്യ-
മണിവീണയിണക്കിയും

ഇരുണ്ട ഗഗനാന്തത്തെ-
ക്കുങ്കുമാഭയിൽ മുക്കിയും
കല്ലിലും മുള്ളിലും വീണ
സപ്തസ്വരമുണർത്തിയും

ജലബിന്ദുക്കളിൽക്കാവ്യ-
ഭാവനാരശ്മി വീശിയും
സ്മിതം തൂകിത്തിളങ്ങുന്നു
സച്ചിദാനന്ദരൂപിണി.

ഉണർന്നു ജീവകലിക
ജംഗമാജംഗമങ്ങളിൽ
ഏറെപ്പഴഞ്ചനെന്നാലും
പുതുതായ്ത്തീർന്നു പാരിടം!

ദേവിതന്നെഴുന്നള്ളത്തി-
ലിരുണ്ട നരജീവിതം
ആനന്ദത്തിൻ പരിമളം
പൊന്തുന്ന മലർവാടിയായ്

യുവാവായ് വൃദ്ധഗഗന-
മൂഴി കന്യാകുമാരിയായ്!
സമുദ്രം പൊൻചിലമ്പിട്ടു
തുള്ളും കോമളബാലനായ്.

കുടഞ്ഞു തൻ സടാഭാരം
ദൃപ്തഭാസ്കരകേസരി
വിളങ്ങി വാഹനത്തിന്മേൽ
തമോമഹിഷമർദ്ദിനി.

പ്രഫുല്ലമാമിപ്രപഞ്ച-
മഹാപത്മദളങ്ങളിൽ
വിദ്രുമാഭ വിതയ്ക്കുന്നൂ
ശ്രീശങ്കരകുടുംബിനി.

പ്രബുദ്ധവാസരോത്തുംഗ-
ഹംസസിംഹാസനസ്ഥയായ്
മാണിക്യവീണ വായിപ്പൂ
ബ്രഹ്മപുത്രി സരസ്വതി.

ബാഷ്പധാരയിൽ നീരാടി-
പ്പൊങ്ങുമംബാരവത്തൊടും
ചെന്നു ദിക്കുകളാ,ക്കാമ-
ധേനുവിൻ മുലയുണ്ണുവാൻ.

നിരന്നിരിക്കും കടലു-
മൂഴിയും നീലവാനവും
തിമിരംകീറുമാലോക-
ഗ്രന്ഥമേന്തി കരങ്ങളിൽ!

പൂഞ്ചോല വീണവായിക്കും
പുണ്യകാനനവീഥിയിൽ
അലഞ്ഞു വാടിത്തേൻതുള്ളി
തേടും തേനീച്ചപോലവേ

ചിരിക്ക ചിത്തമേ, സത്യ
കുടജാദ്രിതടത്തിൽ നീ
മയൂരനൃത്തമാടുന്ന
സൗപർണീതീരഭൂമിയിൽ.

താഴട്ടെ ദൗഷ്ട്യമേ നിന്റെ
തലയിപ്പുലർവേളയിൽ
സർവജ്ഞപീഠം തഴുകു-
മംബികാചരണങ്ങളിൽ!

വിഹംഗമങ്ങളാനന്ദ-
ജയഗീതം മുഴക്കവേ
മൂളുന്നു മുക്കിൽനിന്നെന്തോ
പൊരുളോരാത്ത മൂങ്ങകൾ.

അങ്ങോട്ടു ചെന്നു വാത്സല്യാ-
ലലിഞ്ഞമ്മ വിളിക്കിലും
മൂടിപ്പുതച്ചുറങ്ങുന്നൂ
ശിലാകഠിനചേതന!

കവിമാതിനെ ഗാനത്താ-
ലുണർത്തും സുപ്രഭാതമേ
വെൽക നീയമൃതേന്തുന്ന
വിദ്യാരംഭമുഹൂർത്തമേ!

വീണയായ് വീണുടൻ ചെന്നു
ഭജിക്ക ജനനീപദം
സേവിക്ക നാവേ നീയമ്മ-
തരുമിക്കുങ്കുമപ്പൊടി.

സേവിച്ചാത്മതമസ്സറ്റോ-
രാമ്പലപ്പൂവുപോലവേ
അലിഞ്ഞുചേരുകാത്മാവേ
നവരാത്രിനിലാവിൽ നീ.

മന്നും വിണ്ണും മുഴുക്കെക്കനകമുതിരുമ-
പ്പട്ടൊളിപ്പന്തലാക്കി-
ച്ചിന്നും നാഗേന്ദ്രരത്നാവലി പദമുഴിയാൻ
വെമ്പുമംബാവനത്തിൽ

മിന്നും കാർവേണി ചിക്കി സ്മിതമധുരമഹാ-
കാവ്യരൂപം പകർത്തി-
പ്പൊന്നൂഞ്ഞാലേറിയാടുന്നൊരു ലളിതകലാ-
കൗതുകം വെൽവുതാക! ■

അശ്രുധാര

(ഇരുപത്തഞ്ചിൽപ്പുറം കൊല്ലങ്ങൾക്കുമുമ്പ്, കുംഭമാസത്തിലെ മഴത്തുള്ളിപോലെ ആ പാവനനാമം എന്റെ കാതിലും വന്നുവീണു. പാതിരാപ്പൂക്കളും തെളിതാരകളുംകൂടി അംഗുലീയാംഗമാടുന്ന തിരുവാതിരക്കാലത്ത്, പട്ടാമ്പി സംസ്കൃതകലാശാലയുടെ പുല്ലണിമുറ്റത്തിരുന്ന് ഉപരികക്ഷ്യാവിദ്യാർത്ഥികൾ ഉമാകേരള പൂങ്കുളത്തിലൂളിയിട്ടു മദിക്കുകയാണ്. സിദ്ധരൂപം ചൊല്ലിപ്പഠിച്ചുകൊണ്ടിരുന്ന എന്റെ ചെവിയിലൊരു ശ്ലോകം- "പരമപുരുഷശയ്യേ" എന്നാദിയായ ഒരു മനോഹരശ്ലോകം തേൻതുളിച്ചു. ആ ഭാഗം വായിച്ചു കേട്ടു കേട്ട് എന്റെ കണ്ണിൽ വെള്ളം പൊടിഞ്ഞു. കരിമ്പനപ്പട്ടകൾക്കിടയിൽക്കൂടി പഞ്ചമിച്ചന്ദ്രക്കല മെല്ലെമെല്ലെ പിടിച്ചിറങ്ങുന്ന മകരരാത്രിയിൽ - ദൂരത്തുള്ള ശിവക്ഷേത്രത്തിലെ കൽവിളക്ക് ചുറ്റും നിൽക്കുന്ന കുറ്റിക്കാടുകൾക്കു പ്രസാദമെറിഞ്ഞുകൊടുക്കുന്ന നേരത്ത് - സാന്ധ്യതാരക കുളിച്ചു തൊഴുതു മുളംകാടുകൾക്കിടയിൽ മറയുന്ന ആ പ്രശാന്തസമയത്ത്, ആദ്യമായി കവിമങ്ക എന്റെ കരളിലും പാലമൃതൂട്ടിത്തന്നു. ഉള്ളൂരിന്റെ മഹിമ പാടുവാൻ ഈ ഞാനാരാണ്? - മറ്റു പലരും പലതും പറഞ്ഞപ്പോൾ താൻ കണ്ട ഗ്രന്ഥകോടികളിൽ ഉത്കൃഷ്ടമായതു മഹാഭാരതമെന്നു ഗദ്ഗദത്തോടെയദ്ദേഹം മാത്രം അന്നുച്ചരിച്ചു: ഹാ! ആ മഹാമനസ്കതയ്ക്ക് അനന്തകോടി നമസ്കാരം - എങ്കിലും കാലലീലാഗതി വിചിത്രമെന്നേ പറയാവൂ.)

ചിക്കെന്നു തട്ടിത്തകർന്നു മുഴുകുന്നി-
തർക്കനോടിക്കും പെരുംകപ്പലാഴിയിൽ,

പങ്കത്തിലാണ്ടു മറയുന്നു കായലിൽ-
ത്തിങ്കൾ തുഴയുന്ന വെള്ളിയോടം ക്ഷണാൽ!

അന്തർഹ്രദത്തിലടിയുന്നു വിണ്ടല-
വഞ്ചിറ നീന്തിക്കടക്കും മഹസ്സുകൾ.

താഴുന്നു വൻകര, തൂരുന്നിതാഴികൾ,
വീഴുന്നു മേദുരപർവ്വതശ്രേണികൾ!

മായികമേതോ ചരടൊന്നിളകവേ
മാറുന്നു രംഗവിധാനമശേഷവും!

പേർത്തും ലഭിച്ചീലനുമതി മർത്ത്യന്നു
കൂത്തുമാടത്തിന്നണിയറ കാണുവാൻ!

വാസന്തവാസരഗാനം നിലയ്ക്കവേ
വാടിക്കൊഴിയവേ ചൈത്രരജനികൾ.

തട്ടിമറിയുന്നു സങ്കല്പഭാജനം
ഞെട്ടിത്തെറിക്കുന്നു രാജസിംഹാസനം.

മായുന്നു മെല്ലെപ്പഴയവ, തൂലിക
മാറിയെടുക്കുന്നു വിശ്വമഹാകവി!

ചൊല്ലീ ദിനപത്രപംക്തി: "മഹാകവി-
യുള്ളൂർ മരിച്ചു" മരവിച്ച മന്മനം.

ദുഃഖാന്തമായിപ്പതിച്ചു പൊടുന്നനെ
ദുസ്സഹനൂതനശോകദഹനനിൽ

ഘോരകദനം വിഴുങ്ങവേ, ശയ്യയ്ക്കു
ചാരത്തിരുന്നൊന്നുപചരിച്ചീടുവാൻ

എണ്ണിട്ടിനങ്ങൾ കഴിച്ച ദേവവ്രത-
പുണ്യപുഞ്ജത്തിന്നു കാവലിരിക്കുവാൻ.

പാവനസ്തോത്രമുരച്ചുകൊണ്ടാചാര്യ-
പാദത്തിൽ വീണു നമസ്കരിച്ചീടുവാൻ,

തോരാത്ത കണ്ണീരൊഴുകുന്ന മന്ദിര-
ദ്വാരത്തിൽനിന്നാസ്സമാധിസ്ഥലംവരെ,

നാരായണാർപ്പിതചിത്തനായ്, ശ്രീരാമ-
നാമം ജപിച്ചൊന്നനുഗമിച്ചീടുവാൻ,

കൈവല്യഗോപുരംപൂകുമാ മേനിയിൽ-
ക്കൈകൊണ്ടൊരു ലഘുഹാരമർപ്പിക്കുവാൻ

ഹന്ത! മദ്ദുർവിധി-സംഗതി വന്നീല
വെന്തു നീറാകുക, നീയനുതാപമേ!

ചട്ടറ്റൊരന്ത്യദിനത്തിലും, ഹാ നന്ദി-
കെട്ടൊരീ മൂകനെത്തൊട്ടു തഴുകുവാൻ,

മുട്ടാതണഞ്ഞിതനുഗ്രഹച്ചങ്ങല-
വട്ടയുമായിഗുരുദേവഭാരതി!

തെറ്റീ, പൊറുക്കുകയങ്ങയ്ക്കു ഞാൻ കാണിക്ക-
യിട്ടില്ല കാരുണ്യപൂർണഭണ്ഡാരമേ!

മൂവന്തിചൂടുമാ മാണിക്യവിഗ്രഹം
മൂടിക്കഴിഞ്ഞുപോയ്ക്കോടിവസ്ത്രത്തിനാൽ!

ചന്ദ്രകളഭസുശീതളവ്യോമമേ!
സുന്ദരസഹ്യഗിരീന്ദ്ര വിഭാതമേ!

ശഷ്പനികേതമേ, നീരദകുഞ്ജമേ!
പുഷ്പിതശ്യാമളനീലവിപിനമേ!

ഭൂതദയാമൃതം സൂക്ഷിച്ച ഭാർഗവ-
മേദിനി പെറ്റ പവിത്രനദികളേ!

വാരിധിവീചിക്കനുദിനം കർപ്പൂര-
പൂരമരുളുന്ന കന്യാകുമാരികേ!

ധന്യേ, ജനയിത്രി, ഭാർഗവമേദിനീ,
കണ്ണുതുടയ്ക്കുവിൻ കണ്ണീരടക്കുവിൻ!

ഉന്മിഷൽക്കാവ്യപ്രകാശം വിതറിയോ-
തജ്ജ്വലരത്നപ്രദീപം പൊലിഞ്ഞുപോയ്

ഏകാന്തവീഥിയിൽത്തോരണം ചാർത്തിയ-
ക്കേകാമുഖരം മയൂരം പറന്നുപോയ്.

സുന്ദരകാവ്യകലാശ്ലിഷ്ടസംസ്കാര-
സന്ദേശശംഖനിനദം നിലച്ചുപോയ്.

യത്നസംലബ്ധമനന്തപുരത്തിലെ
രത്നഖനിഗുഹാദ്വാരമടഞ്ഞുപോയ്.

ഏറും നവനവപ്രജ്ഞയും പാഴ്നര
കേറി വലയ്ക്കാത്തൊരദ്ഭുതയത്നവും

കൂർത്തുമൂർത്തുള്ള ഗവേഷണബുദ്ധിയും
കൂലംകഷമാം പ്രതിഭാപ്രസരവും

സമ്മാന്യമൗദാര്യശീലവും ക്ഷാന്തിയും
ജന്മാന്തരാർജ്ജിതവാസനാശക്തിയും

അർത്ഥിക്കു കല്പകമാകും വചനവു-
മർത്ഥഗഭീരമാം നേത്രചലനവും

ഒക്കെയും ചാമ്പൽ ഞൊടികൊണ്ടു, ചെഞ്ചൊടി
നക്കിമിനുക്കിജ്ജ്വലിക്കും ചിതാഗ്നിയിൽ!

കാലം പിഴച്ചുവോ കോമരമില്ലാത്ത
കാവായിരുണ്ടുവോ കേരളസാഹിതി?

ഭാവനാഭാസുരം ത്വൽകൃതിസഞ്ചയം
ഭാഷയ്ക്കഴിയാത്ത നൽക്കർണഭൂഷണം!

സ്മേരനവരസസംഫുല്ലമാ'മുമാ-
കേരള'കോമളപദ്യമോരോന്നുമേ

ശാന്തിദവിസ്തൃത താവകസാഹിത്യ-
സാമ്രാജ്യകമ്രജയ വൈജയന്തികൾ!

ശാശ്വതഭാരതധർമ്മമുറപ്പിച്ച
ശാന്തിഗിരിയിലെപ്പൊന്നമ്പലങ്ങളേ,

നാമംജപിച്ചു വലംവെച്ചു നിർമ്മല-
പ്രേമവിജയവരപ്രസാദത്തൊടും

ഭാവനാദുർഗമശൈലപടച്ചര-
ഭാവല്ക്കഗംഭീരകാവ്യതരംഗിണി

ദാരിദ്ര്യരോഗമകന്നു വളരുന്ന
കൈരളിക്കക്ഷയതാരകാഹാരമായ്!

പൊന്നൊളി ജീവിതക്ഷേത്രമിരുണ്ടുപോയ്
നിന്നുപോയ് മന്ത്രമണിനിനദങ്ങളും.

തേടിയ സത്യപരംപൊരുൾച്ചേവടി
മൂടിക്കിടപ്പൂ തൽപ്പൂജാമലരുകൾ!

പൂരിച്ച വാദ്യനിനദം നിലയ്ക്കവേ
പൂർണം - കവീന്ദ്രന്റെ ജീവിതാരാധനം!

ഒപ്പമടങ്ങി കളിവിളക്കിൻ തിരി
തല്പദം ചിന്നും മണിക്കിലുക്കങ്ങളും

ചേണെഴുമാട്ടം കഴിഞ്ഞു, യവനിക
വീണു; കിരീടമഴിച്ച മഹാനടൻ

താപത്രയമറ്റു വിശ്രമമേല്ക്കയായ്
ശ്രീപദ്മനാഭപദകമലങ്ങളിൽ!

സ്വച്ഛന്ദമുണ്ണിക്കതിരവൻ പൂ വാരി-
യർച്ചിച്ചണയുന്ന സുപ്രഭാതങ്ങളിൽ

സുസ്മിതരശ്മി പരത്തി പ്രശാന്തനായ്
ഭസ്മരേഖോജ്ജ്വലനിർമ്മലഗാത്രനായ്

ഉന്മിഷൽശ്ശൃംഗാരദാശാന്തനിലയത്തി-
ലുൽക്കടകാവ്യസമാധിനിമഗ്നനായ്

രത്നബിംബംപോലെ ചമ്പ്രംപടിഞ്ഞു, പൂ-
മെത്തയിൽ മേവുമഭിനവവ്യാസനെ,

ദർശിക്കയില്ലിനി നിങ്ങൾ, കവീശ്വര-
ദത്തരാമങ്കണപ്പൈംപിച്ചകങ്ങളേ!

തിങ്ങും പ്രകാശം വിതച്ചഭ്രവീഥിയിൽ-
പ്പൊങ്ങുന്നിതദ്ഭുതഗോളമിടയ്ക്കിടെ

വ്യോമമഹിമയളക്കാൻ മുതിരാതെ
നാമവയ്ക്കൊന്നും നമോവാകമോതുക!

പാരമനുതാപവായ്പൊടും വൻകട-
ഭാരം ചുമന്നു കുനിഞ്ഞ ശിരസ്സോടും

സന്തപ്തദീർഘസ്മരണതൻ ചാമ്പലി-
ലന്ത്യപ്രണാമസുമങ്ങളർച്ചിച്ചിതാ

ആചാര്യപാദസ്മൃതിയിലിരുന്നുകൊ-
ണ്ടോതുന്നു കേരളമൂകജനാവലി:

"കൈതൊഴാം നവ്യമഹാകാവ്യശില്പമേ,
കൈതൊഴാമാരണ്യപുണ്യസന്ദേശമേ,

കൈതൊഴാമാദിമസത്യപ്രകാശമേ,
കൈതൊഴാം ശങ്കരനവ്യാവതാരമേ! ■

ആ മലനാടൻമങ്കമാർ

(സ്വതന്ത്രകേരളത്തിന്റെ തകർന്ന ഹൃദയംപോലെ മൂകമായിക്കിടക്കുന്ന തിരുനാവായ; നിത്യകന്യകയായ നിളാനദി ഭക്തിപൂർവ്വം 'നവകമാടു'ന്ന പ്രശാന്തസുന്ദരമായ 'നാവാമുകുന്ദ' വിഗ്രഹവും ചരിത്രസത്യസാക്ഷിയായ മഹാക്ഷേത്രവും നാലുപാടുംനിന്ന് ഒഴുകിവരുന്ന പ്രകൃതിസൗന്ദര്യത്തിന്റെ ആ അഴിമുഖത്തിനുമുമ്പിൽ അമ്പലനടയ്ക്കലൊരരയാൽത്തറ; വിജനമൂകമായ വൈശാഖസന്ധ്യ. ഇടിഞ്ഞുപൊളിഞ്ഞ ഗോപുരത്തൂണുകളിൽ കൽവിളക്കുകളും പിടിച്ച് രണ്ട് അദ്ഭുതസ്ത്രീപ്രതിമകൾ നിൽക്കുന്നു. ഏതു ശിലാഹൃദയത്തിലും പുതിയൊരു ഭാവനാശില്പം നടത്താൻ കെല്പുള്ള ആ പഴയ പ്രതിമകൾ, കൈയിൽപ്പിടിച്ചുനിൽക്കുന്ന കൽവിളക്കുകളുടെ പാളിക്കത്തുന്ന വെളിച്ചത്തിൽ അല്ലാ - കരിനിഴലിൽ - ആ കാവ്യപാന്ഥൻ തെല്ലിട തലചായ്ച്ചു.)

("പുത്തിലഞ്ഞിപ്പൂ പറിപ്പാൻ പോരിൻ
പോരിൻ തോഴിമാരെ.")

കേരളശ്രീകോവിലിന്റെ ഗോപുരങ്ങൾ കാക്കുവോരേ,
ധീരരാം തരുണർ വീണ വീരരംഗമോർക്കുവോരേ,

അന്തിതോറുമമ്പലത്തിൽപ്പൊൻതിരികൾ വെക്കുവോരേ,
ചന്തമേറുമാൽമരത്തിൽച്ചെന്തളിരു ചാർത്തുവോരേ,

കേശഭാരം വാമഭാഗേ ചാച്ചുകെട്ടി വെച്ചവരേ,
കേതകത്തൂനെറ്റിതന്നിൽ കുന്തളങ്ങൾ ചിന്തിയോരേ,

പൊൻപതക്കം തോട കട്ടിക്കാപ്പുകളണിഞ്ഞവരേ,
അഞ്ജനവും ചാന്തുപൊട്ടും ചന്ദനവും ചാർത്തിയോരേ,

മാറണിപ്പൂച്ചെപ്പിനുള്ളിൽ മാരനെ മയക്കിയോരേ,
താരണിപ്പൊൻകൈത്തലത്തിൽ പ്രേമദീപമേന്തിയോരേ,

എങ്ങുനിന്നീ മന്നിൽ വന്നൂ മംഗളാംഗിമാരേ നിങ്ങൾ?
തെങ്ങിനത്തിൽത്തങ്ങിനിൽക്കും പൊൻകുലയിൽനിന്നോ വന്നൂ

നല്ലിളയവെൺകവുങ്ങിന്നല്ലികളിൽനിന്നോ വന്നൂ?
കാറ്റിലാടും നീൾക്കരിമ്പിൻനീരിൽനിന്നോ നിങ്ങൾ വന്നൂ

കാളിമകലർന്നു ചീറ്റും കാർമുകിലിൽനിന്നോ വന്നൂ?
ചാടുകാരൻ താൻ രചിച്ച നാടകങ്ങൾ കണ്ടുകൊണ്ടേ;

നാന്മറമറവിൽ നിന്നു പുഞ്ചിരി ചൊരിഞ്ഞുകൊണ്ടേ,
ആലിലമേൽക്കേറിനിന്നു ലീലയാടും നീലബാലൻ,

കാലിമേച്ചു വേണുവൂതും കാട്ടിൽനിന്നോ നിങ്ങൾ വന്നൂ?
ശ്രീതഴുകും നിങ്ങളുടെ താതനേതു ദേവശില്പി?

കണ്ണടച്ചു നില്പതെന്തെന്നുല്പലാക്ഷിമാരേ നിങ്ങൾ
സഞ്ചരിപ്പതേതു വാനിൽ സുന്ദരങ്ങൾ നെഞ്ചകങ്ങൾ?

പ്രേമരൂപൻ ശ്രീമുകുന്ദനോമനിച്ചു മാറണയ്ക്കും
താമരപ്പൂമാല കോർക്കും ശ്യാമളാംഗിമാരോ നിങ്ങൾ?

ചിങ്ങമാസം കൊയ്തുവെയ്ക്കും പൊൻകതിർക്കുലകളേന്തി,
ശാന്തിവീശും സാന്ധ്യകാലകാന്തികളിൽ നീന്തിനീന്തി,

ആമ്പലപ്പൂ പൂത്തുനില്ക്കും പാടവും പറമ്പുമേറി,
'തിങ്ങൾഭജന'ത്തിന്നിങ്ങു നിങ്ങൾ വന്നോ മങ്കമാരേ?

പൂവിടുന്ന മാവിലെത്തിക്കൂടിയ കുയിലുകളോ
കാറിളകും മാമലയിലാടിടും മയിലുകളോ?

ഗോപുരത്തിൽ തങ്ങിനിൽക്കും ശാരികാകിശോരിമാരോ?
ചാരുത വഴിയുമിരു താരകാകുമാരിമാരോ?

ആനതാംഗിമാരേ, നിങ്ങൾക്കായിരം വയസ്സുചെന്നു
ആഴിയിൽപ്പിമ്പെത്രകോടി നീർക്കുമിള നീറടിഞ്ഞൂ?

നീലവാനിലെത്ര കന്നിപ്പൂനിലാക്കളി കഴിഞ്ഞൂ
തേനുറന്നു നിന്ന പൂക്കളെത്രയെണ്ണം മൺമറഞ്ഞൂ?

ആതിരനാൾ കൂടിയാടിയെത്ര താരം വേർപിരിഞ്ഞു?
എന്തുജാലമന്നുമിന്നും കന്യകമാർതന്നെ നിങ്ങൾ!

നല്ലിളംതേന്നൂറാത്ത നാട്ടുചൊല്ലുകളറിഞ്ഞുകൂടേ
കാട്ടുപൂക്കൾപോലുള്ളോണപ്പാട്ടുകളറിഞ്ഞുകൂടേ?

ഇത്രകാലം നൃത്തമാടിക്കാൽകഴച്ചു നില്പതാമോ
ഇത്രകാലം പാട്ടുപാടി മെയ് തളർന്നുനില്പതാമോ?

II

തുമ്പപൂത്തപോലെ നിന്ന വെണ്മണൽപ്പരപ്പു പാടേ,
ചേർന്നണഞ്ഞുപൂണ്ടുനിന്നൂ കൂരിരുൾപ്പുതപ്പിനുള്ളിൽ.

ഒട്ടി നന്നായന്ധകാരം പച്ചിലപ്പടർപ്പുതോറും
വൻതമസ്സിൽ ഖദ്യോതങ്ങൾ തൂവെളിച്ചം തേച്ചുനോക്കി!

പിഞ്ചുതൈമാന്തോപ്പിന്നുള്ളിൽ പഞ്ചമിപ്പൂംചന്ദ്രനിപ്പോൾ
അസ്തമിച്ചു പൂജകന്മാരമ്പലനടയടച്ചു.

ഊട്ടിൽനിന്നും നീങ്ങി മെല്ലെ പൂണുനൂലിൻ ശീട്ടുകാരൻ
പൂട്ടി വീണ്ടും കാളകളെ കാളവണ്ടിപ്പാട്ടുകാരൻ

മത്തുകേറി വീണു മണ്ണിലമ്പലത്തിൻ കാവൽക്കാരൻ
ഓത്തുചൊല്ലീ വീണ്ടുമപ്പോൾ പള്ളിയിലെ ബാങ്കുകാരൻ.

ശംഖമൂതീ പൊന്മലയ്ക്കു മുദ്രയിട്ട നോമ്പുകാരൻ
കേട്ട മുറ്റും തൊട്ടടുത്ത നായർവീട്ടിൽ വക്കാണങ്ങൾ

കേട്ടു 'തീണ്ടൽ'മാടമൊന്നിൽ ഭാഗവതഭദ്രഗാനം
അക്കരെനിന്നൊന്നു കൂക്കീ കായ്കറിതൻ കാവൽക്കാരൻ

ആറ്റുവഞ്ഞിക്കാടിനുള്ളിൽപ്പോയ്മറഞ്ഞൂ തോണിക്കാരൻ
ചണ്ടിപൂണ്ട പാഴ്ക്കുളത്തിൽ രണ്ടു തണ്ടാർമൊട്ടുപോലെ

അന്തരാത്മചിന്തതേടും ശാന്തഗൂഢഭാവംപോലെ
ഘോരമൃത്യുരോഗമാറ്റും വീരരാമനാമംപോലെ

പാപപുണ്യകർമ്മജാലസാക്ഷിയാം പൊരുളുപോലെ
മങ്കമാർതൻ കൈവിളക്കു മങ്ങിമങ്ങിക്കത്തിനിന്നു!

III

(കേക)

കിടന്നു മർത്ത്യഭൂതഗ്രാമ,മെങ്കിലുമുള്ളിൽ
നടന്നു മുടങ്ങാതെ ഭുവനേശ്വരീകർമ്മം.

ശാശ്വതവിശ്വകാവ്യകവിയായ്-ചരാചര-
സാക്ഷിയായ് സൃഷ്ടിസ്ഥിതിസംഹാരസ്വരൂപിയായ്,

സ്ഥാവരത്തിലുംകൂടിയാടുമത്തേജസ്സിനെ-
ത്താരകാബിംബങ്ങളിലാവാഹിച്ചിതു വാനം!

അർദ്ധരാത്രിയിൽക്കാണായ് വിണ്ടലം, മഹാരണ്യ-
മധ്യത്തിൽ സ്ഥിതിചെയ്യും ധൂർജ്ജടിക്ഷേത്രംപോലെ.

കറുത്ത തിരശ്ശീലയ്ക്കപ്പുറം മേളത്തോടും
മുറയ്ക്കു നടന്നിതു സുരസുന്ദരീനൃത്തം

മാമാങ്ക'മണിക്കിണർ'ക്കയറായ്ക്കിടക്കുമാ-
മാർഗത്തിൽ നിലച്ചിതു മാനുഷപാദസ്പന്ദം.

കാഴ്ചയുംകൊണ്ടന്നാദ്യം വന്ന ഹൂണനു കാലു-
കുത്തുവാനനുമതി നല്കിയ പരിശുദ്ധൻ.

കേരളം കാത്തുപോന്ന കുന്നലക്കോനാതിരി
കേളിയിൽ 'നിലപാടു'നിന്നതേതൊരു ദിക്കിൽ-

ആ ദിക്കിൽ-ത്തുടിക്കുമക്കേരളഹൃദയത്തിൽ-
ഏതുമോരാത്തമട്ടു കേറിനിന്നരിശത്താൽ.

നാട്ടിലെ ദൊരയായോരോട്ടുകമ്പനിക്കുഴൽ
കൂറ്റനാമിരുൾപ്പെരുമ്പാമ്പിന്റെ വയറ്റിലായ്!

ചീർത്തൊരാർത്തിയാലോരിയിട്ടതു-ദൂരെക്കൂട്ടം-
കൂട്ടമായിരുട്ടിന്റെ വാലുള്ള പട്ടാളങ്ങൾ

തെറിച്ചു തിരുനാവാമതിലിന്മേലും കൂത്തു-
മറിയും പെരുംകടൽത്തിരതൻ കരഘോഷം

കുളിർത്ത കിഴക്കൻകാറ്റേറ്റുകൊണ്ടുറക്കമായ്
വെളുത്തു തടിച്ചൊരു വൻനാവാമണൽപ്പുറം

അന്ധകാരവും വാവൽത്തിരക്കുമരയാലിൻ
മന്ത്രോപാസനയ്ക്കൊരു ഭംഗവുമുണ്ടാക്കീലാ

വ്യാകുലാശയനായി മൂകനായ് വിനിദ്രനാ-
യേകനായ് ശയിച്ച ഞാൻ പിന്നെയും ചോദ്യംചെയ്തു:

"നല്ലതു വരികെന്നും വല്ലതുമൊരു കഥ
ചൊല്ലുമോ മലനാടൻപെൺകൊടിമാരേ നിങ്ങൾ?

മാനിനിമാരേ നിങ്ങൾ നിറഞ്ഞ മിഴികളാൽ
മാമാങ്കമഹോത്സവം കണ്ടുനിന്നവരല്ലോ.

നീലാഭ്രമഭിവാദ്യംചെയ്ത പൊൻകൊടിക്കൂറ
നീളവേ പാറും വീരകേരളം കണ്ടോരല്ലോ!

ആനന്ദസമൃദ്ധികൾ വിളയുമൃഷിഭൂവിൻ
മാനത്തിൽ കൈവെക്കുന്ന മാറ്റാന്റെ തല കൊയ്യാൻ

ഇറങ്ങുമിടിവാളൊത്തന്തരീക്ഷാന്തേ പാറി-
പ്പറന്നു ചീറ്റും കേസരീന്ദ്രരെക്കണ്ടോരല്ലോ!

കഥ ചൊൽവിനാ വീരമാതുലന്മാരെപ്പറ്റി
കഥ പാടുവിനെന്റെ പൂർവികന്മാരെപ്പറ്റി.

പാവനദിനാന്തത്തിൽ ശ്രീരാമനാമം ചൊല്ലും
നാവിനാൽപ്പെരുംപോരിൻ വായ്ത്താരിയുരപ്പാനും

ഇഴുകിച്ചേർന്നൊരങ്കപ്പടവാളിലെച്ചോര,
കഴുകിക്കൈയിൽപ്പഞ്ചക്കലപ്പ പിടിപ്പാനും

കൊയ്ത്തുകാലത്തു കൊച്ചുപരുക്കൻതോർത്തും, കാവി-
വസ്ത്രവുമങ്കപ്പട്ടുമൊപ്പമേ ധരിപ്പാനും

ത്യാഗത്തെയർച്ചിപ്പാനും,മഭ്യസിച്ചൊരാ, വീര-
യോഗിസൈന്യത്തെപ്പറ്റി വല്ലതും പറയുവിൻ!

സത്യമോതുവി,നടിതെറ്റി വീണതെന്നാണു
സഹ്യമാമലനിര കാവൽനില്ക്കുമീ രാജ്യം?

നീചമാം കാമലോഭക്കൊടുംകൊള്ളയിലാത്മ-
സ്വാതന്ത്ര്യമണിത്താലി പോയ ദുർദ്ദിനമേതോ?"

കണ്ണുനീരിതോ ചൊൽവൂ: "താങ്കൾ കാണുമീയോരോ
മൺതരിയോരോ വീരചരിത്രകഥയത്രെ!"

അബ്ധിയിൽ നടതള്ളും ഭാരതപ്പുഴയുടെ
കൊച്ചുകുഞ്ഞുങ്ങളൊരു ഹരികീർത്തനം പാടി

ഉറക്കം കഴിഞ്ഞിപ്പോൾ വാടിയ തെക്കൻകാറ്റും
മുറുക്കിയിരിക്കയായ് പാതിരാമുതുമുത്തി.

സായുജ്യസുഖമേകി ഭാവനയ്ക്കപ്പോൾ, ശുദ്ധ-
വായു വീശുമാ വീരമാമാങ്കരണരംഗം.

നിരന്ന ചുരികകൾ മിന്നി പുത്തിടിവെട്ടി-
പ്പരന്ന മണൽത്തട്ടിൽ,പ്പൂമഴ പാറ്റിപ്പെയ്കെ,

അബ്ധിയൊത്തലറുന്ന ഭേരിനിസ്വനത്തിന്നു
മത്തമാതംഗയൂഥം കാഹളം വിളിക്കവേ,

ധാടിയിൽ കുറി തൊട്ടു കോടിപ്പാവുടുത്തുള്ള
നാടുവാഴികളെല്ലാമൊതുങ്ങി നിലകൊൾകെ,

കുലശേഖരമുദ്ര കൊത്തിയ പൊൻവാളേന്തും
മലനാട്ടുടയോർതൻ പൊൻമെതിയടി കൂപ്പി

കച്ചകെട്ടിയ കൊച്ചുകേസരിച്ചാവേർപ്പട
തെച്ചിപ്പൂ നീളെച്ചിന്നുമുച്ചണ്ഡോജ്ജ്വലരംഗം

അമ്പലമതിലിന്മേൽ നിന്നൊന്നു ചൂണ്ടിക്കാട്ടി-
ചെമ്പകച്ചോട്ടിൽ മമ മധുരസ്വപ്നം മാഞ്ഞു!

തേഞ്ഞു തേഞ്ഞകലത്തു കാണുമീ മാവിൻതോപ്പും
തേരുരുൾപ്പാടു വീണ വാനവും പുളിനവും

തീരത്തിൽ ക്ഷതധാരചെയ്യുന്ന തടിനിയും
കൂരിരുൾ മറചെയ്ത മാമാങ്കനിലങ്ങളും

ഏകാന്തസമാധിയിൽ മുങ്ങിയ പൊൻകോവിലും
മൂകമായിക്കിടക്കുന്ന തണ്ണീർപ്പന്തലുമെല്ലാം

ഒഴിഞ്ഞുമാറി,സാദം തീർത്തു കാറ്റിനാൽ,ക്കളി
കഴിഞ്ഞ നടന്മാരായ് നിന്നു മത്സവിധത്തിൽ!

ആയിരമാണ്ടെത്തെയച്ചരിത്രകഥയൊരു
യാമർദ്ധസമയത്തിൽ വരച്ചുകാട്ടീ കൂട്ടർ!

IV

(കാകളി)

നേരിയ വീർപ്പിട്ടു കെട്ടടങ്ങീ ക്ഷണാൽ
കൂരിരുട്ടിന്നണകെട്ടിയ കൈത്തിരി.

നിന്നാരിരുളിൻമറവിലാ മങ്കമാർ
മുന്നേക്കണേക്കുതാൻ മൗനസമാധിയിൽ.

മൂടിക്കിടന്നൂ മുകിൽമണ്ണിലുജ്ജ്വല-
ദ്വാദശീശോഭനവൈഭാതതാരകം.

നേന്ത്രവാഴത്തൊടി കാക്കുന്ന തൈത്തെന്ന-
ലന്തിമയാമമായെന്നറിയിച്ചുപോയ്.

പാവനദിവ്യപ്രണവമായ്പ്പൊങ്ങുന്നു
നാവാമുകുന്ദന്റെ പാഞ്ചജന്യസ്വനം

ഉണ്ണിക്കതിരവനായുസ്സു നീളുവാൻ
മന്ത്രം ജപിക്കയായ് മഞ്ഞക്കിളികുലം

അർക്കബിംബത്തെത്തൊഴുതൂ; 'മണിക്കിണ'-
റുൾക്കൊണ്ട തോപ്പിലെ മാമരച്ചാർത്തുകൾ.

ഓമൽക്കരയ്ക്കു മുല നൽകി നിൽക്കുന്നു
മാമാങ്കമൊക്കെയും കണ്ട നിളാനദി!

സൂര്യൻ ചൊരിയും സുവർണകിരണവും-
കേരവും മാവും പിലാവും കദളിയും

ചൊല്ലുള്ള പുഞ്ചനിലങ്ങളും നില്ക്കവേ
കൊള്ളിക്കിഴങ്ങും കയറ്റിത്തുരുതുരെ

ശാന്തനദിതൻ ചെറുതരംഗങ്ങളിൽ
നീന്തിക്കളിച്ചുപോം കൊച്ചുകേവഞ്ചിയിൽ,

ഒന്നിലുറങ്ങാതിരുന്നു പാടീ രസാൽ
തുഞ്ചൻപറമ്പിലെപ്പഞ്ചവർണക്കിളി:

"കാലാത്മജൻ ജിഷ്ണു വീണതു കേട്ടൊരു
കാലം മറിഞ്ഞുനോക്കീലെന്തൊരദ്ഭുതം.

സോദരൻ വീണതിൻ കാരണമെന്തെന്നു
ചോദിച്ചു ധർമ്മജൻതന്നോടു ഭീമനും

ഉത്തമനാകിയ ധർമ്മതനയനു-
മുത്തരം ഭീമനോടാശു ചൊല്ലീടിനാൻ:

അസ്ത്രങ്ങൾകൊണ്ടെന്നോടൊത്തവരില്ലെന്ന്
വൃത്രാരിപുത്രനുമുണ്ടോരഹംഭാവം.

എന്നതുകൊണ്ടവൻ വീണു മരിച്ചതും
നിന്നുടെ പാതവുമുണ്ടിനി നിശ്ചയം.

ശക്തനാകുന്നതു ഞാനെന്നതേറ്റവും
ഉൾക്കാമ്പിലുണ്ടു നിനക്കു കിടക്കുന്നു.

നീയുമതുകൊണ്ടു വീണു മരിച്ചുപോം
വായുസുതാ, പരിതാപമുണ്ടാകൊലാ!"

ഗാനം ശ്രവിച്ചൊന്നു വീർപ്പിട്ടു പിന്നെയും
മൗനം ഭജിച്ചു - മലനാട്ടുമങ്കമാർ! ■

ശാരദാപൂജ

സാന്ധ്യപ്രഭ കോർത്ത കൊമ്പും-കൃഷ്ണ
ഫാലത്തിലമ്പിളിക്കൂമ്പും

ഒത്തുഗളമണിനാദ-ലയ-
വിത്തിൻവിരിപ്പുമടക്കി

ആടും മുളങ്കാടു രാഗം-മൂളു-
മൂടുവഴികളിൽക്കൂടി

തങ്കക്കുളമ്പുകൾ പൊക്കീ-ഘന
പങ്കവും പൂക്കളമാക്കീ

മാവേലിത്തേരുവലിക്കു-മിളം
തൂവെള്ളക്കാളകൾപോലെ

നാട്ടിൻപുറം വിട്ടു, കണ്ടാൽ-ക്കണ്ണു
തട്ടുന്ന ചിങ്ങദിനങ്ങൾ!

ലീലകൾ നിർത്തിയ സിംഹം-ഭൂത-
കാലഗുഹയിൽശയിക്കെ

നീലഗഗനം പകരും-പനി-
നീരിൽക്കുളിയും കഴിഞ്ഞു

അക്ഷരനക്ഷത്രമന്ത്രം-രാവി-
ലക്ഷരലക്ഷം ജപിച്ചു

ആദിത്യനായുസ്സു നേർന്നൂ-സൗമ്യ-
മാർദ്രധൗതാംബരമാർന്നു

ആനന്ദബാഷ്പനനവു-ചേരു-
മാമ്പൽത്തൊഴുകൈയുമായീ

ശാരദാകന്യക വന്നൂ-തൊഴാൻ
കേരളക്കാവിൻ നടയിൽ

ഓമൽപ്പരിച വടിവു-കാട്ടു-
മോലമറക്കുടപറ്റി

നിന്നുതിരിഞ്ഞു നോക്കുന്ന-നീണ്ട
കണ്ണിന്നഴകുകണക്കെ

പൂത്തിരുവാതിരയൊത്തു-ചന്ദ്ര
ഭർത്തൃസമാഗമം കാത്തു

രാമായണം പകുക്കുന്ന-ഗ്രാമ-
കാമിനീഭാവംകണക്കെ

നിന്നലതല്ലുന്നിതേതോ-കല
കന്നിമാസത്തിൻ മുഖത്തിൽ

തൂവെണ്ണിലാവിൽക്കുതിരും-ചിങ്ങ-
രാവൊരു വെള്ളാമ്പലെങ്കിൽ

പൂർണസൗന്ദര്യം വഴിയും-കന്നി-
പൂക്കളിൽത്താമരതന്നെ

അല്ലിലും മേച്ചിൽപ്പറമ്പിൽ-ചില
വെള്ളവൃഷങ്ങൾ ചരിച്ചു

വ്യോമക്കുറുമ്പിപ്പശുവിൻ-മുല
മാമല മുട്ടിക്കുടിച്ചു

അന്തിമയിൽപ്പീലിചേർത്തി-മണി
കാഞ്ചനകിങ്ങിണി ചാർത്തീ

കാടുകൾ കാതുകൂർപ്പിച്ചു-കേൾക്കു-
മോടക്കുഴലുവിളിച്ചു

മായാമറയിലൊളിച്ചു-മീതെ
കായാമ്പൂവർണ്ണൻ കളിച്ചു

ശുദ്ധയാം കന്യ തപിച്ചു-വര
സൂര്യാനുഭൂതി വരിച്ചു

ചണ്ടിച്ചിറയിൽനിന്നിപ്പോൾ-ചളി-
ക്കണ്ടങ്ങൾ മുങ്ങിക്കയറി

ആനന്ദപത്രം കുരുത്തു-തോട്ടി-
ലാമ്പൽക്കിടാങ്ങൾ തിമർത്തു

നന്നെപ്പുലർച്ചെക്കുളിച്ചു-പന-
മഞ്ഞപ്രസാദം ധരിച്ചു.

മുക്കുറ്റികൂടെ ചിരിച്ചു-സ്വയ-
മർക്കനിൽച്ചിത്തമർപ്പിച്ചു.

കുഞ്ഞിപ്പറമ്പുകളുച്ച-മഴ-
ക്കഞ്ഞികുടിച്ചു സുഖിച്ചു.

ഇക്കണ്ടലോകം പുലർത്തു-മിന്ദ്ര-
ദിക്കിന്റെ വൻകളപ്പാടിൽ

എത്തീ പുലരി ചരിച്ചു-തമോ-
ദീപ്തികൾ ചേറിക്കൊഴിച്ചൂ

ചിക്കെന്നു വിണ്ണിലും മഞ്ഞ-മുകിൽ
വൈക്കോൽത്തുറു കുന്നുകൂടീ

നീരണിവിൺപൊയ്കവക്കി-ലന്തി-
നേരത്തു വെള്ളം കുടിക്കാൻ

വെള്ളിനിഴലു പതിഞ്ഞു-ചില
പുള്ളിമാൻകൂട്ടമണഞ്ഞൂ

കാട്ടിലേത്തേന്മരം കാലേ-പീലി
കൂട്ടി മണിമയിൽപോലേ.

ചിന്മധുഗന്ധം നുരയും-ബ്രഹ്മ
പത്മനാളത്തെത്തഴുകൂ

സൗന്ദര്യസത്തായ്ക്കയറി-ഹംസ-
കന്യ ബുധപുളിനത്തിൽ

പുല്ലിൽക്കതിരുതിരുകി-മത്ത-
വള്ളിയേത്തൊട്ടുതഴുകീ

രാഴിയുമെള്ളും പയറും-ചേർന്നു-
വാഴുവാനാശിസ്സരുളീ

തെങ്ങിൻ കലാഭംഗി കോലം-പൂണ്ടു
പൊങ്ങുമിളംകുല പോലെ

വിണ്ണണിപ്പൂക്കളെറുത്തു-ചിന്നി-
ക്കന്നിക്കതിരോൻ കളിച്ചൂ!

പല്ലവംതിന്നും കുയിലും-തൊഴും
പുള്ളുവപ്പെൺകൊടിപോലെ

കാവുകൾ ചുറ്റുന്ന തോടും-നാടിൻ
'നാവറുപാടി'നടന്നൂ!

ആരെതിരെന്നു വളർന്നൂ-വന്ന
ചോരത്തിളപ്പൊന്നു നിന്നൂ

പന്തിയിലായ പേരാറും-മണി-
പ്പമ്പയും പൂംപെരിയാറും

കാവിലെഗ്ഗാനങ്ങളൊത്തു-ധർമ്മ-
സേവനച്ചെപ്പുകൾ കാത്തൂ!

ശാപവിമോചനലക്ഷ-ദിവ്യ
ദീപം നിഴലിച്ചു ഭംഗ്യാ.

ചേറെടുപ്പിക്കും ചിറയായ്-നിന്നു
നീരദം നീങ്ങും ഗഗനം

ചമ്പകസൗരഭ്യദീപ്തി-പെറ്റ
ചങ്ങലവട്ട കൊളുത്തീ.

വക്കടിപ്പിച്ചിളം കാശം-വാങ്ങി
നൽകിയ മേൽമുണ്ടിനുള്ളിൽ

താരുണ്യഭാവം കിളിർക്കും-കൈത
മാറുമറച്ചു കുണുങ്ങീ!

മഞ്ഞണിത്തോർത്തു ധരിച്ചു-കരിം
കൊണ്ടൽക്കുടയും പിടിച്ചൂ

ചാരുലലാടതടത്തിൽ-നര-
കേറും ശിഖ കെട്ടിവെച്ചൂ

കോൾകൃഷികൊയ്തു, വരമ്പിൽ-നിന്നു
നോക്കുന്നു മാതുലൻ സഹ്യൻ

വിണ്ടലപത്രത്തിനെന്നും-കൃതി
നിർമ്മിച്ചയയ്ക്കും സമുദ്രം

പുത്തൻ മഹാകാവ്യമൊന്നു-തീർത്തൂ
വെട്ടിത്തിരുത്തുന്നു വീണ്ടും

സുന്ദരോഷസ്സിൻ ഗൃഹത്തിൽ-നിന്നു
മന്ദമുണർന്നെഴുന്നേറ്റു

നന്നായ് മുറുക്കിത്തുടുത്ത-മണി-
ച്ചുണ്ടുമായില്ലമണയും

ഉണ്ണിക്കതിരോന്നു വെള്ളം-വെച്ചു
വന്ദിച്ചു കന്യാകുമാരി!

പേർത്തും ശരണം വിളിച്ചു-തീർത്ഥ-
യാത്രയായ്പ്പോകുമലകൾ

പാവന ഭാവമുണർത്തീ-കിളി
കാവിൽ ഭജനം നടത്തീ

പല്ലവമുദ്രകൾ കാട്ടീ-വിരൽ-
ച്ചില്ലയിൽത്തേന്മലർ നീട്ടീ

സ്മേരവനങ്ങളുണർന്നൂ-തിരു
ശാരദാപൂജയ്ക്കിരുന്നൂ!

ചിന്തകൾക്കാനന്ദപൂര-മിതു
സൗന്ദര്യദേവിതൻ വാരം

ശ്യാമളം കന്നിമാസത്തിൽ-കലാ-
കോമളമെൻ മലയാളം

സത്യവിള കന്നി കൊയ്തു-തത്ത്വ
വിദ്യതൻ വിത്തു സൂക്ഷിച്ചൂ!

വാരുറ്റ ചിങ്ങമാസത്തി-ലരി-
വാളു പിടിച്ച കരത്തിൽ

മംഗളഗ്രന്ഥമെടുത്തു-ധന്യ
ശങ്കരപുണ്യജനനീ!

പിന്നെയുമന്ധകാരത്തിൽ-കന്നി
തന്നിലെത്തന്നെത്തിരഞ്ഞൂ.

ആദിത്യവർച്ചസ്സണഞ്ഞു-സുപ്ത-
മാത്മസ്വരൂപമുണർന്നൂ

കൊത്തീ കലയിൽ പ്രബുദ്ധ-നിജ
സച്ചിദാനന്ദസ്വരൂപം!

ആ വിധം കൊച്ചലയൊന്നു-തന്നി-
ലാഴിയെ സാക്ഷാൽക്കരിച്ചൂ

ദേവിതൻ പാദപത്മത്തിൽ-നിന്നു
കാവ്യം കിനിയും കണക്കെ

സത്ത്വവിജൃംഭിതഹൃത്തിൽ-നവ-
രാത്രി നിലാവു നിരത്തീ

തീക്കനൽക്കോട്ട-യവിദ്യ-കാവൽ
നിൽക്കുന്ന പൂമല മീതെ

ആറുപടമുള്ള സർപ്പം - കാത്തു
പോരുന്ന പൂമാലമീതെ

അമ്പൊത്തു കന്നിക്കുളത്തിൽ-പ്പൊന്തു-
മൊമ്പതിതളുള്ള പൂവിൽ

കാന്തമാം കാവ്യമിഴിനീർ-നറും
പൂന്തേൻ തുളിക്കുന്ന പൂവിൽ.

ചിന്മയരൂപിണി വാണി-ക്കെന്നു-
മമ്പലം തീർക്കുന്ന പൂവിൽ,

മഞ്ഞയാം ജ്ഞാനപ്രസാദം-തരും
കർണികാരത്തിരിത്തുമ്പിൽ

തിങ്കളോടൊത്തസ്തതാപം-മിന്നീ
മംഗള ശാരദാരൂപം

വിശ്വസ്ഥിതികരനിത്യ-നഭോ
വിഷ്ണുവിൻനാഭിപത്മത്തിൽ

രാത്രി പ്രളയം കഴിഞ്ഞു-സൃഷ്ടി-
കർത്താവു-ധാതാവുണർന്നൂ.

ആത്മപ്രബോധ ധാതാവിൻ-കരൾ
ശ്രീമൽ സരസ്വതീ വന്നൂ.

സ്രഷ്ടാവ,വിശ്രമം താനായ്-ത്തീർത്തു
വെച്ച ജഡപ്രപഞ്ചത്തെ,

ഭാവനാസ്പർശം പകർത്തീ-ദേവി
ജീവൻകൊടുത്തു നടത്തീ

വർഗചതുർത്ഥമണച്ചൂ-വാണി
സർഗ്ഗം മുഴുമിച്ചുവെച്ചൂ

മർത്ത്യഹൃദയമടക്കി-വരും
ദൃപ്ത മഹിഷാസുരനെ

ദേവനായ് മാറ്റി സംസ്കാരാൽ-നലം
ദേവി തന്നായുധജാലം

ദൃപ്തമുഗ്രരക്തബീജ-വധ
ശുദ്ധമാം ശാരദാരൂപം.

വിദ്യാ വിളനിലമാക്കി-സത്യ
ശുദ്ധ ഹൃദയകമലം

കാവ്യമണി മുടിചൂടി-മർത്ത്യ
ദിവ്യവികാരങ്ങൾ പാടീ.

പ്രേമസ്വരൂപമാം ദേവീ-പദ-
ത്താമരത്തേനിറ്റു വീണാൽ

നല്ല മധുരക്കടലാ-മല
തല്ലും ലവണസമുദ്രം

അസ്തതമോമയപാപം-തവ
തത്ത്വകലാലയദീപം

ശാശ്വതേ നീതാനരുളീ-കാളി
ദാസന്നമരമാം രൂപം

തുഷ്ടൻ തവ പദദാസൻ-നിന്നെ
വിട്ടകലുന്നേൻ ദരിദ്രൻ

തങ്കമായ് മാറും ജഡമാം-ശില,
ശങ്കരി നിൻകരം തൊട്ടാൽ

സുന്ദരദിവ്യവികാരേ-ദയ
ചന്ദനചന്ദ്രികാധാരേ

ശർമ്മദഭാവനാഹാരേ-ജയ
നിർമ്മലനിർവ്വാണതാരേ!

II

പഞ്ഞപ്പനിയും പുതച്ചു-നിന്ന
വിണ്ണിന്റെ ഭീതി തുടച്ചൂ

കുങ്കമരാഗം പരത്തീ-അതിൽ
തങ്കമണിമാല ചാർത്തീ.

ചിങ്ങമാം ചെന്താരിൽ വാഴും-നിത്യ
മംഗളശ്രീ മഹാലക്ഷ്മി,

സൃഷ്ടിചലനപ്രശസ്തം-വീണ
മീട്ടും സരസ്വതീഹസ്തം

മേദുരാനന്ദം ഗ്രഹിച്ചു-പ്രേമ
പൂതമാം മാറിലണച്ചൂ.

ഉല്ലസൽസ്സഖ്യം ഗ്രഹിച്ചു-കരം
ഫുല്ലകമലമണച്ചൂ

വാനവുമൂഴിയുംപോലെ-ദേവ
വീണയും നാദവുംപോലെ

ദേഹവും ദേഹിയുംപോലെ-വിശ്വ
സ്നേഹവും ത്യാഗവുംപോലെ

മർത്ത്യന്നമൃതനിഷേകം-കാമ്യ
ലക്ഷ്മീസരസ്വതീയോഗം

പൂമാതരികിലണഞ്ഞൂ-മുഗ്ദ്ധ
പ്രേമമരന്ദം ചൊരിഞ്ഞൂ.

തോഴി സരസ്വതീ, ജീവ-ലക്ഷ
ദേഹക്ഷുധ ഞാനടക്കീ.

പ്രേമസ്വരൂപിണീ നീ താൻ-നല്കു-
കാത്മക്ഷുധയ്ക്കുള്ളമൃതം

അദ്വൈതചിന്തനം തീർത്തു-തരു-
മക്ഷരമാലയും കോർത്തു.

സുന്ദരോഷസ്സായുദിക്ക-ചെന്നു
തുഞ്ചത്തെപ്പൈങ്കിളിക്കൊക്കിൽ

ശ്രേഷ്ഠകലകളെയേറെ-പ്പണ്ടു
പെറ്റൊരിക്കേരളധാത്രി

തൃക്കരതാരിനാൽത്തീർത്തു-വെച്ചൊ-
രദ്ഭുതവീണ കണക്കെ,

തൂമണൽച്ചാർത്തണിപ്പേരാ-റല-
ത്താമരത്തോണിയിൽക്കൂടി

തൃപ്പദഭക്തനാ വിപ്രൻ-വാണ
മേപ്പത്തൂരില്ലം കടന്നു.

തൃക്കണ്ടിയൂർപ്പെരുമാളെ-ച്ചെന്നു
കണ്ടാത്മനേദ്യം കഴിഞ്ഞു,

ശാശ്വതശുദ്ധിപഥത്തിൽ-നവ
ശാരദചന്ദ്രരഥത്തിൽ

അഞ്ചിതകേരളഭൂവിൻ-പ്രാണ
നെഞ്ചായ തുഞ്ചൻപറമ്പിൽ

സൗന്ദര്യവീണാസ്വരത്താൽ-അണി
വെണ്ണിലാപ്പൂമഴ പെയ്തു

താണിറങ്ങുന്നതു കാണായ്-വന്ദ്യ-
വാണീഭഗവതീരൂപം!

കണ്ണീർപ്പുളകത്തിൽ മൂടി-സ്തുതി
പഞ്ചവർണക്കിളി പാടീ

ആദിമ കേരളാചാര്യ-മന്ത്ര
പൂതഗളവേണുനാദം

അന്തരീക്ഷത്തിൽ പകർത്തി-ശാന്ത
ഹംസപ്രണവമുയർത്തീ

പൂജാസുമങ്ങളായ് ചേർന്നൂ-പുണ്യ
ഭാരതരാമായണങ്ങൾ

മാൺപുറ്റുറങ്ങിക്കിടക്കും-തിരു
മാബലിനാടിൻ ഹൃദയം

ചിന്താമണിപ്രസരത്തിൽ-മിന്നീ
തുഞ്ചത്തെ ഭദ്രദീപത്തിൽ

ഭാവനാലോകമുണർന്നൂ-മനം
ബാഹ്യപ്രപഞ്ചം മറന്നു.

തങ്കവിളക്കിനു മുന്നിൽ-വ്രത
ഖിന്നശരീരനാചാര്യൻ

നില്പാണു രാത്രി മുഴുക്കെ-ദിവ്യ
പുഷ്പപ്രതിമകണക്കേ

വാനവുമൂഴിയും കാണായ്- മണി
വീണയും ഗ്രന്ഥവുംപോലെ

സ്തന്യം നുകർന്നു മയങ്ങു-മിളം
ചുണ്ടിനു ഭാഷയെവിടെ?

ആനന്ദചന്ദ്രിക പൂന്തേൻ-പെയ്യു-
മാത്മാനുഭൂതിക്കുശേഷം

ഭാഷയില്ലാത്തോരുലകം-വിട്ടു
താഴത്തിറങ്ങും ദശമി

സ്വച്ഛം വിയൽപ്പഥം പൂകീ-ഭൂമി
പറ്റും പരാഗം കണക്കേ

ഭാസുര വന്യ വികാരാൽ-നിത്യ
ഭാവനാസ്വർഗം ചമച്ചൂ.

സിദ്ധിതൻ മംഗളശംഖു-മൂതി
ബുദ്ധമാം ഗന്ധർവ്വകണ്ഠം

സ്വർണപ്പുലിനഖം കൂട്ടി-പ്പട്ടു-
കോണകനൂലിഴകെട്ടീ

കാൽത്തളമോതിരം ചാർത്തി-നന്നായ്
വാലിട്ടു കണ്ണുമെഴുതീ

അക്ഷരതേജസ്സുണരു-മാദ്യ
വിദ്യാ ദശമിനാൾ കാലേ

തുഞ്ചൻപറമ്പിലെക്കാവിൽ-വെച്ച
തങ്കവിളക്കിനുമുമ്പിൽ

ഗ്രന്ഥമെടുപ്പിനുചെന്ന-മുഗ്ദ്ധ-
കന്യക കേരളവാണി,

ഭക്തിതൻ മുത്തുമണികൾ-ഗുരു
ദക്ഷിണ നൽകി നമിച്ചൂ.

ശിഷ്യയാം കൈരളിക്കേകീ-കവി
യക്ഷരമാലാപ്രസാദം

മംഗലക്കാവിനകത്തു-പുതു
പൈങ്കിളിപ്പാട്ടു തളിർത്തൂ

ബുദ്ധപ്രഭാതപ്രഭയിൽ-നീന്തി
ഭദ്രദീപത്തിൻ തിരികൾ

ശുദ്ധപരിമളാകാരം-കാട്ടി
ഭക്തിതൻ കർപ്പൂരപൂരം

എങ്ങും തളിച്ചു വിമോദം-കവി
മങ്കതൻ വീണാനിനദം

വാരിദംകണ്ടു തൊഴുതു-വരും
ക്ഷീരസമുദ്രം കണക്കേ

സുന്ദരമാനസചന്ദ്ര-ലയ
ചന്ദ്രികാബിന്ദുക്കൾ തൂകീ

കൈരളീ മൗലിതടവി-ശാന്ത
ഗീരൊന്നുരചെയ്തു യോഗി.

'പുച്ഛിച്ചു തള്ളിയൊടുക്കം-രോഗ-
മുക്തിക്കു തേടുമീ ലോകം

ശങ്കരതീർത്ഥപാദങ്ങൾ-വെച്ച
തെങ്ങിൻകരിക്കിന്റെ വെള്ളം

മംഗളേ ജീവിതം കയ്പായ്-വരും
ശങ്കാവിഷഭയം പെട്ടാൽ

ഇത്തത്വരത്നമുണ്ടോരോ-പിഞ്ചു
കുട്ടിക്കുരങ്ങിൻ വശത്തും

അന്ധനിസ്സർവജ്ഞ മന്യൻ-നരൻ
തന്നെയറിയുംവരേയും

ബദ്ധനീ വിശ്വവിജയി-സ്വന്ത
ചിത്തം ജയിക്കുംവരേയും

അല്ലിന്റെയക്രമക്കാറ്റിൽ-സ്വന്ത
മമ്പലദീപം കെടാതെ

ചെന്നുകയറുക വത്സേ-വീര്യ
പൂർണസ്വതന്ത്രപദത്തിൽ

കൈക്കില്ലൊരിക്കലും സ്നേഹം-തരും
കാഞ്ഞിരത്തിന്റെയിലകൾ

ഉത്തമസംസ്കൃതി തീർത്ത-മണി
ക്ഷേത്രം തരിപ്പണമാക്കാൻ

തോക്കായ ദംഷ്ട്ര മറച്ച-ചെറു
പായ്ക്കപ്പലൊന്നിൽക്കയറി

കേരള സൂര്യശിരസ്സിൽ-തമ-
സ്സേറുന്ന സന്ധ്യയിലൊന്നിൽ

വായ്ക്കും ദുരയോടിങ്ങെത്തും-ഹൂണ
വാണിതന്നേഷണികേട്ടും.

വേദനിപ്പിക്കൊല്ല തെല്ലും-പെറ്റ
മാതൃധരിത്രിതന്നുള്ളം

ഗേഹം വെറുത്തു ക്രമത്തിൽ-വിശ്വ-
സാഹിത്യനായകനൊത്തു

കാലമുയർത്തിയ പുത്തൻ-കലാ-
ശാലയിൽ നീയുലാത്തുമ്പോൾ

വെട്ടത്തെ വെള്ളമണലിൽ-ച്ചേർന്നു
പാറിക്കിടക്കും നിനവാൽ,

കണ്ടൊന്നു കണ്ണുനിറയ്ക്കാൻ-അന്നു
തുഞ്ചന്റെ പൈങ്കിളി വന്നാൽ

പാവനശൈശവാമോദ-മധു
രാവിലുറക്കമിളച്ചു.

പുണ്യകഥ ചൊന്ന കൊച്ചു-കിളി-
ക്കെന്തുനല്കും നീ മകളേ?

പാവനസന്താനലാഭ-സുഖ-
ഭാവനാസമ്പന്നയായീ

നൂതന വിശ്വസാഹിത്യ-വര
സൗധത്തിൽ നീയുലാത്തുമ്പോൾ

വാസനാ നക്ഷത്രപൂർവ്വ-ജന്മ
ഭാസ്സു മുളച്ചു വരുമ്പോൾ

വിണ്ണിലെ,പ്പേരാറലയിൽ-ബാല-
ചന്ദ്രന്റെ തോണി നീങ്ങുമ്പോൾ

ഭൂതകാല സ്മൃതിച്ചാർത്തിൽ-ഇളം
കൈതമലർ വിരിയുമ്പോൾ

തോടും നിലാവുമിത്തോപ്പും-കൂടി-
യാടുന്ന സങ്കല്പചിത്രം

കൊത്തും ചിലപ്പോൾ കരളിൽ-ആദി
വെട്ടുത്തെഴുത്തുകളരി. ■

കാലവർഷം

വിശ്വവിഹാരിയാം തെന്നൽ തെളിക്കുന്നൊ-
രശ്വശകടത്തിൽ വന്നിറങ്ങി

മന്നിന്നനുഗ്രഹമേകുവാൻ, പൂട്ടിയ
വിണ്ണിൻവിഭവഭണ്ഡാരമേറ്റി,

മംഗളാത്മാക്കളേ പോരുവിൻ പോരുവിൻ,
നിങ്ങൾക്കു തെറ്റിയതില്ല മാർഗം

സഹ്യഗിരീന്ദ്രപ്പടിക്കൽ വന്നെന്തിനു
ശങ്കിച്ചു നിൽക്കുന്നു മേഘങ്ങളെ?

നേർത്ത കസവിട്ട പാവുകൾ തോളത്തു
ചാർത്തുന്നൊരെൻ മലയാളികളേ,

ചുട്ടുപഴുത്തതാം ചോളരാജ്യത്തിലെ-
ച്ചുട്ടുകക്കള്ളിപ്പറമ്പിതല്ല

'ഒന്നുമില്ലെ'ന്നോതുമാന്ധ്രദേശത്തിലെ-
സ്സുന്നതമൈതാനഭൂവിതല്ല

ചേലവിരിച്ചുകണക്കു കിടക്കുന്ന
ലോലകർണാടകനാടിതല്ല;

കാളും പരദാസ്യകാളഫണാഹിയാം
കാട്ടുതീ കേറിക്കയർക്കുകയാൽ

ആർത്തയായാത്മീയജീവിതമംഗള-
സൂത്രം തകർന്ന വിധവയായി

കൂമ്പുകരിഞ്ഞൊരീ നാടിതപ്പണ്ടത്തെ
മാൺപുറ്റ മാബലിനാടുതന്നെ!

ഇന്നസ്തപാതപമിന്നിലമദ്വൈത-
പുണ്യതപോവനവാടിതന്നെ!

പൂന്തിങ്കൾ ചൂടും പുരാന്റെ തൃക്കാവിലിൽ
പൂവിടും ശങ്കരഭൂമിതന്നെ!

ആജ്യവും യജ്ഞവും ഹോതാവുമില്ലാത്ത
രാജ്യാഭിമാനത്തിൻ തീ പുകഞ്ഞും

പൗരുഷശീലം ചതിയിൽക്കുടുക്കുന്ന
ഭീരുത മൂടി മനംമറിഞ്ഞും

പീഡയശിക്കുന്ന മർദ്ദിതജംഗമ-
കോടിതൻ പ്രാണമരുത്തുലഞ്ഞും

അന്ധതാമിസ്ര വിഷം കുത്തിവെയ്ക്കയാ-
ലന്തരീക്ഷത്തിൻ നില പകർന്നും.

ശീലവും കോലവും മാറിയ നാടിതാ
ശ്രീലമാം പൊന്മലനാടുതന്നെ!

നോമ്പിട്ടു പൂർണസ്വതന്ത്രതാവല്ലിതൻ
നാമ്പിന്നു വാട്ടമേശാതെ പോറ്റാൻ

പേരുറ്റ പോരാളിവീരർ ചിരിച്ചു മെയ്-
ച്ചോരചൊരിഞ്ഞതാം നാടുതന്നെ!

വന്നവർക്കാതിഥ്യമേകിത്തളർന്നൊരീ-
സ്സുന്ദരീ, കന്യാകുമാരിതന്നെ!

സഹ്യഗിരീന്ദ്രപ്പടിക്കൽവന്നിങ്ങനെ
ശങ്കിച്ചു നിൽക്കേണ്ട മേഘങ്ങളേ!

നീലമണിക്കുടം കൊണ്ടിത്തൃക്കോവിലിൽ
പാലഭിഷേകം കഴിച്ചുകൊൾവിൻ!

ആരാഞ്ഞണഞ്ഞതാം ലോഭായുധങ്ങളാൽ
നാരായവേരു മുറിഞ്ഞുപോയി,

തപ്തഹൃദയരായ്ക്കൃത്തസർവ്വാംഗരായ്,
ശപ്തപരമ്പരാദർശരായി,

ഉത്തമധർമ്മം പുലർത്തുന്ന മാമര-
ച്ചാർത്തിൻ കൊലനിലം കാൺകമൂലം

ദുസ്സഹബാന്ധവദുർമ്മൃതിയേല്പിച്ച
ദുഃഖാലലറി മുഖം വിളറി

സഹ്യഗിരീന്ദ്രപ്പടിക്കൽവന്നിങ്ങനെ
ശങ്കിച്ചു നിൽക്കൊല്ല മേഘങ്ങളേ!

ആവിയായാധികളുള്ളിലുയർന്നാലു-
മാനമലകൾ നിരന്നു നില്പൂ

പ്രീതരായ്ക്കേറിയെഴുന്നള്ളിയാലുമെൻ
ഭൂതാനുകമ്പത്തിടമ്പുകളേ!

തുള്ളി വെള്ളത്തിനായ്ക്കെഞ്ചുന്നു പട്ടണം
വെള്ളിമഴയിൽക്കുളിക്കുകിലും!

പൊന്മണിച്ചുണ്ടു വരണ്ടിളംപൈതങ്ങ-
ളമ്മിഞ്ഞയുണ്ണാൻ കരയുംപോലെ

കൊച്ചുചെടികളാൽ പിഞ്ചുകൈകാലുക-
ളിട്ടടിക്കുന്നു കൃഷിനിലങ്ങൾ!

തീരേ മരവിച്ചു പോയ്പോയി നാടിന്റെ
ചോരഞരമ്പുകൾ വൻനദങ്ങൾ!

ത്രാണിയില്ലേതുമേ താങ്ങുവാൻ, ദാസ്യമാം
കൂനിന്മേൽ മോഹക്കുരു മുളച്ചാൽ,

വല്ലായ്മ വായ്ക്കുമീ കർഷകനാടിനു
വർഷത്തിൻ ഘോരവറുതി വന്നാൽ,

ധാരമുറിയാതീ ദാരിദ്ര്യഗർത്തത്തിൽ
കോരിനിറയ്ക്കുവിൻ മുത്തു നിങ്ങൾ.

ചെമ്മെ പൊറുക്കുവിൻ വൃക്ഷസംഹാരമാം
ബ്രഹ്മഹത്യയ്ക്കൊത്ത പാതകങ്ങൾ.

മാനവമാനസപാപത്തിനൊക്കെയും
മാപ്പുതരുവിനമരർ നിങ്ങൾ!

നിങ്ങളെക്കാണാതെ വീർപ്പിട്ടു വീർപ്പിട്ടു
കുംഭവും മീനവും നാടുവിട്ടു!

നന്നെത്തപിച്ചു തിരിച്ചു നിരാശനായ്
കൊന്നയെത്താലി ചാർത്തിച്ച മേടം

വാരുറ്റവൈശാഖവർഷപൂരത്തിനു
കൂറയിടുന്നൊരിടവമാസം

വിണ്ടുവരണ്ട മനസ്സുമായ് നിൽക്കുന്നു
വിത്തമില്ലാത്ത വരൻ കണക്കെ!

കണ്ഠത്തിൽക്കാണുമുഴവുചാലെന്നുള്ള
കല്ലമണിമാല മാറിൽച്ചാർത്തി,

പൊന്നുവിളയുന്ന നിങ്ങൾതൻ മുറ്റത്തു
നിന്നു കുഴഞ്ഞു കേദാരലക്ഷ്മി,

ഇമ്മലർമങ്കയ്ക്കു വല്ലികൊടുക്കുവിൻ
ചെമ്മിൽപ്പേരുറ്റൊരു ജന്മിമാരെ!-

ആറ്റുനോറ്റൊന്നു തുറക്കുവിൻ കൂട്ടരേ
പൂട്ടിട്ടു പൂട്ടിയ പത്തായങ്ങൾ!

നാഴിയിടങ്ങഴി പൊൻപറയെന്നുള്ള
പാഴളവിന്റെയതിർത്തിവിട്ടു.

ലോഭമില്ലാതെ, കിണറിനുമാഴിക്കും
കോരിക്കൊടുക്കുവോരല്ലോ നിങ്ങൾ!

കൈവല്യവർഷസമാധികൾ കൈവരാൻ
കൈകൾ നീട്ടുന്നിതാ കേരളോർവ്വി,

ഒട്ടുയരത്തുള്ള തട്ടിൻപുറത്തേറ്റി-
യിട്ടുള്ളൊളിച്ചുകളികൾ നിർത്തി

മുറ്റും വരുവിനിങ്ങാനന്ദപ്പാൽക്കടൽ
പെറ്റതാമോമനപ്പൈതങ്ങളേ!

മാടുകൾ മേഞ്ഞുനടക്കുന്ന മേടുകൾ
ചൂടിയ നീലതമാലക്കാട്ടിൽ

ചേലിലിക്കേഴമാൻകൂട്ടങ്ങൾ കാണട്ടെ
ബാലഗോപാലകശ്യാമരൂപം!

വാനോർപിടിക്കുന്ന മിന്നൽക്കരികളാൽ
വാനമുഴുതുമറിച്ചിളക്കി,

തങ്കക്കുളമ്പു പതിക്കുവിനിന്നാട്ടിൽ,
ശങ്കരപുണ്യവൃഷഭങ്ങളേ!

കോപ്പിട്ട കാറ്റിനു ചാമരം വീശുവാൻ,
തോപ്പിനു പച്ചത്തഴകൾ പൊക്കാൻ,

ഊഴി കുലുങ്ങുന്ന പഞ്ചവാദ്യത്തൊടു-
മാഴിക്കു മേളക്കൊഴുപ്പുകൂട്ടാൻ,

മേലേയ്ക്കു മേലെ കതിന നിരത്തുവാൻ,
ചോലയ്ക്കു കൊമ്പും കുഴലുമൂതാൻ,

നീലമലയിലെക്കുഞ്ഞുമയിലുകൾ-
ക്കാലവട്ടങ്ങളെടുത്തുയർത്താൻ.

മംഗളപ്പൊൻകതിർതൊത്തിൽത്തിളങ്ങുന്ന
തങ്കത്തിടമ്പു തൊഴുതുനില്പാൻ,

പോരുവിൻ കേരളപ്പൂരപ്പറമ്പിലെൻ
വാനവവാരണവീരന്മാരേ! ■

പൊയ്പോയ പൊന്നോണം

ഉടനീളമിടിമിന്നൽ വളയിട്ടു കുളിർക്കൈയാൽ
കൊടിമുകിൽമുടിനടും പണികഴിഞ്ഞു

ചെറുമിന്നാമിനുങ്ങണിക്കൂറുംകല്ലമാല കെട്ടി
കരിംചുള്ളലിരുളൊട്ടു തലയിലേറ്റി

പടിയടച്ചതാം പകൽത്തൊടിയിടപ്പടി തേടി-
പ്പുതുപിച്ചിമലർ താരമറുത്തു ചൂടി

മലരണിമ ചിങ്ങക്കളപ്പാടിൻ പടിചുറ്റി
അലിയും സംക്രമമെന്ന വരമ്പുപറ്റി

കരിംകൂവലയനിറം പരിസരങ്ങളിൽപ്പാറ്റി
കരൾക്കൂമ്പിൽ മലർനീറ്റിക്കനികൾ പോറ്റി

പറമ്പും വയലുമൊരു പുതുപച്ചച്ചിറയാക്കി-
ത്തരിമണ്ണിൽ മരതകക്കൊടികൾ തൂക്കി!

കറുത്ത പാടവും തോടും തൊടിയും കടന്നു, കേറി-
'ക്കരുമി'ക്കർക്കടസ്സന്ധ്യ കുടിലണകെ

വിളറിയ മനമൊരു മരതകമഴപ്പാട്ടിൽ-
ക്കുളുർപ്പിച്ചാഗ്ഗരിയുയിൽ പറന്നുപോകെ

പുതിയൊരു ജപമാല കഴുത്തിൽച്ചാർത്തിയ ചിങ്ങ-
പ്പുലരിപ്പൂങ്കിളി തേടിത്തിരഞ്ഞുവന്നു

ഉദയപ്പൊൻതറകേറി കനകചമ്പകക്കൊമ്പിൽ
ഉയിരൊത്ത പുലരൊളിത്തിരികൊളുത്തി,

മലകൾ തൊഴുതുവരും മലയാളക്കാവിൻ സഹ്യ-
മതിലതിർമാടും മണിക്കടമ്പ കേറി

നനുത്ത തേന്മഴവില്ലിൻ കുറിപാറും മലരോണ-
ത്തിനിത്തങ്കക്കൊടിമരം വലത്തുവെച്ചു

പുഴവയലല നീന്തിപ്പുതുവരമ്പകം പൊന്തി-
ക്കൊഴുന്നനെ വെയിൽക്കഞ്ഞിയെടുത്തുമോന്തി

പറക്കുന്ന കുറുനിര യിടംകരംകൊണ്ടു മാറ്റി-
പ്പലവുരു മുലക്കച്ച മുറുക്കിക്കെട്ടി!

പ്രഥമപ്പൂന്തിഥിത്തിങ്കൾത്തെളിയരിവാളുമാറ്റി-
യുതിർമണിക്കതിർക്കറ്റ തലയിലേറ്റി

പനിമതിമണിമങ്കയണഞ്ഞു നീരാടിനിൽക്കും
പടിഞ്ഞാറൻ കടൽച്ചിറപ്പടവിൽക്കൂടി

പടരുമാനന്ദം മൂടിപ്പുതുമലർ മുടിചൂടി
പനിനീർപ്പൂംപുതുചോലപ്പടിക്കു പാടി

ഇളംകവുങ്ങണിത്തോപ്പിൽ മറഞ്ഞുകഴിഞ്ഞു, കൈത-
മലരൊളിതങ്ങും ചിങ്ങദിനലക്ഷ്മികൾ!

മണിമുകിൽക്കുടംതമ്മിൽ മദമടന്നിടത്തും നൽ-
പ്പനംകുല നെടുംകുഴലഴിഞ്ഞുലഞ്ഞും

മലർമാതിൻ കരംകോർത്തും, മരുവുമാ മലനാടൻ
മറിമാൻമിഴിമാർ-മധുമധുരാംഗിമാർ

തുടുമയിലാഞ്ചിപെടുമടികളാലളന്നതാം
നടുവയൽവരമ്പിന്റെ ഇരുപുറത്തും.

ഒളിവിതറുന്നിതിന്നും കളിച്ചു തളർന്നുവാഴും
പുലരോണക്കണിമലരുതിർമണികൾ!

ഇളംതുമ്പമലരുത്തിരുളിനാലരമറ-
ച്ചിറങ്ങിയോരിരുനിറനിശകളെല്ലാം.

നറുനിലാവുറവൂരും കരിമുകിൽ വയൽപൂകി-
ച്ചെറുമഴപ്പിടിതാളും പറിച്ചുപോയീ!

കുളിരത്തക്കല പൊന്തി,ക്കുളിച്ചുതൊഴുതന്നന്തി-
ക്കലക്കിയ നിലാവണിപ്പുടവയേന്തി

ഉഷ-തങ്കം-പിടിപ്പിച്ച മണിമയാംബരശാന്തി
മഷിയുമെഴുതി-യഴകുലകിൽച്ചിന്തി

പുലരൊളിവെളിച്ചത്തിൽ മെഴുകിയ മലരണി
മലയാളത്തറവാടിൻ മണിമുറ്റത്തിൽ

തനിച്ചുണർന്നെരിയുന്നൊരൊരായിരത്തിരിയിട്ട
കനകനിലവിളക്കും കൊളുത്തിവെച്ചു

ഒരുമതൻ വിരുന്നുണ്ണാനെഴുന്നള്ളും പ്രകൃതിതൻ
ചെറുപീഠമരിച്ചാന്തിലണിഞ്ഞുനന്നായ്

ഉടയാതെ കരുതിയ മലമാവേലിതൻ മുടി-
യിടയൊരു മലർമാലാ മഴയിൽ മൂടി

തൊടിയിലെ മണൽവിരിക്കടൽക്കുളംമുതലെന്നു-
മടയാത്ത സഹ്യശൈലപ്പടിവരെയും

കനിവും നെറിവും തീർത്ത കനകപ്പല്ലക്കിൻ മുമ്പി-
ലണിമുത്തിൻമണിത്തുമ്പക്കുടം നിരത്തി

ഒരുകോടി രവിബിംബമുരുക്കി വാർത്തെടുത്തതാം
പെരുമാളിൻ മണിമയമെതിയടികൾ

അഴകിൽ വിളഞ്ഞ പേരാർ,പ്പെരിയാർക്കൈവഴിയെന്ന
മിഴിശംഖിൻ പനിനീരിലഭിഷേചിച്ചു

ചുളിവറ്റൊരകക്കൂമ്പാമിലയിൽപ്പൂവടവെച്ചു
മലർപഴമവിൽവെല്ലനിവേദ്യമൊത്തു

വരകേരമണിഫലമുടച്ചതിൽ തിരി നീട്ടി-
കറയറ്റ കരൾക്കാമ്പു തുറന്നുകാട്ടി

കലചൂടും കരൾത്തറനിറവൊത്തങ്ങണിത്തങ്ക-
വിളവെന്ന നിറപറ പുറത്തും വെച്ചു,

മലനീട്ടും കുളിർതെന്നൽത്തളികയിലൊരുക്കി ന-
ന്മലയചന്ദനക്കാമ്പും തുളസിക്കൂമ്പും.

ഘനദാസ്യമെരിഞ്ഞകമുരുകിലും തളിർച്ചുണ്ടിൽ,
നനുത്ത തേന്മഴ ചാറും സ്മിതം വിതറി

മലയാദ്രിപ്പടിക്കലായ്ത്തെളികുളിരമ്പലപ്പൂ-
വൊളിതെളിപ്പല്ലക്കിൽനിന്നിറങ്ങിയോനെ

മിഴിനീരും സ്മിതതാരുമകമഴിഞ്ഞേകി സ്ഥാന-
മൊഴിഞ്ഞൊരാപ്പുരുപുണ്യപ്പെരുമാളിനെ

ഒരുകുറിമാത്രമാണ്ടിൽ അരമനയകംകൊള്ളും
വരദമാതുലപദപരിപൂജ്യനെ

ഉപചരിച്ചിതീയാണ്ടും വിധിപോലെയകക്കുരു-
ന്നുലയാതെ ഭൃഗുരാമസുകൃതവല്ലി!

അകവും പുറവും വീര്യംവഴിയുമീബ്ഭൃഗുഭൂവി-
ന്നനഘസംസ്കാരമതിൻ പിറവിനാളിൽ

വരദമാതുലപദംപണിഞ്ഞനുഗ്രഹം വാങ്ങും
വരണീയദിനമോണം കഴിഞ്ഞുപോയീ!

തുടച്ചുവെച്ചിതീയാണ്ടും മലനാടിൻമനം; പഞ്ഞം
കടന്നു തീണ്ടാത്ത ദിവ്യഹൃദയപീഠം!

വളപോലുമൊരുമുരൽ തളിർത്തകക്കുളിർവാരി
വളർവെള്ളിക്കിണ്ടിയൊന്നിൽജ്ജലവും കോരി

എഴുന്നള്ളും പെരുമാളിൻ കഴലുകൾ കഴുകിച്ചാ-
ളഴകു വഴികെ,ക്കന്യാകുമാരികയാൾ!

അഭിവാദ്യം, തിരുമിഴിതുറന്നു ഗോകർണ്ണമോതി
അലതല്ലുംകടൽ കൊമ്പും കുഴലുമൂതി.

ഒതുങ്ങിമേവിയമലസമതലതളമൊത്തു
പുതിയ പുൽപ്പായചേർത്തു നിവർത്തിയിട്ടു!

കനകമുടച്ചുതീർത്ത തളയൊത്തു കുഴഞ്ഞാടി-
ക്കടന്നുപോമുഷസ്സന്ധ്യാകുമാരിമാരും

അലരിപ്പു പുരുകുഴലലയിലാറാടി നിലാ-
മുലക്കച്ച പുതച്ചെത്തും നിശീഥിനിയും

വിലയമില്ലാത്തനാഥനിലയനപ്പടിതേടി-
ക്കലുഷത പോക്കിപ്പലപദങ്ങൾ പാടി

തെളിമണലിടകൂടിക്കരിങ്കുഴൽക്കഴൽമൂടി
വളതിരക്കരംകൊട്ടിക്കളികളായി

അണിമതി തെളിതാരാവരശില്പകരം കാട്ടി
മണിവിണ്ണൊന്നകച്ചെപ്പിലടച്ചുപൂട്ടി

തെളിപൈംപാൽക്കുടമേറ്റിയിരുകരയ്ക്കമൃതൂട്ടി-
ത്തളരുന്ന തരംഗിണീ ഗൃഹിണികളും

മുറുക്കിത്തന്നിളം ചുണ്ടിൽക്കറതേക്കും കവുങ്ങും പൊൻ-
നിറകുടം വെയ്ക്കും കേരനികരങ്ങളും

അലമലതാണ്ടും തളിരിളയവെറ്റിലയൊത്തു
കലതേടും മണിമാലാമരിചങ്ങളും

വെളുത്ത നാടുകൾ കെട്ടിക്കടലലകടത്തുന്ന
മലയജ, മകിൽ, തേക്കും, കരിവീട്ടിയും

വടിവൊത്ത മരതകം കനകത്തകിടിൽ മൂടും
നെടുനീളൻ പടർവാഴത്തുടർമണിയും

അലിവേറും ജനനിതൻ കഴുത്തിൽപ്പുണർന്നു തൂങ്ങി-
ക്കളിക്കുന്ന നെടുനേന്ത്രക്കുലയണിയും

മഴയത്തു നിവർത്തിയ കടപൂട്ടാൻ കഴിയാഞ്ഞു
കുഴങ്ങുന്ന കുഴിച്ചേമ്പും കിഴങ്ങിൻകുഞ്ഞും

കടംകഥയോതും ചാമ, തിനയും, രാഴിയും നാടൻ
കുടുമവെട്ടാത്ത ചോളക്കുലതൻ കൂമ്പും

ഇരുഭാവം കലരാതെ പെരുമാളിൻ കരയോരം
ഭരിച്ചുപോരുന്ന കൊച്ചുമിടുക്കൻ കാറ്റും

ചെറു ചളിക്കുളംതീർത്ത തുറുങ്കിലുമനശ്വര-
പരിമളകലപോറ്റും കുമുദങ്ങളും

വളരുന്ന വിരുതനു നവരത്നക്കിഴിനല്കി-
ക്കളിച്ചുചിരിച്ചു മായും മലർച്ചെടിയും

കുതിരവൻ-വലിയച്ഛൻ-അരുളിയ പുലരൊളി-
പ്പുടവയുടുത്തു തുള്ളും തകരക്കൂമ്പും

തരതംഗമൊടിഞ്ഞാലും ഗഗനത്തിൻ മനം പൂശും
മണമകത്തൊതുക്കുന്ന മുരിങ്ങക്കമ്പും

തരിമ്പലിവിയലാത്ത കരിങ്കമ്പിൻകുറുമ്പുമായ്
കരൾകൂമ്പു കലമ്പുന്ന കരിമ്പിൻകാമ്പും

ഇറയത്തുനിരന്നിരുന്നഘമാറ്റും ഹരിനാമ-
മുരുവിടും വരതാരകിശോരന്മാരും

ഹൃദയം വിശന്നുവരും പെരുമാളിൻ-തിരുമുമ്പിൽ
മധുരത്തേൻ വിഭവങ്ങൾ വിളമ്പിനിന്നു

എതിരെവന്നിറങ്ങിയൊരരചനെപ്പടിക്കൽച്ചെ,-
ന്നെതിരേറ്റു, മലയാളമഹീസുരന്മാർ!

പദംതൊട്ടു മലരിട്ടു മധുരപ്പൂവിളി പൊക്കി
പരശുവിൻപൂജയ്ക്കലരൊരുക്കും വർഗ്ഗം!

അകത്തരിപ്പാർന്ന നായർത്തരുണന്മാർ, നെടുംവില്ലിൻ
അയവറ്റ ചെറുഞാണിലൊലി മുഴക്കി!

പെരുമാൾക്കു മലയാളമതിൽ കാത്തുവരും മുസ്ലീം
കുരുക്കളും പഞ്ചസാരക്കലങ്ങൾ വെച്ചു

പണമേകിക്കുരിശെന്ന വരമുദ്ര ധരിപ്പവർ-
പഴയ ചെപ്പേടിൻപൊരുൾ പുതുക്കിപ്പോന്നു!

അകക്കഴമ്പൊത്ത കേരഫലങ്ങൾ കാണിക്കവെച്ചു
പുകൾചൂടും ചേകവന്റെയനുഗാമികൾ!

നിലയനം തീർക്കും തച്ചൻ, തനതകംകരശില്പ-
കലകേറുമൊരാവണപ്പലകയാക്കി

തിരുമുമ്പിലടിയറയരുളുവാൻ കരുവാനും
തുരുമ്പു തീണ്ടാത്ത പുത്തൻ ചുരികവാർത്തു!

മുതുമൂശാരിയും വെച്ചു തിരുമേനി കനിയുവാൻ
മുഴുമെഴുമലരോടിൻ മുറുക്കാൻചെല്ലം!

മണിമയമോതിരങ്ങളടികളിൽവെച്ചുകൂപ്പി
കനകത്തിൽപ്പലചൊട്ടിപ്പണികഴിപ്പോൻ!

മലകളിൽ മന്ത്രംപാകം പെരുംപാണൻ മലയാളി-
ത്തലയാളിക്കലയോലക്കുട ചമച്ചു!

വരുമാണ്ടിൽ വിഷുഫലസുമുഹൂർത്തക്കുറിയേന്തും
കുറിപ്പുകളവിടേക്കു കുറുപ്പു നൽകി

സുരരും വന്നടിതൊഴും മലയാളിപ്പെരുമാൾക്കു
കുലവില്ലു മലവേലത്തലവൻ വെച്ചു!

ഉറുമ്പുമാനയും പാടും ഗരുഡനും ശലഭവും-
പെരുവഴിത്തോപ്പും തറത്തുളസിക്കാപ്പും

തരിമണൽച്ചാർത്തും, ദിവ്യമണിമയബിംബങ്ങളും,
ചെറുചളിക്കുണ്ടും പെരുംകടലുകളും

ഒരുമതമൊരുജാതിയൊരുനിറമൊരുനിണം
പൊരുളിതു പരസ്യമായരുളിയോണം

വിമലതകളിക്കുമിബ്ഭൃഗുരാമനിലയത്തിൽ-
സമദേവമണിബിംബപ്രതിഷ്ഠചെയ്തു!

മുടങ്ങാതെ നടക്കുമീബ് ഭരണമാമാങ്കപൂര-
ക്കൊടിയേറ്റതിന്നുവന്ന തിരുമേനിയെ

അടിതൊഴുതനുഗ്രഹമലർചൂടിയുപചാര-
മരുളി ഗോപുരംവരെയനുഗമിച്ചു

ചതയചന്ദ്രികയേറ്റുലയനെടുവീർപ്പുവിട്ടു-
മഥിതഭാരതഭൂവിൻ കനിഷ്ഠപുത്രി!

മഹിതസഹ്യാദ്രീതമോനിലയമണയുംമുമ്പാ-
മലനാടൻസിംഹമൊന്നു തിരിഞ്ഞുനോക്കി.

വിരഹച്ചൂടലതല്ലും, മകവുമായില്യവുമാ-
മിരുമുത്തുമണിയതിൽപ്പൊടിഞ്ഞുകാണായ്!

നരകത്തിൽ നവനാകം ചമയ്ക്കുവാൻവരും വീര-
ചരിതന്റെ വരവാരനിവേദ്യമുണ്ടു

മലർന്നുകിടന്നു മലർനിലാവണിമണൽത്തിട്ടിൽ-
മലയാളമലകളും മലരുകളും!

പിരിഞ്ഞപൊന്നോണനാളിൻനിനവിനാലകംനീറി,
യിരുട്ടിൽപെട്ടുലയുന്ന മലയാളത്തെ

മുകരും ശ്രീഗുരുവായൂർപ്പെരുംകോവിൽമണിത്തേരിൽ
മരുവുമാ മുകിൽനിറൻ മുരളിയൂതീ:

“അനഘജീവിതം കാണാൻ മഹിതവേദാന്തവിദ്യാ-
ദിനകരമണിബിംബമുയർത്തിയോളേ

മനുജലോകത്തിനോണപ്പുടവയാം പെരുമാളിൻ
മറഞ്ഞ തേരടിനോക്കിക്കരയായ്ക നീ

വിളക്കൊളിവിളയുമീയുലകച്ചിറ്റമ്പലങ്ങൾ
വലംവെച്ചു വലംവെച്ചുകഴിഞ്ഞൊടുവിൽ

വിതതമീയിരുൾ തീർക്കു,മിരുമ്പുചങ്ങലയൊരു-
വിലപെറ്റ തനിത്തങ്കവലയമാക്കാൻ

കനത്ത വൻതമസ്സെന്ന ചിരട്ടപ്പാഴ്ക്കരികൂട്ടി
കനകത്തിൻ മഖം കാട്ടും പതക്കം തീർക്കാൻ

വളരുമീയിരുൾച്ചേന, വറുത്തുപ്പേരിയായ്ക്കോരി
വിളമ്പുന്ന, പുലരോണവിഭവമുണ്ണാൻ

മലമകളെന്നും തങ്കവിളക്കുകൊളുത്തിക്കാട്ടും
മലയാളത്തറവാടിൻ പടിക്കൽ വീണ്ടും

അണയു,മാപ്പരിപൂർണ്ണസ്വതന്ത്രതാമുടിചൂടും
മണിരഥ;മതിനുള്ള സമയമായാൽ!” ■

ആകാശഗംഗ

ശർമ്മമുലകിന്നു നൽകുന്ന മാനവ-
ധർമ്മപിതൃക്കൾക്കു മോചനമേകുവാൻ

മിഥ്യതാമൂടലിൻ ബാധയകറ്റുന്ന
സത്യമഹസ്സിൽ മനമൂന്നി സർവ്വദാ,

നവ്യസുജീവിതപ്രവൃത്തിക്കു ഗംഗയാം
ദിവ്യമഹിംസാപ്രവാഹമൊഴുക്കുവാൻ

കാഠിന്യമേറുന്ന കർമ്മയോഗത്തിന്റെ
കായും കനിയും ഭുജിക്കും ഭഗീരഥൻ.

പുഷ്പിതവിശ്വവിഭൂതി പണിയുന്ന
പുണ്യചരിത;നനശനബദ്ധനായ്,

ബുദ്ധലോകങ്ങൾതൻ സത്തുറന്നെത്തുന്ന
തപ്തചിത്തത്തിനാലർത്ഥിച്ചിതിങ്ങനെ:

“പൂതവിശാലഹൃദയം ചൊരിയുന്ന
ഭൂതാനുകമ്പേ, വരിക വരിക നീ!

താവകദിവ്യസുധയിൽ മുഴുകട്ടെ
വേവുമീസ്ഥാവരജംഗമജീവികൾ!

ഉന്നിദ്രമാദിമാതാവിൻ കരളിലെ-
യുത്സിതവാത്സല്യചൈതന്യധാരയായ്,

അക്ഷരാത്മാവിന്നനശ്വരനാദമാ-
യക്ഷതശാശ്വതപൈതൃകദാനമായ്

പുണ്യപ്രശാന്തിപ്രസാദം വിതറുമാ-
പ്പൊന്നമ്പലത്തിന്നകത്തരുളുന്നതാം

പാവനപ്രേമത്തിടമ്പിൽപ്പുരളുന്ന
പാപപങ്കങ്ങൾ കഴുകിക്കളയുവാൻ

പൂതവിശാലഹൃദയം ചുരത്തുന്ന
ഭൂതാനുകമ്പേ! വരിക വരിക നീ.

അർക്കപ്രണവമുഖരിതദിക്ചന്ദ്ര-
ചക്രം തിരിക്കും പരമപുമാനുടെ,

തൃപ്പല്ലവാധരത്തുമ്പിൽ വിരിയുന്നൊ-
രദ്ഭുതത്തുമ്പമലരുകൾ ചിന്നുവാൻ,

മന്നിലേക്കിന്നയെ, വന്ദ്യചരാചര-
പുണ്യജനനീ! വരിക വരിക നീ!

ഭാവനാമേഘരുചിരരഥമേറി
ഭാസ്കരസത്യപ്രദീപേ! വരിക നീ!

മാലേയമോദിതമാരുതാന്ദോളിത
മാലാകലാപേ! വരിക വരിക നീ!

നവ്യവികാരവിചാരനവരത്ന
ദിവ്യശരീരേ! വരിക വരിക നീ!

സ്മേരവനസ്പതീസാരമഹൗഷധീ
ഹാരഭരിതേ! വരിക വരിക നീ!

ജന്മനിലത്തിലീക്കർഷകർക്കൊക്കെയും
ധർമ്മകർമ്മങ്ങൾതൻ വിത്തുവിതയ്ക്കുവാൻ

നീതിതൻ കല്പകവല്ലി തളിർക്കുവാൻ
മേദിനീമെയ്യിൽനിന്നെണ്ണയൊലിക്കുവാൻ

ആധിയും വ്യാധിയും മാച്ചുകളയുവാൻ
പ്രേതപ്പറമ്പൊരു പൂവനമാകുവാൻ

മന്ദ്രമൃദംഗധ്വനികളിൽ നിമ്നഗാ-
തന്ത്രിതൻ സുന്ദരനാദമിണങ്ങുവാൻ

അജ്ഞതാപാപക്കനലില്പതിക്കയാൽ
കൊച്ചുടൽ മുറ്റുമടച്ചുപുളകിയ

ധീരദരിദ്രപ്രപഞ്ചശിശുവിനെ
തേനൊലിമാറിലെടുത്തു കിടത്തുവാൻ

അന്ധകാരക്ഷുതയേറ്റു കിടക്കുമീ-
യന്തരാത്മാക്കൾക്കമൃതം വിളമ്പുവാൻ

ഉത്തമസ്നേഹാക്തസത്യവിളക്കുമായ്
നിത്യചരാചരധാത്രീ! വരിക നീ!

അക്ഷയാദ്വൈതതപസ്സനുഷ്ഠിക്കുന്നൊ-
രദ്വൈതഭാരതഭക്തൻ ഭഗീരഥൻ

സപ്തർഷിദീപ്തിവിരിയും നഭഃസ്ഥല-
ത്തുദ്ദീപ്തനേത്രനായ് ചിത്തവുമർപ്പിച്ചു

മംഗളഹൃദ്രക്തതർപ്പിതലോകാശ്രു
ഗംഗാഭിഷിക്തനായർത്ഥിച്ചു പിന്നെയും

കാടും പുഴയും കടലും മരുക്കളും
മാടവും മേടയുമാതുരശാലയും

വായ്ക്കുന്ന മുള്ളുമപ്പിച്ചകപ്പൂക്കളും
പാഴ്ക്കരിക്കട്ടയും താരകാരാജിയും

പാരിച്ച പോരിൽ ചുടലയും കോവിലും
പാമ്പിൻപടങ്ങളും താമരപ്പൂക്കളും

പോറ്റിപ്പുലർത്തുന്ന ജീവവിഭാതവും
ചീറ്റിയടുക്കും മരണരജനിയും

യോഗവും ഭോഗവും പാപവും പുണ്യവും
ഭാഗം പിരിയാത്തൊരൊറ്റക്കുടുംബമായ്

ആനന്ദഗാനം മുഴക്കുമീ ബ്രഹ്മാണ്ഡ-
വീണയിൽപ്പൊന്തും സ്വരാപസ്വരങ്ങളായ്

മാധുരിയൂറുന്നൊരദ്വൈതസൂത്രമാം
മാലയി-ലൂഞ്ഞാലി-ലാടിക്കളിക്കുവാൻ

ആത്മസ്വരൂപമമൃതചന്ദ്രോദയാ-
ലാനന്ദച്ചന്ദനച്ചാർത്തിൽ തിളങ്ങിയും

മാനവസന്താനഭാഗവാദങ്ങളാൽ
മാതൃനേത്രങ്ങൾ ചുമന്നു കലങ്ങിയും

ഭീതമാം ഭൂഗോളമൂർദ്ധാവിലേറുമീ
ദ്വൈതഭേദ വിഷബാധയിറക്കിയും

രാകാശശാങ്കശുഭാനനേ! മന്നിലേ-
ക്കാകാശഗംഗേ! വരിക വരിക നീ! ■

നിളാതടത്തിലെ രാത്രി

സ്വർണ്ണനിറപ്പുള്ളി മിന്നുമിളംനീല-
വർണ്ണം വിതറുന്ന സാരിയുടുത്തവൾ,

നാണം കുണുങ്ങുന്നൊരാമ്പലപ്പൂവിനാൽ
കാറ്റിൻ കവിളത്തു കിക്കിളിയാക്കിയോൾ,

ആരുമറിയാതെ പൂവിരിമെത്തയിൽ
നീരവം കണ്ണുനീർത്തുള്ളിയുതിർക്കുവോൾ,

വീർപ്പറ്റു നിൽക്കയാം, മുന്നിലിന്നെന്തിനോ
വീണ്ടുമാ ഹേമന്തസുന്ദരയാമിനി!

ചിന്മുദ്ര കാട്ടി ജ്വലിക്കും മുഖവുമായ്-
പ്പൊന്മണിക്കോവിൽ വലംവെച്ചു താരകൾ.

വിണ്ടലം-ശാന്തിതൻ മണ്ഡലം-പാർത്തങ്ങു
നീണ്ടു നിവർന്നു കിടന്നു വില്വാചലം.

ദിവ്യപരിവേഷമാർന്നിതവനി ത-
ന്നവ്യക്തചിന്തകൾ-മാമലച്ചാർത്തുകൾ

അല്ലിലുറങ്ങും വിജനമാം പാതയൊ-
രജ്ഞാതഭാവി തൻ ചിത്രീകരണമായ്

മൂകഹൃദയമണിവീണ മീട്ടുന്ന
ശോകഗാനംപോലൊഴുകി നിളാനദി.

ആതിരച്ചന്ത കഴിഞ്ഞു, വിദൂരമാ-
ഗ്രാമത്തിൽനിന്നും തളർന്നിഴഞ്ഞന്തിയിൽ

ആറിൻകരയിൽ സുവിശ്രമം കൊൾകയാം
ഭാരമൊഴിഞ്ഞൊന്നു വീർപ്പിട്ട കാളകൾ,

നിഷ്കാമധർമ്മവ്രതദീക്ഷയേറ്റവർ
നില്പാണകിടു ചുരത്തി വയലുകൾ,

ഞെട്ടിയുണർന്നുടനമ്മതൻ വാർമടി-
ത്തട്ടിൽക്കിടന്നു മയങ്ങീ കതിരുകൾ.

നീടുറ്റിരുട്ടത്തു കൂകിയതാതിടം
പാടത്തു കാവൽ കിടക്കുന്ന ചാളകൾ;

തൈക്കുളിർത്തെന്നലിൻ വേണുസ്വനമൊത്തു
രാക്കുയിൽക്കൊക്കുകൾ പാടുന്ന കൂടുകൾ!

പുള്ളുവപ്പെൺകൊടി തന്നുടെ മൺകുടം
പൂഞ്ചോല നീട്ടിയ കുന്നുണ്ടകലെയായ്.

തേക്കുള്ള പുഞ്ചവയലിനുമപ്പുറം
പൂക്കുന്ന മാമരത്തോപ്പുകൾക്കപ്പുറം

പാടത്തുനോക്കും കരിമ്പനച്ചാർത്തിന്റെ
പാടുന്നൊരോലക്കുടകൾക്കുമപ്പുറം,

മന്ദസ്മിതം തൂകി നിൽക്കയാം ഹേമന്ത-
ചന്ദ്രിക വീശും നിനവിൻ നിലാവൊളി.

വെള്ളിനിലാവല ചിന്നിച്ചുളിവീണ
വെള്ളവിരിയായ് നിളാപുളിനങ്ങളും.

ആ വെണ്മണൽവിരി പിന്നിട്ടിരുട്ടിനാൽ-
പ്പുൽമേഞ്ഞ കർഷകവാടം കടക്കവേ

പാമ്പണിക്കാവുമാ മൂകമാം കോവിലും
ചെമ്പൊൻകതിരണിപ്പാടവും നീങ്ങവേ.

ദിവ്യപ്രശാന്തി വഴിയുമാരാവിന്റെ
കാവ്യാനുഭൂതിയിൽ മുങ്ങിക്കുളിക്കയായ്

താരകാരാജിയും മഞ്ഞിൻകണങ്ങളും
തീരദ്രുമങ്ങളും കൊച്ചുതൃണങ്ങളും.

ഓളമൊതുങ്ങിയ പച്ചക്കടലിന്റെ
തോളിനു മേൽമുണ്ടു നെയ്യും വരമ്പുകൾ,

കാലടിപ്പാടുകൾകൊണ്ടളന്നാ നീല-
ലോലമാമാമ്പലപ്പൊയ്ക പിന്നിട്ട ഞാൻ

ദൂരാൽ നുകർന്നു മിഴികളാൽ, ശാന്തിതൻ
ദീപമെരിയും മഹേശ്വരമംഗലം.

നന്നെക്കിഴക്കു പുലരികൾ പൂവിടു-
മിന്ദ്രനീലത്തിൻ നെടും പീഠഭൂമികൾ:

തെല്ലകലത്തു വനങ്ങളിൽത്താരക-
പ്പുള്ളിമാൻപറ്റമിറങ്ങുന്ന ചോലകൾ.

നോക്കുകിൽക്കണ്ണു നിറയുന്ന മട്ടിങ്ങു
പാൽക്കടൽമങ്ക കളിക്കും വയലുകൾ.

കൊച്ചുകുഗ്രാമത്തെയൊക്കെയും നല്ലെണ്ണ
തേച്ചു കുളിപ്പിച്ചു പാടും നിളാനദി

ആനന്ദദേവത പാടുകയാണങ്ങു
സൗന്ദര്യസാമ്രാജ്യസൗഭാഗ്യറാണിയായ്.

ലാലസിക്കുന്നൂ കൃഷിശ്വരീസേവയാൽ
ശ്രീലവസന്താഭ പുൽകിയ പത്തനം.

മേച്ചിൽപ്പറമ്പു കടന്നു ചെന്നെത്തിയാ-
പ്പച്ചമരതകത്തോപ്പിൻ പടിക്കൽ ഞാൻ

ആ മലയോരത്തു നില്പാണചഞ്ചല-
മാജാനുബഹുവാം നാലുകെട്ടങ്ങനെ.

പിന്നിലാ നാഗഫണനിര കൊത്തിയ
കുന്നുകൾ, മുന്നിലോ പുഞ്ചവയലുകൾ

പാലകൾ പൂക്കുന്ന കാവുകൾക്കപ്പുറ-
മാലും കുളവും ചെറുശിവക്ഷേത്രവും.

കാട്ടിലൊരശ്വത്ഥ;മേറെ വിജനമാ-
മൂട്ടുപുരമ്പും വഴിയമ്പലങ്ങളും.

കന്നാലിവൃന്ദങ്ങൾ മുട്ടിയുരസി, മെയ്
നന്നെച്ചടച്ച ശിലാസ്തൂപരാജികൾ.

ആ മലർത്തോപ്പിനകത്തു വിരാജിച്ചി-
താജാനുബാഹുവാം നാലുകെട്ടങ്ങനെ;

ഉൽക്കടഭാഗദവാഗ്നിയടുക്കാത്തൊ-
രൈക്യപ്പൊലിമതൻ കൂട്ടുകെട്ടങ്ങനെ.

പാറും 'നരിച്ചീർ' തിമർക്കും പടിപ്പുര
കേറിക്കടന്നാ ഭവനത്തിലെത്തവേ,

മുറ്റത്തിനുറ്റ തൊടുകുറി തൊട്ടങ്ങു
കാറ്റത്തു പാളിക്കളിച്ചു വിളക്കുകൾ.

മഞ്ഞുസുമത്തെത്തഴുകിക്കുളിർകാറ്റു
പാഞ്ഞുകളിച്ചു ചമഞ്ഞ പൂപ്പന്തലിൽ,

ലോലസമീരന്നുയിരേകി നിൽക്കയാം
നീലതുളസികാവാസനാസൗരഭം

ലീലാവിലോലകൾ പൂമുല്ലവള്ളികൾ-
പോലങ്ങു തിങ്ങിനാർ ബാലത്തരുണികൾ

പാലൊളിത്തിങ്കൾക്കതിരായ്ക്കളിക്കയാം
പാതിരാപ്പൂവൊത്തു പിഞ്ചുപൈതങ്ങളും

ഒട്ടകലത്തുനിന്നന്ധകാരത്തിനു
പൊട്ടുകുത്തും മുറിച്ചൂട്ടും വിളക്കുമായ്,

വന്നു നിറഞ്ഞിതപ്പന്തലിലാരോഗ്യ-
ലക്ഷ്മി തഴുകും കൃഷകയുവാക്കളും.

വിണ്ടലപ്പൂത്തളം പൂകിയ താരകൾ
കൊണ്ടൽമറവിൽനിന്നെത്തിനോക്കീടവെ

തുള്ളിത്തുളുമ്പുമഴകു കലമ്പിയും
വെള്ളോട്ടുകിണ്ടിയിൽ വെള്ളം തുളുമ്പിയും

കന്നിക്കവുങ്ങിന്നിളംപൂങ്കുലപോലെ
വന്നു ശാലീനകുലീനകുമാരി നീ.

മുഗ്ദ്ധപ്രണയാങ്കുരമായ് നിലാവൊളി-
മങ്ങി മയങ്ങി പിരിയുമാരാത്രിയിൽ

ചന്ദനരേഖ തെളിഞ്ഞൊരു കേതക-
സിന്ദൂരരാഗം പകരുമധുരവും

അഞ്ജനനീലമിഴിയും വിലാസവും
സുന്ദരവാസന്തശോഭ വിതറവേ.

കാപ്പണിക്കയ്യാലതിഥിക്കുപചാര-
മർപ്പിച്ചു പേർത്തും മലനാട്ടുമങ്ക നീ.

പാതിരക്കാറ്റിൽത്തണുത്തു വിറയ്ക്കയായ്
വാഴയിലകൾ, തെങ്ങോലത്തലപ്പുകൾ,

നാഗരാജാവിന്നു വെള്ളരി നൽകുന്ന
തുള്ളലാ;ണങ്ങു കുറിച്ച കളങ്ങളിൽ

രാജിച്ചു മിന്നലുടലാർന്നു, സൗവർണ-
രാജതവൈദ്യുതക്കമ്പികൾ പാമ്പുകൾ.

കാളിമ പത്തി വിരുത്തുന്നു നീളവേ,
പാളുന്ന തൂക്കുവിളക്കിനു താഴെയായ്.

നർത്തനമാടിനാർ താളലയാന്വിത
രത്നഫണോജ്ജ്വല നാഗകന്യാവലി.

പാടി നീൾക്കമ്പി മുറുക്കിയ വീണക-
ളാടി, യഗ്ഗാനമനോഹരവൈഖരി.

തുള്ളിത്തുളുമ്പിയപ്പൂപ്പന്തലൊക്കെയും
വെള്ളരിചിന്നിയ പുള്ളുവപ്പാട്ടിനാൽ.

മന്ദ്രമനോഹരഗാനമാരാവിനു
തങ്കക്കിനാവിൽ ഞെറി പിടിപ്പിക്കയായ്

ചിത്രവർണാഞ്ചിതവാനിലിടിരവ-
മൊത്തു മിന്നൽത്തങ്കനൂലുകൾ പോലവേ

നാകസന്താനസൗഭാഗ്യമരുളുന്ന
ഭീകരനാഗമിഴയും കളങ്ങളിൽ

വാർകുഴൽക്കൊണ്ടലഴിഞ്ഞാടി, വാർമണി-
പ്പൂക്കുല കയ്യിൽപ്പിടിച്ചിരുന്നോരു നീ.

ചിന്നും പുരിവാർകുഴലിനാൽ മാച്ചു നീ
വർണ്ണപ്പൊലിമ കുറിച്ചതാമക്കുളം.

തെല്ലുനേരത്തിനാൽ മാഞ്ഞുപോയങ്ങനെ
വെള്ളരി ചിന്നിയ രാത്രിതൻ പൂക്കളം

ചേലിൽ മറിഞ്ഞുപോയ് ച്ചിത്രകലാപമീ-
ക്കാലം നടത്തും പലച്ചിത്രശാലയിൽ.

വന്നു കളിച്ചുപോയോണപ്പുലരികൾ
വന്നുകുളിച്ചുപോയാതിരാരാവുകൾ.

നാട്ടിൻപ്രതാപക്കൊടിയാം പെരും നാലു-
കെട്ടുഭവനം തകർന്നിന്നു ചാളയായ്,

മാറീ ജനാവലിയൊക്കെയും, ഹാ, വഴി-
മാറിയൊഴുകീ നിളയുടെ കൈവഴി.

പൂന്തണലേകുമേ കാന്തവനങ്ങൾതൻ
പൂപ്പന്തൽ തല്ലിത്തകർത്തു കോടാലികൾ.

ആരിയൻ പൊൻവയലൊക്കയും കൊങ്ങന്റെ
മോതിരമിട്ട കരങ്ങളിൽച്ചേർന്നുപോയ്,

ഗോക്കൾ മേയുന്നൊരു പൂരപ്പറമ്പിന്നു
തീപ്പെട്ടിനിർമ്മാണശാലതൻ വായിലായ്.

മർത്ത്യനിൽപ്പാർക്കും പിശാചു ചവച്ചിതാ
ക്ഷേത്രനടയ്ക്കലെയശ്വത്ഥവൃക്ഷവും

ആൽമരപ്പൊത്തിൽക്കഴിഞ്ഞോരു പൈങ്കിളി-
ച്ചാർത്തുകളോരോവഴിക്കു പറന്നുപോയ്.

ചേലിൽപ്പുണർന്നു യദൃച്ഛയാ, വേറിട്ട
കാലനദിതൻ കുമിളകൾപോലവേ,

ഒന്നിച്ചു തെല്ലിട കൊക്കുരുമ്മിസ്സുഖി-
ച്ചെന്നേക്കുമായിപ്പിരിഞ്ഞുനാമെങ്കിലും

ഇച്ഛയാ കാലം വളർത്തും ലതയിലെ-
പ്പിച്ചകപ്പൂക്കൾ കൊഴിഞ്ഞുപോയെങ്കിലും

മാമകഹൃന്മണിപ്പന്തലിലാടുന്നു
ഹേമന്തരാത്രി-യാ നാഗകന്യാമണി! ■

വെട്ടത്തുനാട്ടിലൊരു രാത്രി

രോഗമൃതിഭീതിശൃംഖല ഭേദിക്കു-
മേകാക്ഷരമന്ത്രഭാഷ പഠിക്കുവാൻ,

അന്ധനാം ഞാൻ ചെന്നു, വൈകിയവേളയി-
ലന്നാദിവെട്ടത്തെഴുത്തുകളരിയിൽ!

'അച്ചെറുവണ്ടിയാപ്പീസു തിരൂ'-രോതി
കൊച്ചുപുഴതൻ കടത്തുകേവഞ്ചികൾ.

തുന്നിയൊതുക്കിയ ലജ്ജാവഗുഞ്ജന-
ത്തിന്നകമോമന്മുഖം മറച്ചങ്ങനെ,

പട്ടുതളിരിളം വെറ്റിലക്കൂമ്പുകൾ
പട്ടണം കാണുവാൻ യാത്ര തിരിക്കയാം!

ചിക്കെന്നൊരുൾത്തണുപ്പേകിനാ,രുൾപ്രേമ-
മുൾക്കൊണ്ട ചെന്തെങ്ങിളന്നീർക്കുലകളും

വന്നിതാ കെട്ടിപ്പുണരുകയാണെന്നെ
വന്നേരിനാടിന്റെയൂഷ്മള വീർപ്പുകൾ.

ഏകനായ് ചെന്നു ഞാൻ, കോവിലും പള്ളിയും
കൈകോർത്തുനിൽക്കുമസ്സുന്ദരഭൂമിയിൽ

ആശാങ്കുരത്തിൻ പൊടിപ്പു പൊങ്ങീ,തങ്ങി-
യാത്മാവിലജ്ഞാതപുഷ്പപരിമളം.

ഉർവിയെസേവിച്ചു നില്പാണഭിനവ-
യൗവനം മുറ്റിയ തെങ്ങണിത്തോപ്പുകൾ.

പൂഞ്ചായൽ കോതിയൊതുക്കിയ പഞ്ചകൾ
ചാഞ്ചാടി നിൽക്കും വയലാണു ചുറ്റിലും.

ചെമ്മുറ്റ കൈരേഖയായിത്തെളിയുന്നു
വെണ്മണൽ ചിന്നും നടവരമ്പിൻവഴി.

പാളും പകൽവെളിച്ചത്തിൽ കവിൾത്തട്ടിൽ
നീളും കരിനിഴൽക്കൂത്തുകൾപോലവേ

ആ വഴി നീങ്ങി മറയുന്നു വേർപ്പുറ്റ
കാവുകളേന്തിക്കിതച്ചുപോമാളുകൾ.

പാടവും തോപ്പും പുഴയും കടലുമ്യ
ന്നീടുറ്റൊരെൻ ചിത്രശാലതൻ ചിത്രമായ്.

ഒട്ടിയെന്നുൾക്കരൾത്തട്ടിൽ, ക്കലാകേളി
കൊട്ടിയ വെട്ടത്തുനാട്ടിൻ മണൽത്തരി.

കെട്ടാറിയുഷ്ണം; കനകം വിളയുന്ന
പുത്തൻ ഖനിയായി പശ്ചിമവിണ്ടലം

ഏതോ മറയിലായ്, പ്പാർത്തട്ടിനൊക്കയും
ചൈതന്യസമ്പത്തു വാരിക്കൊടുത്തവൻ

പാൽക്കുളിരാറ്റിൻ കരപറ്റി, ചമ്പക-
പ്പൂക്കൾ നിറച്ചോരു പൂപ്പാലികയുമായ്,

ശ്യാമളത്തെങ്ങണിത്തോപ്പിന്നിടയിലായ്
ഹേമന്തസന്ധ്യ നടന്നു മറകയായ്!

കാഞ്ചനപ്പട്ടു ഞെറിമാറ്റിയാരെയോ
കാത്തുനില്പാണൊരു സന്ധ്യാഭൂതാരക.

മിന്നാമിനുങ്ങായ്പ്പറന്നു പടരുന്നു
കണ്ണുനീരാറ്റിൽ വിരിയും നിനവുകൾ

'മംഗല'പ്പാതകൾ ചൂണ്ടി, വഴിവിള-
ക്കങ്ങിങ്ങു നില്പുണ്ടിരുണ്ട വഴികളിൽ.

തെന്നലും കോൾമയിർക്കൊള്ളുമാറെത്തി, തൃ-
ച്ചന്ദനക്കാവിലെയദ്ധ്യാത്മസൗരഭം.[1]

പൊട്ടിവിരികയായാദികവീന്ദ്രന്റെ
[2]പാട്ടേറ്റുപാടിയ കോകിലത്തിൻ ധ്വനി.

ദാഹിച്ചു ചേതനാഭൃംഗമലയുന്നു
സാഹിത്യമഞ്ജരീമാക്ധ്വീഝരികളിൽ.

അത്തലിൽനിന്നൂർന്ന കണ്ണുനീർത്തുള്ളിയോ
മുത്തായി മാറിക്കിടക്കുന്നു ചിപ്പിയിൽ[3]

---

1. മേപ്പത്തൂരില്ലം 2. വള്ളത്തോൾ ഭവനം 3. നാലപ്പാടു തറവാട്

പൊന്നനുജത്തി,യിളം കൈപ്പവള്ളിതൻ
ചിന്നും കുറുനിര മാടിയൊതുക്കുവോൾ

കണ്ണിൻ വിരുന്നായി നിൽക്കയാം, പൂന്തോട്ട-
മെന്നും നനയ്ക്കുമഗ്ഗ്രാമീണ കന്യക[4]

കാറ്റിൽപ്പൊലിയാത്ത താരങ്ങളായ് മിന്നി
വെട്ടത്തുകാവിൻ വഴിവിളക്കൊക്കെയും!

അന്തരാത്മാവിരുൾപ്പാതയിൽ നീങ്ങവേ
ചിന്തിക്കയാ, 'യെങ്ങനശ്വരനാം കവീ?

അക്ഷയപ്രേമത്തി,ലദ്വൈതസിദ്ധിയൊ-
ത്തക്ഷരജ്യോതിസ്സരുളും മഹാകവീ?

കൊച്ചുകവിതതൻ വായ്ക്കകം, പൂർണമാം
വിശ്വരൂപം കാട്ടിനിൽക്കും മഹാകവി?

ചിന്തോർമ്മിപോലെ, വിദൂരത്തിലാരാത്രി-
വണ്ടിതൻ ചൂളംവിളികൾ കടന്നുപോയ്.

വിദ്യുൽപ്രതിഭയായ് മിന്നീ, ജനിമൃതി
മദ്ധ്യം കടക്കും സുദുർല്ലഭമാം ക്ഷണം.

വീണുറങ്ങീ ചെറുതോപ്പിൽ കുടിൽകളിൽ-
ത്താണുകളിച്ച മണ്ണെണ്ണവിളക്കുകൾ.

പൂട്ടുകഴിഞ്ഞു നടയടച്ചുള്ളതാം
കോവിലിൻ ഘണ്ടാനിനദമശ്രാവ്യമായ്.

ഓളമൊതുങ്ങിയ രാവിലലിഞ്ഞുപോയ്
ചാളയിൽനിന്നുള്ള കാവൽവിളികളും.

തേയാത്ത ചിന്തതൻ നീലവിരികളിൽ
താരകൾ കണ്ണുമിഴിച്ചു കിടക്കവേ.

നിശ്ശബ്ദരാത്രിയിൽ, മന്ത്രമുപാസിച്ചു
നിൽക്കയാം തുഞ്ചൻപറമ്പിലെക്കാഞ്ഞിരം

ചേലിലമൃതുചുരത്തുന്നൊരാശയം-
പോലെ തിളങ്ങി കുളിരമ്പിളിക്കല.

---

4. കുറ്റിപ്പുറത്തിന്റെ കവിത

ദൂരെപ്പടിഞ്ഞാറിരമ്പുന്നു സാഗരം
കേരവികാരമലിയുന്നു തെന്നലിൽ.

അന്തിമയങ്ങി, തൂമുല്ല വിരിയുന്ന
പന്തലായ് വിണ്ടലം മാറിയ രാത്രിയിൽ

അന്ധകാരച്ചിതൽപ്പുറ്റിലമൂല്യമാം
ഗ്രന്ഥമായ്ത്തുഞ്ചൻപറമ്പു കിടക്കവേ,

തങ്ങിയെന്നുള്ളിൽ പവിത്രസ്മരണയായ്
മങ്ങിയ രാവിൻ നവമീനിലാവൊളി.

സാഷ്ടാംഗമായി പ്രണമിച്ചു, ദേശിക-
പാദപരാഗം പുരണ്ട മണലിൽ ഞാൻ.

അഞ്ചിതദേശികപാദം പണിയുവാൻ
തുഞ്ചൻപറമ്പിൻ പരിസരമൊക്കെയും

തേടിത്തിരഞ്ഞു കണ്ടെത്തീല, പൊൻമല-
നാടിൻ മഹാകവിയാം ഗുരുദേവനെ.

ചുറ്റിക്കറങ്ങി നടന്നേൻ, പെരും 'ചമ്ര-
വട്ടത്തെ' വീണുവണങ്ങുമപ്പാതയിൽ

നേരിയ വെള്ളിനിലാവു പുതച്ചതാ-
ദൂരെക്കിടക്കുന്നു നാവാമണൽപ്പുറം.

മംഗലശങ്കരബിംബത്തിലാനന്ദ-
ശംഖാഭിഷേകം നടത്തി വിശുദ്ധരായ്,

അർണവം നേടും ശരണംവിളികളായ്
മുന്നോട്ടു നീങ്ങുന്നു പേരാറലകളും.

സാധനാലീനനായ്, നിന്നേ,നനശ്വര
സാഹിതി നർത്തനം ചെയ്തൊരപ്പന്തലിൽ.

മൂടി നിശ്ശബ്ദതകൊണ്ടു പാ,രങ്ങിങ്ങു
റേഡിയോഗാനം മയങ്ങുന്നു മേടയിൽ,

കൂർക്കംവലിക്കയായ്, കാറ്റിലിടയ്ക്കിടെ
ലോഭലാഭങ്ങളാൽ വീർക്കുമങ്ങാടികൾ.

ചീറ്റിക്കുതിക്കുന്നൊരുദ്ധതവാഹന-
മർദ്ദനമേറ്റു ചതഞ്ഞൊരപ്പാതയിൽ,

റാന്തൽവിളക്കുമായ്, ക്ഷീണിച്ചതാം കാള-
വണ്ടികൾ നീങ്ങി ഞരങ്ങുമപ്പാതയിൽ,

തല്ലേറ്റു, ഭാരം ചുമന്നൊരത്താണിക-
ളെല്ലുനുറുങ്ങിക്കിടക്കുമപ്പാതയിൽ,

ആറ്റിൻകരയിൽ, നക്ഷത്രവിളക്കിനു
ചോട്ടിൽ ഞാൻ ചിന്താസ്തിമിതനായ് നിൽക്കവേ,

ചേർക്കുണ്ടിലെത്താരുപോലൊരു തേൻകണം-
രാക്കിളിക്കൊഞ്ചൽ-തളിച്ചു കർണങ്ങളിൽ.

ഉദ്രസം മേടകളേതോ ലഹരിയിൽ
നിദ്രയെക്കെട്ടിപ്പുണർന്നുകിടക്കവേ,

പേരെഴാക്കൂരപ്പുരയൊന്നു കാണുന്നു
പേരാറ്റുവക്കിലെ മാന്തോപ്പിനുള്ളിലായ്.

കൊച്ചുവിളക്കൊന്നു കാണുന്നിഃതദ്ധ്യാത്മ-
ചിന്തയിൽപ്പൊട്ടിയ പൂമൊട്ടുപോലവേ.

കാറ്റേറ്റിരിക്കുന്നു, പാട്ടുപാടുന്നു പേ-
രാറ്റിൻകരയിലക്കൊച്ചു വൃന്ദാവനം.

വീട്ടിൻപൊറുതിപ്പണി തീർന്നൊരാശാരി
നീട്ടിവായിക്കയാം രാമായണം രസാൽ.

രാമായണവും മുഴക്കോലുമാണവ-
ന്നാശയാ, കൈവന്ന പൈതൃകമാം ധനം.

[illegible] കിളിക്കു, തന്നുള്ളിലെ
കായും കനിയും നിവേദിക്കയാണവൻ.

നീരവരാവിലപ്പുണ്യമാം ഭാരത-
ത്യാഗചരിതകഥ നീണ്ടുപോകയായ്.

"നാളെപ്പുലർകാലേ പോകുന്നതുണ്ടു ഞാൻ
നാളീകനേത്രനെക്കൊണ്ടിങ്ങുപോരുവാൻ!"

വാരുറ്റരാവിൻ നെടുമിഴിക്കോണിലാ-
ത്താരകത്തുള്ളി തുളുമ്പിത്തെറിക്കവേ,

അഞ്ചിതമാകുമത്തീർത്ഥത്തിൽ, നാന്മറ-
ത്തുഞ്ചത്തുദിച്ച മഹസ്സിനെക്കണ്ടു ഞാൻ.

ശ്രീരാമനാമം കെടാതെ കത്തും പുര-
ക്കോലായിലെക്കാവിതേച്ചൊരു തിണ്ണയിൽ,

അമ്മധുസ്യന്ദം നുകർന്നങ്ങിരിക്കയാം
മംഗളജ്യോതിർമ്മയനാമൃഷിവരൻ.

സുന്ദരോഷസ്സിനെയാദ്യമായ്, കൈരളി-
ക്കുഞ്ഞിനു കാട്ടിക്കൊടുത്ത മഹാകവി.

ഞാണൊലിയായി, മധുരമുരളിതൻ
നാദമായ് ആത്മപ്രപഞ്ചം വിടരവേ.

പൂർത്തിയായ്, ദ്ദിവ്യസൗന്ദര്യം, തപസ്വിനി
രാത്രിതൻ ക്ലാന്തമാം നേത്രാഞ്ചലങ്ങളിൽ.

മർത്ത്യവംശത്തെസ്സമുദ്ധരിക്കുന്നതാ-
മദ്ധ്യാത്മകാവ്യപ്രഭാവമേ, നിന്നൊളി,

തക്കത്തിൽ നൽക്കാഴ്ചബിംബങ്ങളാവിൻ കിളി-
യാക്കാൻ കൊതിപ്പൂ പ്രമാണികളെങ്കിലും.

ആരാൽ നിരക്ഷരഗ്രാമീണനാമിവ,-
നാത്മാർപ്പണം ചെയ്തു പൂജിപ്പു നിൻപദം.

കേരളസംസ്കാര ജീവസിരയിലെ-
ച്ചോരയീസ്സത്യശുകനാദധാരയാം.

അഞ്ചിതഭാവനാരാമം മുകരുന്ന
പഞ്ചവർണക്കിളിക്കൂടായ രാത്രിയിൽ.

തീർത്ഥയാത്രാക്ഷീണമേറി ഞാൻ, പൊട്ടിയൊ-
രാൽത്തറത്തിണ്ണയിൽച്ചെറ്റു മയങ്ങവേ,

കൂരിരുൾ നീങ്ങുന്ന യാമമായെന്നോതി
ദൂരെനിന്നാത്തിരുനാവതൻ ശംഖൊലി.

നീലമലകൾതൻ ഗോപുരം പിന്നിട്ടു
നീഹാരധൗതമാം പൂജാമലരുമായി,

ചെങ്കുഴൽ വെപ്പിനാൽ, പൂവിട്ടുവന്നെത്തി
തങ്കപ്പുലരി-മലനാട്ടുകന്യക!

പൂവിടുമാകന്ദശാഖിയിൽനിന്നൊരു
പൂങ്കിളി പാടീ- "കുളിച്ചു കണ്ണീരിൽ നീ,

അന്തർജ്ജഗത്തിൻ, തമസ്സു ചീന്തും വിശ്വ-
ബാന്ധവപുണ്യപദത്തിലർപ്പിക്കുവാൻ ■

ഭക്ത്യാ കൊളുത്തുക, തുഞ്ചൻപറമ്പിലെ-
ബ്ഭദ്രപ്രദീപത്തിൽനിന്നൊരു കൈത്തിരി!"

തുഞ്ചൻപറമ്പിൽ

"ശ്രീരാമ രാമ രാമാ ശ്രീരാമ രാമ രാമാ
ശ്രീരാമ രാമ രാമാ ശ്രീരാമ നാരായണാ!"

വന്ദനം;മീ മുറ്റത്തു ജപിച്ചു ഭജിച്ചെന്നും
കണ്ണുനീർമണി നേടും പിഞ്ചു പുൽക്കൊടികളേ,

മാഹാത്മ്യമുണരാതീ മണലിൽ ചവിട്ടുന്ന
മാനവപാദങ്ങൾക്കു മാപ്പുനൽകുക നിങ്ങൾ!

ഭാരതസംസ്കാരപ്പാൽ ചുരത്തും ഗൈർവാണിയേ,
ക്രൂരമാം കൃതഘ്നതാ വായ്ത്തലയ്ക്കിരയാക്കി,

കഴൽതൊട്ടർച്ചിക്കേണ്ടും മാതൃഭാഷയെയിന്നും
വിഴുപ്പു തിരുമ്മുന്ന ദാസ്യവേലയ്ക്കായ് നീക്കി,

കാളപന്നഗഫണമണിയും ചെമ്പൻമുടി
നീളവേ കാറ്റിൽച്ചിന്നും ഹൂണഭാഷയെ വേട്ടു.

കുതിക്കും തീവണ്ടിയിൽക്കിതയ്ക്കും തീകപ്പലിൽ
ചതിക്കും വിമാനത്തിൽബ്ഭൂഖണ്ഡമാകെച്ചുറ്റി,

സന്ധ്യതൻ കവിൾത്തടം ബിംബിക്കും തുടുപ്പേന്തി-
സ്സുന്ദരിയവളേകും മുന്തിരിപ്പത മോന്തി,

നുകരുംതോറുമന്തം കാണാത്തൊരന്തർദ്ദാഹം
പകർന്നു തണുപ്പിച്ച പാനഭാജനമേന്തി,

തീവ്രതൃഷ്ണയാ തേടിപ്പോയതു ലഭിയാതെ,
ജീവന്റെയെരിദാഹം മാറാതെ മലയാളി,

ചിന്മധു തുളുമ്പുന്ന പൂങ്കനി വളരുന്ന,
പൊന്മലനാടിൻ കടലോരത്തെ വീണ്ടും തേടി;

വന്നുകേറിനാൻ മാതൃവാത്സല്യസുധാപൂരം
പൊൻകുടം നിരത്തിയ വെട്ടത്തെ മണൽത്തട്ടിൽ!

കണ്ണിലുണ്ണിയാമോമനമകനെ നിനച്ചെന്നും
കണ്ണുനീർ വാർക്കും മാതൃഭാഷയെ നിനയാതെ,

പ്രാണനെത്തൃഷ്ണാഗ്നിയിൽപ്പൊരിക്കും ചെഞ്ചുണ്ടാർന്നു
ഹൗണിയോടൊപ്പം ശീമപ്പട്ടണംതോറും ചുറ്റി,

'സൽകൃതി' പതയുന്ന മദ്യശാലയിൽവെച്ചു
സംസ്കാരമടിശ്ശീല കൈമോശമായീ പാടേ.

വ്യഗ്രചിന്തയാ വേർത്തുമനുതാപത്താൽപ്പേർത്തും
ദിഗ്ഭ്രമം പിടിപെട്ടുമലഞ്ഞുവലഞ്ഞിപ്പോൾ

വന്നുകേറിനാൻ വീണ്ടുമംബിക കൊളുത്തിയ
മണ്ഡലവിളക്കുകൾ വിരിയും കുളുർകാവിൽ!

ഭീതിദമദ്യോന്മാദമാറുവാൻ, ചിരന്തന
മാതൃശാപത്താലേറ്റ വൈരൂപ്യമകലുവാൻ,

നാസ്തികച്ചപ്രത്തല കറങ്ങിയവൻ വീണാ-
നാസ്തിക്യദിനകരൻ തിളങ്ങും നടയിങ്കൽ

ഹാ, മതിഭ്രമം മാറിത്തനിയേ തിരിച്ചെത്തീ,
ശീമയ്ക്കു ചാടിപ്പോയ കുട്ടി തൻ തറവാട്ടിൽ!

ദുഃസ്വപ്നഭീതൻ വീണ്ടും തൃക്കണ്ടിയൂർക്ഷേത്രത്തിൽ
*ദുർമൃതിനിവൃത്തിക്കു ശക്തിപൂജകൾ നേർന്നൂ!

പറ്റിയ ദുസ്സംഗത്താൽ പകർന്ന മഹാരോഗ-
പ്പുറ്റുകൾ പൊന്തിപ്പൊന്തിത്തൻകോലം പകരവേ,

ഉദ്ധതം കാലം കോഴിവർഗത്തിൻ പടവിളി
മൃത്യുവക്രതത്തിലേക്കുള്ള രമ നീക്കിക്കൊൾകേ,

നത്തുകൾ ചർച്ചിക്കവേ, മൂങ്ങകളുടെയുമ-
ക്കത്തുകളിരുട്ടടിയടിക്കാൻ കുതികൊൾകെ,

ഭീകരനിജഭാവി നരകദ്വാരം കണ്ടു
ശോകവിഭ്രമക്ഷേച്ഛള പുരളും കരളോടെ,

കാലസർപ്പത്തെ മാലയാക്കിയ കിളി വാഴു-
മാലത്തിയൂർഗ്രാമത്തിന്നരയാൽത്തണൽ പറ്റി,

---

* മറ്റെങ്ങുമില്ലാത്തതും, വെട്ടത്തരചനേർപ്പെടുത്തിയതുമായ തൃക്കണ്ടിയൂർ ക്ഷേത്രത്തിലെ വിശേഷ ശക്തിപൂജ.

വിശ്വഹൃദ്രോഗം മാറ്റുമൊറ്റമൂലികതേടി
നിശ്വസിച്ച, വൻ തുഞ്ചൻപറമ്പിൻ പടികേറി!

സ്മരിച്ചാനേതോ പുണ്യപൂരത്താൽ ഹരിനാമ-
മരിയിലെഴുതിച്ച വെട്ടത്തു കളരിയെ,

ഭാർഗവക്ഷേത്രവർഷോത്സവത്തിൻ പൂപ്പന്തലാം
ദുർഗ്ഗമാരണ്യങ്ങൾതൻ നെടുംതൂണുകൾ കട്ടു,

ശാന്തിചന്ദ്രിക മന്ദം തഴുകും വിശ്വപ്രേമ-
ചന്ദനമരം വെട്ടാൻ കോടാലി കുടികൊൾകേ,

മാരണംചെയ്തു വൃക്ഷവംശവിച്ഛേദത്തിന്നു
മാമലപ്പൂങ്കാവോരോ ചുടലക്കളമാക്കി

ഘോരനാസ്തികമതമരുഭൂവുയരവേ
കേരളനാട്ടിന്നന്തരാത്മാവു പിടഞ്ഞിതാ,

തങ്കപ്പുംപുലരിതൻ ചമ്പകത്തോപ്പിൽത്തത്തും
പൈങ്കിളിപ്പുൺപേ, തവ ചിറകിൻ തണൽതേടി.

കാളരാത്രിതൻ ബാധയൊഴിഞ്ഞു കുളിച്ചെത്തും
നാളത്തെ പ്രഭാതത്തെ കുങ്കുമംതൊടുവിക്കാൻ,

അക്ഷതനക്ഷത്രമാമാശയനിക്ഷേപത്തിൻ
ലക്ഷദീപികകളിൽ നറുനെയ് പകരുവാൻ,

സത്യസൗന്ദര്യധ്യാനമഗ്നരായ് മരുവുന്ന
സഹ്യാദ്രിനിരകളിൽ ഹരിതച്ഛവി വീശാൻ,

കേരള കലകൾതൻ കേളിക്കൈ മുഴക്കുന്ന
വാരിധിതീരങ്ങൾക്കു പഞ്ചാരമണൽ നൽകാൻ,

വീർപ്പിടും പെരിയാറു പമ്പപൂംപേരാറെന്ന
വീണക്കമ്പിയിലൈക്യഗാനങ്ങളുയരുവാൻ,

പത്തായം നിറയ്ക്കേണ്ടും കാലടിവയലിലെ-
പ്പുത്തരിച്ചെമ്പാൻ വിത്തു ഭദ്രമായ് സൂക്ഷിക്കുവാൻ

പോരിൽ മുമ്പനായ് നീങ്ങും കേരളതരുണന്റെ
ധീരചിന്തയിൽ വീരരാമനെ പ്രതിഷ്ഠിക്കാൻ,

തങ്കമായ് ച്ചാരിത്രത്തെക്കരുതും മലനാടൻ
മങ്കതൻ വിചാരത്തിൽസ്സീതയെക്കുടിവെക്കാൻ,

കാലികൾ മേച്ചും മച്ചിലൊളിച്ചും കളിയാടും
നീലബാലനുനിത്യം തൂവെണ്ണ നിവേദിക്കാൻ,

ഭേദബുദ്ധിതൻ ഗൃഹഭിത്തികൾ വിട്ടു വിശ്വ-
വ്യാപിയായ് വാഴും വിഷ്ണുപദത്തെച്ചൂണ്ടിക്കാട്ടാൻ

ആശ്രമക്കനിയേകിദ്ദേശികൻ പോറ്റിപ്പോന്ന
ശാശ്വതത്വത്തിൻ നാദക്കുഴമ്പേ വരിക നീ!

വേദനവിഴുങ്ങുന്ന മൂകകോടിയിൽശാന്തി
വീശുമെൻ പരാനന്ദക്കുഴമ്പേ വരിക നീ!

നീചവാസനകളെക്കഴുകിക്കരളിന്നു
മോചനമേകും സത്യത്തിടമ്പേ വരിക നീ!

ഇമ്പമേറുമാ നിത്യമധുരലഹരിതൻ
കമ്പുകളറ്റ നീലക്കരിമ്പേ വരിക നീ!

തോരാത്തോരന്തർബ്ഭക്തി ബാഷ്പനീർ നനയറ്റു
നാരായവേരിന്നേറ്റ വാട്ടങ്ങൾ പെരുകവേ,

കൂമ്പടഞ്ഞുണങ്ങുമിക്കവിതാകലാരാമം
നാമ്പെടുക്കാവൂ വീണ്ടും നിൻ നാമാമൃതത്തിനാൽ!

കാളരാവിതിൽത്തങ്കപ്പുലരി രചിക്കാവൂ
കാലദേശാതീതമാം നിന്നനശ്വരഗാനം

മുറ്റിയ മാനം നൂറ്റു ഹൂണഭാഷതൻ, കൂലി-
പ്പട്ടാളമിനിശ്ശീമയുടുപ്പു വെടിയാവൂ!

പൂവിടുമാവേശത്തിൽ ഹീനാനുകരണത്തിൻ
പാവകൾ, മലനാടിൻമക്കളായ് ചമയാവൂ!

ചത്ത സാമ്രാജ്യപ്രേതബാധയാലിന്നും ദാസ്യ-
പ്പിച്ചേറിയലറുവോർ നിൻനാമം ജപിക്കാവൂ!

കൈതവവിദ്യാവിഷക്കാറ്റേറ്റു പലനാളായ്-
ബ്ബോധമറ്റീമണ്ണിലെ മനുഷ്യൻ മയങ്ങിപ്പോയ്

എങ്കിലുമന്നുമിന്നും ശ്രീഹരിനാമംകൊണ്ടു
വൻകലിയകറ്റിയ കാഞ്ഞിരദ്രുമങ്ങളേ,

ഉൾക്കൊള്ളുമമൃതാത്മതത്ത്വസിദ്ധിതൻ ഭക്തി
നീർക്കുടം ചുമന്നാടും ചെന്തെങ്ങിൻ നിരകളേ,

ഹീനമാം ചെരുപ്പടിയേല്ക്കിലും ചിദാനന്ദ-
ദ്ധ്യാനസുസ്മിതം തൂകും വെണ്മണൽത്തരികളേ,

തത്ത്വചിന്തതൻ ചൂടും വിജ്ഞാനപ്രദീപ്തിയും
ഭദ്രദീപങ്ങൾക്കേകിത്തെളിയും തിരികളേ,

പാവനഗുരുവരപാദധൂളിയിലിന്നു
ജീവിതം സമർപ്പിച്ച സുന്ദരസുമങ്ങളേ,

നിദ്രയിൽനിന്നു മൂകകോടിയെയുണർത്തിയൊ-
രുത്രത്തിൻ പവിത്രമാം ശ്രാദ്ധപുണ്യാഹസ്സിങ്കൽ

ഭ്രഷ്ടനെങ്കിലുമീ വെണ്മണലിലടിയന്നും
സാഷ്ടാംഗം പ്രണമിക്കാൻ നല്കുവിനനുവാദം!

നീചനും പതിതനും തീർത്ഥബിന്ദുവാൽശ്ശാപ-
മോചനമരുളുന്നൊരീ, നാവാമണൽത്തിട്ടിൽ

ഗാത്രപിണ്ഡത്തെസ്സമർപ്പിക്കാനു,മിരുകണ്ണു-
നീർത്തുള്ളി പൊടിപ്പാനും നല്കുവിനനുവാദം.

വീഴ്ചയുണ്ടെന്നാലു,മിക്കൊച്ചുതാമരമൊട്ടു
കാഴ്ചവെക്കുവാനിന്നു നല്കുവിനനുവാദം!

ദിക്കുകൾ തെളിയവേ വാനിലെക്കലാകാരൻ
ദിവ്യസൗന്ദര്യമുല്ലപ്പൂനിര ചൊരിയവേ,

അന്തിവാനിലേക്കാഞ്ഞു നീന്തിപ്പോമൊരുശുക
ഗന്ധർവ്വഗാനം, ശാന്തതാരകാകൃതിപൂണ്ടു

ശ്രീരാമ രാമ രാമാ ശ്രീരാമ രാമ രാമാ
ശരീരാമ രാമ ജയ ലോകാഭിരാമ ജയ! ■

അക്കരയ്ക്ക്

മണ്ണിൽ വീണുറങ്ങുന്ന വിത്തിനെഗ്ഘനരവ-
മെന്നപോ,ലാരോ ദൂരെനിന്നെന്നെ വിളിക്കവേ,

കണ്ണടച്ചിരിക്കുന്ന മൊട്ടിനെക്കുളിർതെന്ന-
ലെന്നപോ,ലാരോ താന്തഗാത്രത്തെത്തഴുകവേ,

കാണിനേരവും നിൽക്കാ,താദ്യന്തപരിധികൾ
കാണാത്ത വഴിയിൽ ഞാനേകനായ്ച്ചരിക്കുന്നൂ!

തൂവെള്ളനിറം മാഞ്ഞ, മഞ്ഞയും ചോപ്പും ചേർന്നാ-
ദ്യോവിനു ചായം തേച്ച രാജഹംസത്തിൻ തൂവൽ,

ആയിരം മനോരാജ്യമായ്ച്ചുറ്റും വിരിയുന്ന
തൂമുകിൽപ്പടങ്ങളിൽപ്പൊൻകിനാവുകൾ പാകി,

മുറ്റമൂഴിയിലെങ്ങും ജീവിതമെത്തിക്കുവാൻ
ചുറ്റിയ കാറ്റിൻ വേർത്ത കൈകളിൽ കളിയാടി,

ശാന്തിതൻ തുറമുഖം നോക്കിയേകാന്തേ തത്ത്വ-
ചിന്തയിലമരുന്നൊരദ്രികൂടത്തിൽത്തങ്ങീ!

ചന്തമേറിയ വർണപ്പൊടിയാൽ ഞൊടിക്കുള്ളി-
ലന്തിവാനിലെക്കളമെഴുത്തു കഴിയവേ,

അഴകിൽ വിരിഞ്ഞാടും പൊന്നുംപൂക്കുല കൈയി-
ലണിഞ്ഞു മണിനാഗകന്യകൾ കോലം തുള്ളീ.

ഒട്ടിയ തനുബന്ധം വിട്ടു വാസരപത്രം
ഞെട്ടിയറ്റുതിരുവാൻ കാറ്റിനെ പ്രതീക്ഷിക്കേ.

വിശ്വമൊക്കെയും തേജസ്സമ്പത്തു വിതറിയ
വിണ്ടലത്തറവാടിൻ പൊൻവിളക്കണയുന്നൂ.

അന്തരീക്ഷത്തിൻ പിന്നിലുള്ളൊരു നികുഞ്ജത്തിൽ-
സ്സന്തതം കുഴലൂതും നീലബാലനിൽനിന്നും

കിട്ടിയൊരശ്രാവ്യമാമാജ്ഞയാൽ മേച്ചിൽസ്ഥലം
വിട്ടുപോകയായ്ക്കൊണ്ടൽപ്പൂവാലിപ്പശുവൃന്ദം!

വാനവുമലിയുമാറുറന്നു ബാഷ്പം മൂടും
ഗാനമായ് മിനുങ്ങുന്നു മങ്ങുന്ന വെയിൽനാളം.

വന്നുപോയ്സ്സന്ധ്യ-കണ്ണിൻവെളിച്ചം കവരുവാൻ
വന്നുപോയ് വിരഹത്തിൻസന്ധ്യ-മൂകമാം സന്ധ്യ!

ത്യാഗസുന്ദരനഭഃപരിരംഭണസൗഖ്യ-
രാഗിണിയാമൂഴിയെയടർത്താനവൾ വന്നൂ!

അന്ധകാരത്തിൻ പ്രേതപ്പറമ്പു പകർത്തുന്നൊ-
രന്തിമരംഗസംവിധാനത്തിനവൾ വന്നൂ!

ഭാവനാമയശില്പവേലകൾ നിർത്താൻ, ചുണ്ടിൻ
ഭാഷകൾ മായ്ക്കാൻ, ഊഴി മറയ്ക്കാനവൾ വന്നൂ!

സൂര്യബിംബത്തിൽപ്പാറും തളികത്തളം പറ്റി
സൂര്യകാന്തിപ്പൂച്ചെണ്ടു ചുഴറ്റിയവൾ വന്നൂ!

കടുത്ത കല്ലും മുള്ളും പടർന്നു നിമ്നൗന്നത്യ-
ക്കുടുക്കായ്ക്കിടക്കുന്നൂ ശൂന്യമീ നെടുംപാത.

വാണിഭം വിൽക്കും ചന്തസ്ഥലങ്ങ,ളങ്ങാടികൾ,
വാരിളം നെല്പാടങ്ങൾ, തോപ്പുകൾ, ചിറകളും

ആടുമാടുകൾ മേയും പറമ്പും, കുറ്റിക്കാടും
നീടെഴും കുന്നും, പെരുംകുഴിയും പാറക്കെട്ടും-

ചെമ്മണ്ണും, കരിങ്കൽച്ചി,ല്ലിടയ്ക്കു മണൽവിരി,-
യമ്മട്ടു നീണ്ടൂ ദീർഘദീർഘമീ യാത്രാമാർഗ്ഗം!

തുടിക്കും നിരാശയിൽത്തേങ്ങുന്നൂ പകലിന്റെ
മിടിക്കും വികാരങ്ങൾ-പറക്കും പറവകൾ.

കൂമ്പുകയായീ കർമ്മപ്രപഞ്ചകരണങ്ങൾ,
പാമ്പുകളിഴകയായ് നിഴലിൻ നിരകളിൽ.

വരുന്നൂ, കരുണമാം ഗാനപല്ലവി മീട്ടി
വരുന്നൂ, രാത്രി, സർവ്വം കറുപ്പിൽ വാരിക്കെട്ടാൻ.

വരുന്നൂ, വിഷാദത്തിൻ നേരിയ നിഴൽ നീട്ടി
വരുന്നൂ തമോമയരാത്രി-ഹാ, നെടുരാത്രി

ചന്തയും കഴിഞ്ഞാരാൽ നാൽക്കൂട്ടപ്പെരുവഴി
തങ്കൽനിന്നകന്നുപോയ്, മറഞ്ഞൂ പാന്ഥവ്രാതം.

തോലുരിഞ്ഞൊരു കാള വലിച്ചു, ഭാരം പേറും
കാളവണ്ടികളല്ലിൻ ശോധനസ്ഥലത്തെത്തീ.

മൂങ്ങയും നത്തും തങ്ങി,യുണങ്ങി, വാവൽപ്പറ്റം
തൂങ്ങിയ പുളിമാവു ചോദ്യചിഹ്നമായ് നിന്നൂ!

തിങ്ങി ശൂന്യത, നീളെപ്പാഴ്നിഴൽച്ചളി പൊങ്ങി,
മർത്ത പാതയോ ചെമ്പൻപാമ്പുപോലിഴയുന്നൂ!

അടക്കാൻ മേലാ ദാഹം, വഴിയമ്പലമെങ്ങു?
നടക്കുംതോറും കൂടിവരുന്നൂ വഴിനീളം.

കോണുകൾ തേഞ്ഞു വാറു പൊട്ടിയ ചെരിപ്പിന്റെ-
യാണികളോരോ പുത്തൻപ്രശ്നങ്ങളുയർത്തുന്നൂ!

ഭാരമായല്ലോ, കമ്പി മുറിഞ്ഞ, മുളംകാലു
വേറെയായ്,ക്കാറ്റിൻ വായില്പെടുമിക്കുടയിപ്പോൾ.

എൻചുറ്റും കരിനിഴൽ നീണ്ടുനീണ്ടടങ്ങുന്നൂ
സഞ്ചിതകർമ്മങ്ങൾതൻ ചിത്രപേടകമായി.

നീങ്ങുന്നൂ സ്മരണതൻ തിക്തരോമന്ഥം, കണ്ണു-
നീരിനാൽക്കുതിർത്തി ഞാൻ പിന്നിട്ട യാത്രാമാർഗ്ഗം.

അമ്പിലാനന്ദക്കിളി പാറുമ്പോൾ ബാലാരുണൻ
ചെമ്പട്ടു വിരിച്ചിട്ട കാല്യമിന്നോർമ്മിക്കുന്നൂ!

ഉച്ചിയിൽക്കതിരവൻ കഠിനാതാപംകൊണ്ടെ-
ന്നുച്ചി നോവിച്ചൊരുച്ചമാർഗവുമോർമ്മിക്കുന്നൂ.

കാട്ടിലെക്കാവിൽക്കേറിയൊട്ടുപേർ; കൈനീട്ടിയ
കൂട്ടുപാത പിൻപറ്റിയൊട്ടുപേർ പിരിഞ്ഞുപോയ്.

വിണ്ണണിമഹാദേവപാത പിൻപറ്റി, വന്ന
പൊന്നുപല്ലക്കിൽക്കേറിദ്ദേവതുല്യനാം താതൻ.

കുരച്ചും ക്ഷയംപെട്ടു കിതച്ചും വഴിവക്കിൽ-
പ്പതിച്ചൂ തുണപോന്ന വത്സലസഹജാതൻ!

കത്തിയ നിലാത്തിരിപോലെ താരകമായി
മുത്തശ്ശിയുറങ്ങിയാപ്പഞ്ചാരമണൽത്തിട്ടിൽ.

നഷ്ടസർവ്വസ്വ,നേക,നന്തിക്കു, ലക്ഷദീപ-
ലക്ഷിതപ്പൊന്നമ്പലമേട്ടിലെത്തണം തൊഴാൻ.

പായൽ നീക്കിയാ നീലവാനിനെത്തഴുകുവാ-
നായിരം വളവുള്ള കാഞ്ഞിരമരംപോലെ,

പേക്കിനാവുകൾ കുത്തി നിറച്ച തുകൽസ്സഞ്ചി
തൂക്കി ഞാനേകാകിയായി യാത്ര തുടരുന്നൂ!

അന്തമറ്റേതോ ഗിരിമുദ്ര കാണിപ്പൂ ഭൂമി,
ചിന്തതൻ കനംതാങ്ങിയിരിപ്പൂ നീലാകാശം.

ശാന്തിക്കൈത്തിരിയന്തിവിണ്ണിനേകിയ കൊച്ചു
മൺചിരാതിലെയെണ്ണ കഴിയാറായിപ്പോയി.

കാളരാവിഴയുന്നൂ, താരകത്തിരിത്തുമ്പിൽ-
പ്പാളുകയായീ ശരൽസ്സന്ധ്യതന്നായുശ്ശേഷം.

അന്ധകാരത്തിൻ വാരിയെല്ലുപോൽ, നെടുംശൂല-
മേന്തിക്കൊണ്ടകലത്തു കാണുന്നു പനംതോട്ടം.

ചീർക്കുന്നിതപശബ്ദം, രക്തജിഹ്വയാൽച്ചുണ്ടു
നക്കുന്നു, മിനുക്കുന്നു, പട്ടടത്തീനാളങ്ങൾ.

വാനത്തെത്തോപ്പില്ക്കെട്ടി, മണ്ണിലാറാടും കൊമ്പ-
നാനതൻ കൊമ്പിൻതല, പൂന്തിങ്കൾക്കല, തേഞ്ഞു.

മാറിപ്പോയ് ചലച്ചിത്ര,മജ്ഞാതനിയമത്തിൻ
കൂരിരുൾ പിന്നിൽക്കൂടിക്കണ്ണുകെട്ടുവാനെത്തീ.

പട്ടടപ്പടം പോക്കുമിരുട്ടിൻ നിടിലത്തിൽ
പൊട്ടുകുത്തുവാനുള്ള ദീപമില്ലല്ലോ കൈയിൽ!

കല്ലുകൾ തട്ടിക്കാലു ചതഞ്ഞും, തൊലി തേഞ്ഞും
വല്ലമട്ടിലും തോണിക്കടവിലടുക്കട്ടെ.

തൃപ്തിയാംവരെയിര വിഴുങ്ങിപ്പുളയുന്ന
സർപ്പമായ്ക്കിടക്കുമക്കടവു കാണാകുന്നൂ.

വാടിയൊരിലക്കണ്ണീരുതിർത്തു നിലകൊൾവൂ
വേടുകൾകൊണ്ടു താടി നീട്ടിയ പേരാൽമരം.

കൂന്നുപോയ് വാനം താങ്ങും മലകൾ; തിളങ്ങുന്നൂ
കൂരിരുൾപ്പാമ്പിൻ വെള്ളിമുട്ടകൾ, നക്ഷത്രങ്ങൾ!

മാമരം കുളുർകാറ്റിൽത്തണുത്തു വിറയ്ക്കുന്നൂ,
തൈമിന്നാമിനുങ്ങുകളിരുന്നു തീക്കായുന്നൂ.

ചാരിയ കതകിനുമപ്പുറത്തുനിന്നൊരു
നേരിയ വിളി പൊന്നുനൂലുപോലിഴയുന്നൂ.

ചാരിയ രജനിതന്നപ്പുറത്തുനിന്നൊരു
നേരിയ വിളി ചന്ദ്രരശ്മിപോലുയരുന്നൂ.

ആരുമില്ലെങ്ങും; ഭീതി തുണയായെത്തും യാത്ര-
ക്കാരനെക്കണ്ടും കാണാതന്നദിയൊഴുകുന്നൂ.

പ്രേമത്താൽജ്ജന്മാന്ധന്നു മുളങ്കോൽ വഴികാട്ടും
താമരക്കണ്ണിൻ നേർത്ത മൂളിപ്പാട്ടൊലിപോലെ.

അന്ധകാരത്തിൽത്തപ്പിത്തടയും മജ്ജീവനെ
പിന്തുടർന്നീടുമേതോ പാദവിന്യാസം കേൾപ്പൂ!

മുഖരം മന്ത്രിക്കുന്നു കാതിലൊരശരീരി:
"സുഖമായ് നുകർന്നീലേ കാമിതമദിര നീ?

അന്ധകാരത്തിന്നാദികാരണം ചിന്തിച്ചാലു"-
മജ്ഞാതനാമാവായ മത്സഖാവോതീ കാതിൽ:

"വ്യാകുലഭാവമെന്തിന്നിനിയെൻ സഖേ, തെല്ലു
വൈകിപ്പോയ്;ക്കാത്തു കാത്തു തിരിച്ചു തോണിക്കാരൻ.

ഉള്ളലിവുള്ളോനവ,നെങ്കിലു,മളക്കുന്നൊ-
രെള്ളിലെക്കുറുമ്പൊത്തന്മാരെയാവീരൻ കാണും!

മുന്നിൽ വന്ന നീ മെല്ലെ വഴുതിപ്പിൻവാങ്ങീലേ?
പിന്നിൽ വന്നവരെല്ലാം നിൻമുന്നിൽ കടന്നില്ലേ?

നീട്ടിയ കടക്കണ്ണിൻ ചൂണ്ടലിട്ടാരോ നിന്നെ-
പാട്ടിലാക്കീലേ? പറ്റിപ്പോയില്ലേ വ്രതഭംഗം?

ചന്തത്തിൽപ്പൂരംനാളിൽദ്ദേവിയെത്തൊഴുതേതോ
ചന്തയിൽ ചുറ്റിത്തിരിഞ്ഞലഞ്ഞു കാലം പോയീ;

ദൂരെനിന്നുൽക്കണ്ഠയാൽ ദേവനെത്തൊഴാൻ വന്നു-
കേറി നീ പണംതട്ടും തേവിടിപ്പെണ്ണിൻ വീട്ടിൽ.

പ്രണയപ്പൂപ്പുഞ്ചിരിപ്പാലിന്റെ വില നല്കി-
പ്പണവും തീർന്നൂ; കിട്ടീ പാഴ്പഴിപ്രഹരങ്ങൾ.

കഴിഞ്ഞൂ ക്ഷണികമാ നാടകം; മടിശ്ശീല-
യൊഴിഞ്ഞൂ; തോണിക്കാശുപോലുമില്ലല്ലോ കൈയിൽ!

വന്നില്ല പണമെന്നു കഥിക്കെ,ത്തപാല്ക്കാരൻ
തൻനേർക്കു തുറുകൺകോണെറിഞ്ഞു നീറുംപോലെ,

പുഞ്ചിരിപ്പത മോന്തിയമ്പലം മറന്ന നീ-
യെന്തിനു വൃഥാ തോണിക്കാരനെശപിക്കുന്നൂ?

ധാരയായുതിരുന്ന മഞ്ഞത്തു, നുരയുന്ന
കൂരിരുട്ടിലങ്ങുണ്ടാം മിണ്ടാത്ത തോണിക്കാരൻ!

നീട്ടിയക്കരെനിന്നു വിളിക്കും വിളിയെല്ലാം
കേട്ടിട്ടുമവൻ വ്യാജനിദ്രയിൽച്ചിരിക്കുന്നൂ!

നീണ്ടിഴഞ്ഞീടും പാത നിശ്ചലം; നീരിൽച്ചാടി
നീന്തുമോ? പുഴ പെരും നീരാളിക്കയമത്രെ.

വയ്യ സങ്കേതം പൂകാനിന്നിനി; നിനയ്ക്കേണ്ടാ
വന്ന മാർഗത്തിൽക്കൂടിപ്പിന്നോട്ടു തിരിക്കുവാൻ."

ശരണം മറ്റെന്തുള്ളതക്കരെയണയുവാൻ
വരണം തോണി-തോണിക്കാര;നാ നേരംവരെ.

കൂരിരുൾപ്പടർപ്പിൽ ഞാൻ വീഴട്ടേ; രാവിൻ കണ്ണു-
നീരിനാല്ക്കുതിരുന്ന വെണ്മണൽത്തരിപോലെ.

നീലബാലൻതൻ തങ്കക്കോവിലിലിലണഞ്ഞില്ല
കാലുകൾ തേഞ്ഞേ ദീർഘയാത്രയിതെന്നാകിലും,

ആർത്തിപൂണ്ടിരുട്ടിലെ യാത്രയിതൊരു തീർത്ഥ-
യാത്രയെന്നതിനുറ്റ സാക്ഷിയീ നിശതന്നെ!

രാഗതാളങ്ങൾക്കൊത്തു ചോടുവെയ്ക്കിലും ശിരോ-
ഭാഗത്തെബ്ബിംബം കാത്തുകൊള്ളുമാ നൃത്തം നണ്ണി,

പാവനജനനിതൻ വാർമുലക്കണ്ണെന്നോർത്തു
കൈവിരൽ നുകർന്നുടൻ വിതുമ്മും ശിശുപോലെ,

പ്രാണനാഥനെയോർത്തു, തച്ചിത്രം ചുടുംമാറിൽ-
പ്പൂണ്ടു പൊൻകിനാവുകൾ കാണുന്ന വധുപോലെ,

തിളങ്ങിത്തളരുന്ന പാതിരനക്ഷത്രത്തെ-
ക്കളിക്കാൻ വിളിക്കുന്ന കടലിൻ നുരപോലെ,

തോരാത്ത ചുടുബാഷ്പനീരൊടും പശിയോടും
കൂരിരുൾവിരിയിൽ ഞാൻ കിടന്നു മയങ്ങട്ടെ!

അക്കരെ,യിരമ്പുന്ന വാഹിനീതരംഗത്തി-
ന്നക്കരെ,പ്പൊൻകോവിലിൽദ്ദീപമുണ്ടെരിയുന്നു.

പ്രേമപൂർണമായ്ദ്ദിവ്യമാകുമൊരാമന്ത്രണം
പോലെ ദൂരെയഗ്ഘണ്ടാനാദങ്ങൾ മുഴങ്ങുന്നു.

അക്കരെ,ത്താരാമത്സ്യം പുളയും ചിറകൾക്കു-
മക്കരെ,ത്തിരുനാമഘോഷങ്ങളുയർന്നു.

അക്കരെ,ത്തളച്ചിട്ട നീലമാമലകൾക്കു-
മക്കരെ,മഹോത്സവപ്പൂപ്പന്തൽ തിളങ്ങുന്നു.

അക്കരെ,യിരമ്പുന്ന ചന്തതൻ ബഹളത്തി-
ന്നക്കരെ,പ്പൊങ്ങിപ്പഞ്ചവാദ്യങ്ങൾ മുഴങ്ങുന്നു.

അക്കരെ,യിരുളിനും വെളിച്ചത്തിനുമെല്ലാ-
മക്കരെ, വിദൂരമെൻ സങ്കേതം ലസിക്കുന്നു!

യാതൊന്നു നിനച്ചുകൊണ്ടുണർന്നു നടന്നു ഞാൻ.
ആ തീർത്ഥസ്ഥലം നണ്ണിനണ്ണി ഞാൻ കരയട്ടെ.

ഇത്തിമിരത്തിൻ നെടുംതുരുത്താം ശ്മശാനത്തി-
ലത്തീർത്ഥസ്ഥലം നണ്ണിനണ്ണി ഞാൻ മയങ്ങട്ടെ.

ചുറ്റഴിക്കൂടിന്നുള്ളിലാണു പാഴ്ജ്ജഡ,മെന്നാൽ
നിത്യനീലിമതേടിച്ചേതന പറക്കട്ടെ.

പാഴ്ച്ചളിക്കുണ്ടിൽത്തന്നെ പാഞ്ചഭൗതിക,മെന്നാൽ
തങ്കമാമാത്മാവിൻ പൂവർക്കനെപ്പൂജിക്കട്ടെ.

നാസ്തികകലാലോഭവലയിൽക്കുടുങ്ങാതെ,
കൃത്രിമത്വത്തിൻ പൊടി മുഖത്തു പുരളാതെ,

ശഠിക്കും ധനോന്മാദമേശാതെ, കൊടുംശീമ-
പ്പഠിപ്പിൻ ഗർവ്വാലുള്ള പാറയായ്ച്ചമയാതെ,

അന്ധമൂകമാം ജനലക്ഷത്തെയുഗ്രസ്വാർത്ഥ-
യന്ത്രത്തിൽത്തള്ളും രാജ്യതന്ത്രവുമറിയാതെ,

തുഞ്ചന്റെ കിളി നാമമരുളിപ്പോറ്റുന്നൊരാ-
പ്പുണ്യകേരളശാന്തഗ്രാമീണകൃഷകന്മാർ

ഉൽക്കടാവേശാലെങ്ങും നിൽക്കാതെ, നാമം ജപി-
ച്ചക്കരെപ്പറ്റി മുങ്ങിക്കുളിച്ചു നടകേറി,

മധുരം കുഴലൂതിപ്പൊൻചിലമ്പണിഞ്ഞാടും
മണിവർണ്ണൻതൻ പുണ്യവിഗ്രഹം കണികണ്ടു!

ഈ മണൽത്തിട്ടിൽപ്പറ്റിക്കിടപ്പൂ പ്രേമോന്മത്ത-
ഗ്രാമീണജനതതൻ പാദപാവനധൂളി,

പട്ടിണികിടന്നൊാക്കെയറ്റു,മപ്പത്തായത്തിൽ
വിത്തുകൾ സൂക്ഷിപ്പോർതൻ പാദപാവനധൂളി.

കാമിനീമണിയാകും കലതൻ കൈയിൽക്കണ്ട
പൂമാല കൊതിച്ചു ഞാനിരുട്ടിലുഴലുന്നു!

മുറ്റുമെൻ നിവേദ്യങ്ങളാറ്റിൽ വീണടിയട്ടേ,
പറ്റിയ ശോകാഗ്നിയിൽക്കർപ്പൂരമെരിയട്ടെ,

ചന്ദനത്തിരികൾതൻ പ്രേമസൗരഭം കാറ്റിൽ-
ച്ചെന്നുടൻ പ്രദക്ഷിണവരിയിലുരുളട്ടെ!

മുട്ടുവാൻ, മുകരുവാൻ, കിട്ടാത്ത പദമൊന്നിൽ
സാഷ്ടാംഗപ്രണതിയായ്ത്തീരട്ടേ പതനങ്ങൾ.

ഊണിലെ,ന്നുറക്കത്തിൽ, നടപ്പി,ലിരിപ്പിലും
പ്രാണന്റെ തുടിപ്പിലും, പ്രേമപ്പൂംപൊടിപ്പിലും

കേട്ടറിഞ്ഞതാമാഴിതന്നടി തേടിത്തേടി-
ക്കാട്ടിലെപ്പൂഞ്ചോലയായ്, കണ്ണുനീരുറവോടെ,

കൂടുവിട്ടാടി,പ്പാടിപ്പാടി,യാരുടെ നട
നേടാതെ കടവത്തിക്കൂരിരുട്ടിൽ ഞാൻ വീണു,

കേഴുമാത്മാവിൻ വിളി കേൾക്കുമാപ്പൊന്നമ്പല-
ത്താഴികക്കുടമോർത്തീ മൺകുടമുടയട്ടെ! ■

സൗപർണിികയുടെ സംഗീതം

(കായകല്പസിദ്ധിയാൽ അമരത്വം കൈവന്ന കോലമഹർഷിയുടെ തപഃപ്രഭാവം. ആത്മജ്യോതിർല്ലിംഗം മറഞ്ഞ ആദികോലാപുരം; കണ്ണെത്താത്ത പച്ചക്കാടു പുതച്ച നീലമലക്കോട്ടകൾ ചുറ്റിപ്പറ്റി നിൽക്കുന്ന പ്രശാന്ത തപോവനം; തുറന്നിട്ട അനന്തചക്രവാള ഗോപുരം, വനമല്ലികാഗന്ധം വിതറുന്ന കുളിർകാറ്റ്, അകലെ പഞ്ച ഗംഗാവലി, കുയിലൊത്തു കൂകുന്ന പുലരികൾ, മയിലൊത്തു പാറുന്ന സന്ധ്യകൾ, തങ്കത്തകിടു പൊതിഞ്ഞ കൊല്ലൂർ മൂകാംബിക ക്ഷേത്രം, ക്ഷേത്രോപവനത്തിൽ പാടിയാടുന്ന സ്വച്ഛതീർത്ഥധാരയായ സൗപർണിക. സൗപർണിികയുടെ നിത്യസുന്ദരസംഗീതധാര. പൂചൊരിയുന്ന വനമുല്ലകൾ പറഞ്ഞു: "യാത്രക്കാരാ, നീ തേടുന്ന സച്ചിദാനന്ദ സുന്ദരകവിജീവിതം – ഋഷിജീവിതം – ഈ ഏകാന്ത വനഗർഭത്തിലുറങ്ങിക്കിടപ്പുണ്ട്. പട്ടണപ്പടികളിലലയാതെ അടച്ചിട്ട ഈ സ്വർണക്കതകിൽ മുട്ടുക, സംഗീതം കേൾക്കാം – കരിങ്കല്ലിന്റെ സംഗീതം." ആക്രന്ദനങ്ങൾക്കപ്പുറമൊഴുകുന്ന കലാമയിയുടെ വീണാനാദം; മനുഷ്യഗന്ധമൊഴിഞ്ഞ സൗപർണിികയുടെ ഏകാന്തചിന്താ വനപ്രകൃതിസംഗീതം. തടവറയിൽപ്പെട്ട കാട്ടരുവി പുഴയെ വിളിച്ചു: "അമ്മേ, വരൂ." കെട്ടിൽപ്പെട്ട പശുക്കുട്ടി നീട്ടിവിളിച്ചു: "അമ്മേ വരൂ." ചിറകു കുരുക്കാത്ത പറവക്കുഞ്ഞ് കൂട്ടിൽക്കിടന്നു വിശന്നുകരഞ്ഞു: "അമ്മേ, വരൂ." തോടിനുള്ളിൽ വീർപ്പുമുട്ടിയ കോഴിക്കുഞ്ഞ് കതകിൽ തട്ടി വിളിച്ചു: "അമ്മേ, വരൂ; ഓടി വരൂ.")

ചരാചരജനനിതൻ കീർത്തനങ്ങൾ പാടും നാദ-
വിപഞ്ചികയായിത്തീർത്ഥയാത്രചെയ്യുമ്പോൾ

കുടമുല്ലക്കാടുകളിൽ തെളിതാരനിര കൂടും
കുടജാദ്രിവനരാജകുമാരിക ഞാൻ.

മംഗളദേവതമാരാം പുലരികൾ ദൂരാൽ വന്നു
കുങ്കുമാർച്ചന ചെയ്യുമമ്പലം ചുറ്റി

വൃശ്ചികക്കാർത്തികരാത്രി കവുങ്ങിൻപൂക്കുല തൂക്കി-
പ്പന്തലാകെച്ചമയിച്ചു തിളങ്ങിനിൽക്കെ,

കരൾക്കരിംപാറ പൊട്ടി മിഴിനീരൊഴുക്കി ചുറ്റി
ശയനപ്രദക്ഷിണങ്ങൾ ചെയ്തുപോകുന്നു.

വേദശാസ്ത്രപുരാണേതിഹാസമർമ്മം പ്രണവാഗ്ര-
നാദബ്രഹ്മസാധനയാൽ ധന്യമീ ജന്മം.

കാട്ടുചോലയായിത്തേങ്ങിപ്പോകുമെന്നെ വിളിക്കുന്നു
കാഞ്ചനക്കൈവളയിട്ട കൃപാമയൂഖം.

ചരാചരജനനിതൻ കീർത്തനങ്ങൾ പാടും നാദ-
വിപഞ്ചികയായിത്തീർത്ഥയാത്രചെയ്യുമ്പോൾ

കുടമുല്ലക്കാടുകളിൽ തെളിതാരനിരകൂടും
കുടജാദ്രിവനരാജകുമാരിക ഞാൻ.

കൈക്കുടന്ന നീട്ടുമുപ്പുകടലിലെപ്പരിഷയ്ക്കു
കോരിവീഴ്ത്താനെന്നും കൈയിൽക്കരുതുന്നു ഞാൻ

ചടുലപാടലസന്ധ്യാകുമാരിമാർ നുകരുന്ന
കുടജാദ്രിപ്പൂക്കൾ തന്ന കാട്ടുതേൻകുടം.

തുണപോരുന്നെനിക്കെന്നുമനശ്വരജ്യോതിർല്ലോക-
മണിവാതിൽ തുറന്നിടും ശ്യാമളരാത്രി.

കളിത്തോഴിയെനിക്കന്നുമക്ഷയസൗന്ദര്യധ്യാന-
നിലീനയായ് മിഴിയടച്ചിരിക്കും സന്ധ്യ.

ഗുരുവായി വരിച്ച ഞാനുദയാദ്രിപീഠമേറി-
ക്കവിത രുചിക്കും വിശ്വകാവ്യകാരനെ.

നിറവെള്ളിക്കുടം പൊക്കി ഹേമന്തപാർവണവന-
പൗർണമി പൊൻകുടജാദ്രിതടം നനയ്ക്കെ,

സുന്ദരസ്വപ്നക്ഷേത്രനട തുറക്കുന്നു വാനം,
സൗന്ദര്യലഹരിയായി മാറുന്നു ഗാനം.

എരിയുന്നോരപാരതാജ്യോതിർഗ്ഗോളപരമ്പര
വിരഹവേദനാബാഷ്പമുത്തുമാലകൾ.

ഏകതാള-മാദിതാളം-പിഴയ്ക്കാതെ പോകുന്നു ഞാൻ
അന്തർദ്ദാഹം മാറ്റും ക്ഷീരസമുദ്രം തേടി.

ശോകമൂകമാരുൾക്കൊള്ളും പാതിരപ്പാറയിൽത്തട്ടു-
മേകാന്തകാനനഗാനകാവ്യവൈഖരി

ചുടുകണ്ണീർ തുടയ്ക്കുവാൻ വരുമോ പുലരികളേ
ഭൂതധാത്രി, തൃക്കൈമലർമൊട്ടു നീട്ടുമോ?

മരണത്തിൻ കരിമ്പാറക്കെട്ടു തകർത്തൊഴുകുന്നീ-
യനന്തജീവിതപ്രേമസംഗീതധാര.

പാടിയാടി ലഹരിതൻ താമരത്തോണിയിലേറി
കൂടെവരൂ വരൂ പൂർണസങ്കേതം പൂകാൻ.

സൗപർണിതൻ കരയോരം പറ്റുമോ നീ പൊള്ളലേറ്റു
പിടയുന്ന മനസ്സിന്റെ ചെന്തീ കെടുത്താൻ?

കാനനഛായയിൽ വന്നു സേവിക്ക നീ കാവ്യകലാ-
മൂലമന്ത്രബീജാക്ഷരതീർത്ഥബിന്ദുക്കൾ.

ചരാചരജനനിതൻ കീർത്തനങ്ങൾ പാടും നാദ-
വിപഞ്ചികയായിത്തീർത്ഥയാത്രചെയ്യുമ്പോൾ

കുടമുല്ലക്കാടുകളിൽ തെളിതാരനിരകൂടും
കുടജാദ്രിവനരാജകുമാരിക ഞാൻ. ■

1976

രഥോത്സവം

(നീലത്താഴ്‌വരയിലെ പ്രാചീന ദുർഗാക്ഷേത്രം; ചുറ്റും തീർത്ഥനീരുറവുള്ള പ്രശാന്തിനിലയം. അകലെ വസന്തം വിട്ട കാട്ടുമാവിൽ ഭജനമിരിക്കുന്ന കുയിൽ. ഉള്ളുണർന്ന്, ഉള്ളുറന്ന്, വാനിൽ മനംനട്ട് കവിത പാടുന്ന രാക്കുയിൽ. ഇരുട്ടിലേതോ ചന്ദ്രോദയം കാത്തിരിക്കുന്ന കുയിൽ നീട്ടിവിളിച്ചു. കിഴക്കൻ ചക്രവാളത്തിൽ അകലെയകലെയൊരു പ്രശാന്തപ്രകാശനാളം.)

വെള്ളത്തലപ്പാവു ചൂടും
നീലമാമല, ചുറ്റിലും
ഹരിതശ്യാമളവനം,
തിരനീങ്ങും സമുദ്രമോ?

മലങ്കോട്ടകൾ ചൂഴുന്ന
തങ്കക്കോവിലിലുത്സവം
സിംഹവാഹിനിയാം ദേവി-
യെഴുന്നെള്ളും രഥോത്സവം.

പടിഞ്ഞാറേ ഗോപുരത്തിൽ
പൂക്കും സന്ധ്യാർക്കശോഭകൾ
മതിൽതൊട്ടുഴിയും ലോല-
നീലസാഗര വീചികൾ.

കിഴക്കേ ഗോപുരത്തിങ്കൽ
ഉഷസ്സിൻ ചമ്പകാഭകൾ,
ഗംഗാതരംഗം ചിതറു-
മദ്രിസോപാനപംക്തികൾ.

പാത-യേകാന്തമാം പാത,
നടക്കാവുമരങ്ങളും
കിടന്നുറങ്ങുമത്താണി
തകർന്ന വഴിയമ്പലം

ഉയർന്ന മസ്തകം പൊക്കി
നിലകൊള്ളുന്നു വൻമല

ഓടിവന്നമ്പലം ചുറ്റി
നിലകൊള്ളും ഗജേന്ദ്രനോ?

നദീതീരം പറ്റി നീളും
തീർത്ഥയാത്രാപഥങ്ങളിൽ
പതിഞ്ഞുകാണുന്നു പോയ-
നൂറ്റാണ്ടിൻ പാദമുദ്രകൾ.

കോട്ടയിൽ കാൽവെച്ചു പൊട്ടി-
ച്ചിരിക്കുന്ന മുഴുപ്പട.
ചുട്ടെരിച്ചു പൊന്നുപട്ടു-
പന്തലിട്ട തപോവനം.

മറഞ്ഞു ഗംഗാതീരത്തെ
ഋഷിവാടങ്ങളൊക്കെയും
അഖണ്ഡനാമദീപത്തിൻ-
കൃഷിവാടങ്ങളൊക്കെയും.

മറഞ്ഞു ഹോമകുണ്ഡത്തിൽ
ജീവൻ ഹോമിച്ച മാമുനി
അകർന്നിതൊറ്റത്തംബുരുവിൽ
നാമം പാടിയെ[illegible]ൽത്തറ.

കോവിലുരായ്മയ്ക്കു വെമ്പീ
ഭജനത്തിനു വന്നവർ,
സ്വർണനിക്ഷേപമുള്ളോരു
കരിങ്കല്ലറ മാന്തുവോർ.

ഗോപുരത്തിണ്ണ വീടാക്കി
മഞ്ഞസ്സാരിയുടുത്തവൾ,
മന്ത്രവാദിനി രുദ്രാക്ഷ-
മണിമാല ധരിച്ചവൾ.

പാദധൂളികൾ ചൂടുന്നു
ശിഷ്യസംഘമൊരായിരം
ശ്രീപാദത്തിൽ ചുണ്ടമർത്തി
പൂക്കൾ നൽകുന്നു വന്നവർ.

താടി നീട്ടിയ ശിഷ്യന്മാർ
കിഴവന്മാർ യുവാക്കളും
ഉരുളുന്നു പൂഴിമണ്ണിൽ
യോഗിനീചരണങ്ങളിൽ.

കടക്കണ്ണിൽ തീപ്പൊരികൾ,
ചുണ്ടിൽ നീറുന്ന പുഞ്ചിരി,
കൊടുങ്കാറ്റു വിരൽത്തുമ്പിൽ,
ചുടുചോര സിരയ്ക്കകം.

ഉരുൾപൊട്ടും ശബ്ദമായി
മാറി യോഗിനിതന്മനം,
പുകതുപ്പിത്തീവമിക്കു-
മശാന്തഹൃദയാരവം.

നീ ഞങ്ങൾക്കു മഹാറാണി
ശ്രീലകത്തെക്കിരീടവും
നരച്ചതലയിൽ ചാർത്തും-
ചൊല്ലീ സന്നദ്ധസേനകൾ.

പൊന്നമ്പലത്തിലിന്നല്ലോ
ധനുമാസരഥോത്സവം;
കോവിലിൻ ഭരണത്താക്കോ-
ലിന്നു കൈവശമാകണം.

അവകാശം നമുക്കല്ലോ
സ്വർണത്തേരു വലിക്കുവാൻ;
തേരിൽ പതിച്ച രത്നങ്ങ-
ളടർത്തിക്കൈയിലാക്കുവാൻ.

രുദ്രാക്ഷമാല, തുളസീ-
മാല ചന്ദനലേപനം,
ഭസ്മക്കുറികൾ, കാഷായം,
ചുണ്ടിൽപ്പിറുപിറുക്കലും.

അങ്കത്തേരു വലിക്കുന്ന
മുഹൂർത്തം വന്നടുക്കയായ്,
കാഷായത്തിലൊളിഞ്ഞുള്ള
കഠാരികൾ ചിരിക്കയായ്.

ഇരുചേരികളായ്, നീങ്ങി
വിഷംപൂശിയ കത്തികൾ,
ചെന്നിണത്തിൻ കുരുതിയാൽ-
ത്തിരുമുറ്റമശുദ്ധമായ്.

മുടങ്ങി പൂജ ശീവേലി,
മുടങ്ങിപ്പോയ് രഥോത്സവം,
അടച്ചുപൂട്ടി ശ്രീകോവിൽ,
നടതാണു പതാകകൾ.

പൊന്നമ്പലം ചുറ്റി നിൽക്കും
കാട്ടിൽ പശു കിടക്കയാം;
അഭിഷേകത്തിനു പൈംപാല്
നൽകും പശു കിടക്കയാം.

ചുറ്റും വളഞ്ഞു സംഘത്തിൻ
തലവന്മാർ പതുക്കനെ
കുറുക്കനായി, ശ്വാവായി,
ച്ചെന്നായ്‌വേഷമെടുത്തവർ.

വീർപ്പിട്ടനങ്ങാതെ കാട്ടിൽ
കിടക്കും കാമധേനുവിൻ
ഉടൽ പങ്കിട്ടു ഭരണം,
ഉണ്ണുവാൻ ചർച്ചചെയ്കയായ്.

ജുബ്ബയിട്ടോരു കഴുക-
നോതീ വിട്ടുതരില്ല ഞാൻ
നാവ്; തൊപ്പിപ്പരുന്തോതീ-
കണ്ണെന്റെ വരുതിക്കകം.

കാക്കപ്പടപ്പാർട്ടിനേതാ-
വോതീ: തൊലിയുമാ മുല
നാലും ഞാനേറ്റതാം, 'പോൺ-
ഫോളിയ'ത്തിനുകീഴിലാം.

ചൊല്ലീ പണക്കുമ്പയൊന്നു-
ചടച്ച കഴുതപ്പുലി:
"പ്രധാനമന്ത്രിപീഠത്തിൽ
ഞാനേറും ശുഭവേളയിൽ

എനിക്കു നേദ്യമാക്കേണം
പശുവിൻകരൾ കൂട്ടരേ."
പശുവോ മുന്നിലറവി-
നേറ്റ ഭാരതഭൂമിയോ?

ശ്രീകോവിലിൽ മറഞ്ഞാളി-
ങ്ങെഴുന്നള്ളിച്ച ദേവിയാൾ,
അണഞ്ഞു ക്ഷേത്രദീപങ്ങൾ,
തുടങ്ങിപ്പോയ് രഥോത്സവം.

പണിപ്പെട്ടു ചിതൽപ്പുറ്റു
പൊക്കും മേടകൾതോറുമേ,
ചീറ്റുന്നു കരിമൂർഖന്മാർ,
പത്തിപൊക്കുന്നു കൊത്തുവാൻ.

ചുഴലിക്കാറ്റു ചീറ്റുന്നു,
തമസ്സാഗരവീചികൾ.
മുക്കുന്നു കാടും നഗര-
പംക്തിയും ഗ്രാമവീഥിയും.

തകർന്ന കുഴലിൽപ്പാടി-
യുള്ളു നൊന്തുരുകിസ്വയം
നീലശൈലച്ചെരുവിലെ-
ക്കാട്ടിലേകാന്തകോകിലം.

നീരിലാക്കരിമീൻപോലെ
കാത്തിരിക്കുന്നു നിന്നെ ഞാൻ.
എങ്ങു ചന്ദ്രോദയം, വിശ്വ-
പ്രേമത്തിൻ ചന്ദ്രമണ്ഡലം.

ഏലചന്ദനഗന്ധങ്ങൾ
പാകും നീലമലയ്ക്കുമേൽ
കേറിനിൽക്കൂ പ്രപഞ്ചത്തിൻ
രജതാചലധാമമേ.

പിച്ചിപ്പൂ ചിതറും പൂർണ-
ചന്ദ്രമണ്ഡലരേഖയിൽ
രഥചക്രം നീങ്ങീയെത്തി-
മുടങ്ങാത്ത രഥോത്സവം.

നക്ഷത്രത്തിൻ കൈച്ചിരാതു-
വിളക്കൊളി പരക്കവേ
നീങ്ങട്ടെ പൊൻമതിൽക്കെട്ടിൽ
മുടങ്ങാത്ത രഥോത്സവം.

കാട്ടുമുല്ലപ്പൂക്കടലിൽ
തിരമാലകൾ നീന്തവേ,
മെല്ലെമെല്ലെപ്പാരിടത്തിൻ-
തീരമത്തിര നീങ്ങവേ.

നീലാദ്രിച്ചെരുവിൻ താഴെ
പുള്ളിമാൻപറ്റമെത്തവേ,
ഒറ്റക്കൈതപ്പൊന്മലരിൻ
മണം തെന്നൽ പകർത്തവേ.

വാനം തേടും മഹാവൃക്ഷ-
നിരതൻ പല്ലവാംഗുലി
അമൃതേന്തും തളികതൻ
വക്കിൽത്തൊട്ടു തലോടവേ.

ആനപ്പറ്റംപോലെ നീല-
മല തുമ്പിയുയർത്തവേ,
വിളിക്കാതെയുണർന്നേൽക്കും;
കടൽവാതിൽ തുറക്കവേ.

വരൂ മുല്ലപ്പൂ വിതറി,
വരൂ പിച്ചകഗന്ധിയായ്,
വരൂ പ്രപഞ്ചഹൃദയം
പോറ്റും ആനന്ദവല്ലിയായ്.

മർത്ത്യാത്മാവിൽപ്പള്ളികൊള്ളു-
മനന്തശയനോത്സവം
തെളിച്ചുകാട്ടുമാനന്ദ-
കലാമണ്ഡലമേ വരൂ.

തുലാവർഷക്കാറിനുള്ളിൽ
മിന്നും പൊൻനൂലുപോലവേ
തിളങ്ങിനിൽക്കും സൗന്ദര്യ-
ദേവതേ, കവിതേ, വരൂ.

ഇരുൾനാഗം വെച്ചുപോറ്റും
മാണിക്യമണിപോലവേ,
ഒളിമിന്നുന്ന സൗന്ദര്യ-
ദേവതേ, കവിതേ വരൂ.

നിശ്ശബ്ദസംഗീതമധു-
സ്യന്ദമാനന്ദകന്ദമേ
വരൂ, പ്രപഞ്ചജീവന്നു
കുളിർപാൽക്കടലാടുവാൻ.

കറുത്തരാവിൻ കരളിൽ
പുത്തൻ വെൺകളിപൂശുവാൻ
നീയിറങ്ങിവരൂ-പ്രേമ-
മുഗ്ദ്ധപാർവണചന്ദ്രികേ.

നേർത്ത പാവു കിഴിഞ്ഞൂർന്നു
നൂപുരധ്വനിയെന്നിയേ
പൊന്മലത്താഴ്‌വരകളിൽ
വരൂ, ഹേമന്തചന്ദ്രികേ! ■

ഇരുണ്ട മാനം, വരണ്ട ഭൂമി

(നാടും വീടുമില്ലാത്ത കുയിൽ; കൂടും കൂട്ടുകാരും വെടിഞ്ഞ കുയിൽ; വസന്തനാളിലെ പൂക്കൾ വേർപിരിഞ്ഞു കഴിഞ്ഞു. വേദനയുടെ നെടുവീർപ്പു മൂടി ഇരുണ്ട മാനം; പച്ചനിറം മരിച്ച് അരണ്ട് വരണ്ട ഭൂമി; തകർന്ന് താറുമാറായ കൂട്. അങ്ങിങ്ങലഞ്ഞ് പാട്ടും മേൽ വിലാസവും നഷ്ടപ്പെട്ട കുയിൽ - ഭൂമിയും ആകാശവും പുറം തള്ളി - ആനന്ദകലയുടെ തേൻതുള്ളി കൈമോശംവന്ന് ഉള്ളു പൊള്ളിയ കുയിൽ. കൂട്ടുകാരിയുമായി - എന്നെന്നേക്കുമായി - പിണങ്ങിപ്പിരിഞ്ഞ കുയിൽ.)

യാത്ര പറയാ,തൊരു നോക്കു കാണാതെ
പൂത്തു തളിർത്ത വസന്തം തിരിച്ചു പോയ്-

പൂന്തെന്നൽ മീട്ടിയ വീണ തകർന്നുപോ-
യെന്നേക്കുമായ്, വേർപിരിഞ്ഞു മലരുകൾ

മനം കുലധന,മീടുവെപ്പായേറ്റു
തേനീച്ച പറ്റും തറവാടു വിറ്റുപോയ്.

പങ്കിടുമാറിപ്പിറവി പെരുകവേ
പൊൻകതിർ പോറ്റിയ പുഞ്ചനിലങ്ങളും

സുന്ദരോഷസ്സിൻ സ്മൃതികൾ കൊഴിഞ്ഞുപോയ്
പൂട്ടി നിലാവൊളിതൻ വഴിയമ്പലം

ഏകാന്തശോകസ്മരണയ്ക്കു കാവലായ്
മൂകം നിലകൊൾവു നീലമലനിര

സൽക്കീർത്തി ദുഷ്കീർത്തിയായ്‌വന്നു, പൊൻതാലി
തൂക്കിവിറ്റൊറ്റയ്ക്കു ഭാഗിച്ച തോപ്പിതിൻ

കോണിൽ, മലർവിരിമെത്ത മടക്കിയ
കാഞ്ഞിരത്തിൻ, മൃതി കാത്തിരിക്കുന്നു ഞാൻ.

യാത്ര പറയാതൊരു നോക്കു കാണാതെ
പൂത്തുതളിർത്ത വസന്തം തിരിച്ചുപോയ്-

മൂടീ ഗ്രഹണത്തിലാശയപൂർണിമ
വാടിക്കരിഞ്ഞു കിനാവിന്റെ പൂമരം.

ഓർക്കുന്നു, ദൂരെ കളിത്തോഴിമാരുമായ്
സ്വർണവർണാഭയിൽ നീന്തും പുലരിയെ,

ചന്ദ്രൻ കടന്നുപോമൂടുവഴി നോക്കി
വീർപ്പിടും സുന്ദരതാരാകുമാരിയെ

ആദ്യമായ്ക്കണ്ടുള്ളിൽ മിന്നൽ മിന്നി ക്ഷണാൽ
വേർപിരിഞ്ഞെങ്ങോ മറയും മുകിൽകളെ

പൂക്കളുറങ്ങുന്നു, മാറുന്നു ചെന്തളിർ
കുറ്റങ്ങൾ മൂളുന്നു പറ്റിച്ച വണ്ടുകൾ

വാർദ്ധകബാധയാൽ കൈവിറയാർന്നു, തായ്-
വേരുണങ്ങുന്ന മരത്തിലിരിപ്പൂ ഞാൻ.

വറ്റുന്നു ചുണ്ടിലെഗ്ഗാന;മിരുൾക്കര
പറ്റുന്നു പോറ്റുമുഷസ്സാന്ധ്യശോഭകൾ

ചാമ വിളയുന്ന വാനിൻ പറമ്പേറി
മേഞ്ഞു മറഞ്ഞിതഴകിന്റെ പുള്ളിമാൻ

യാത്ര പറയാതൊരു നോക്കു കാണാതെ
പൂത്തു തളിർത്ത വസന്തം തിരിച്ചുപോയ്.

ഭാഗിച്ചു തെറ്റിപ്പിരിഞ്ഞു പല വഴി
പാറിപ്പറന്നു പോയ്ക്കൂട്ടുപറവകൾ

മാർത്തടം തീറു തരുമച്ഛനില്ലിന്നു
കൊക്കിനിര നൽകുമമ്മ മറഞ്ഞുപോയ്

സൗഭ്രാത്രസൗഖ്യസുധ നുകരാത്തവർ
പൂങ്കുലയൊന്നിൽക്കുരുത്ത പൂമൊട്ടുകൾ

ഒറ്റയ്ക്കു വിട്ടു പിണങ്ങിപ്പിരിഞ്ഞുപോയ്
മെത്ത വിരിച്ചുതരും കൂട്ടുകാരിയും

തന്നിര തേടി മറുനാടു പൂകിനാർ
പട്ടു ചിറകു കുരുത്ത കിടാങ്ങളും

ശോകാന്തനാടകമാടി മരിക്കയാ-
ണേകാന്തമൂകമിക്കുന്നിൻചെരുവിൽ ഞാൻ

യാത്ര പറയാതൊരു നോക്കു കാണാതെ
പൂത്തു തളിർത്ത വസന്തം തിരിച്ചു പോയ്.

തേങ്ങുന്നൊരാറ്റിൻ കടവുകൾക്കപ്പുറം
മാങ്ങ കഴിഞ്ഞോരു മാവുകൾക്കപ്പുറം

രാവിലുണരുന്ന കൈതമലർമണ-
മാരെയോ കാക്കും കുടിലുകൾക്കപ്പുറം

വാനിലെത്താമരപ്പൊയ്കതൻ വക്കത്തു
മാഞ്ഞു വസന്താന്ത്യനാളിൻ നിലാവൊളി.

നീളും വഴിത്താര ശൂന്യതാഗർത്തമായ്
നീലമലയിൽപ്പടരുന്നു കാട്ടുതീ

ഒന്നും കരുതാതെ പോന്ന പറവകൾ
ചേക്കേറുവാനായ്ത്തിരയുന്നു മാമരം

വേല പൂരങ്ങൾ തൻ കൂറ പൊക്കി, നേർത്ത
ശോണാഭ ചെമ്പട്ടു ചാർത്തിയ കാവുകൾ

സാന്ധ്യതാരം വെക്കുമന്തിത്തിരി പാളി
പാവ നിരക്കുന്ന കൂത്തുമാടങ്ങളിൽ

വേദനാപൂർണസ്മരണ തടവുന്ന
തീരത്തു തങ്ങീ കടത്തു കേവഞ്ചികൾ

അന്തിതന്നക്കരെപ്പൊന്തുന്നു പട്ടട-
ച്ചെന്തീപ്പടമെടുത്താടുന്ന പാമ്പുകൾ

മുത്തം തരുവിനവസാനവേളയിൽ-
പ്പൊട്ടിത്തകരും പ്രണയപാശങ്ങളേ

മുത്തു വിളയും മിഴിനീർ തുടച്ചൊന്നു
കെട്ടിപ്പുണരുക സാന്ധ്യനക്ഷത്രമേ,

സന്ധ്യതൻ തോപ്പിലെപ്പൂമണത്തിൽപ്പൊതി-
ഞ്ഞെൻ മുഖം മൂടി മറയ്ക്കുകാകാശമേ!

ആതിരച്ചന്ത കഴിഞ്ഞു; വിജനമാ-
യാൽത്തറ: നീങ്ങി കുടമണിനാദവും

ലാഭനഷ്ടത്തിൻ കണക്കു കൂട്ടി സ്വയം
പോകുന്നിതേകാകിയാം ഗ്രാമകർഷകൻ.

കൊച്ചുനക്ഷത്രത്തിരി കെട്ടു, മൂടൽമ-
ഞ്ഞേറുന്നു, മായുന്നിതീ വഴിത്താരകൾ

അന്തിതൻ തോപ്പിലെപ്പൂമണത്തിൽപ്പൊതി-
ഞ്ഞെന്മുഖം മൂടി മറയ്ക്കുകാകാശമേ!

യാത്ര പറയാതൊരു നോക്കു കാണാതെ
പൂത്തു തളിർത്ത വസന്തം തിരിച്ചുപോയ്! ■

1973

മാമ്പൂമണം

(മഞ്ഞിലലിഞ്ഞ ഏകാന്തശോകത്തിന്റെ പൂമണം - മാമ്പൂമണം. ആതിരക്കാറ്റിൽ ഊഞ്ഞാലാടുന്ന കണ്ണുനിറഞ്ഞ മാമ്പൂമണം - തേനീച്ചകളുടെ ഝങ്കാരം; നേർത്ത നിലാവ്; ധനുമാസമേ നീ തന്നെ കവിതയോളം വെട്ടുന്ന അകം കുളിർ കോരുന്ന മാസം)

അണക്കെട്ടിൻ ചങ്ങലയിൽ
കുടുങ്ങിപ്പോയ പാൽപ്പുഴ
പൊയ്പ്പോയ നല്ലകാലത്തി-
ന്നോർമ്മയിൽ തങ്ങിനിൽക്കയാം

തളർന്നനങ്ങാതെ നീണ്ടു
കിടക്കും ഭൂമിതൻമനം
കൊതിച്ചു കൈവരാത്തേതോ
കിനാവായ് മലനിൽക്കയാം.

ഉയർന്നുംതാണുമങ്ങേറെ
വളഞ്ഞും നേർത്തുദൂരവേ
അജ്ഞാതഭാവിപോൽ, ദൂരെ
പാത നീണ്ടുകിടക്കയാം.

വറ്റീകുളം, പൂക്കൾവാടി
ചണ്ടിയാണെങ്ങുമെങ്കിലും
വിട്ടുപോകാതാശപോറ്റി-
ച്ചുറ്റുന്നൂ ജലപക്ഷികൾ,-

കൈകോർത്തു തോളുരുമ്മിക്കൊ-
ണ്ടൊ;ത്തുചേർന്നുനടന്നവർ-
കണ്ടഭാവം നടിക്കാതെ
മിണ്ടാതോരോ വഴിക്കുപോയ്.

അരണ്ടുവാഴ; മൂർച്ഛിച്ചു
കവുങ്ങിൻതോട്ടമൊക്കയും
ചെമ്പല്ലവം നെയ്തു, പാറ-
പ്പുറത്തെ അരയാൽമരം.

ദ്രോഹിച്ചു നാലുപുറവും
നിന്നു സൂര്യന്റെയാശ്രിതർ
ഒറ്റയ്ക്കുനിന്നു പൊരുതീ
കരുത്തുറ്റോരു കാഞ്ഞിരം.

കൊടുക്കുവാൻ നേടിവച്ചു
തത്ത്വചിന്താഫലങ്ങളെ
കല്ലേറുകിട്ടി; തേന്മാവേ-
യനുതാപം വലച്ചുവോ?

മുടിച്ചു നീ പനസമേ
ഒടുങ്ങാത്തോരു പൈതൃകം
ഒന്നുമില്ലാത്ത കൊന്നയ്ക്കു
കൈവന്നു വേണ്ടതൊക്കെയും

പ്രേമസ്മൃതിയിലാറാടും
കാട്ടുമുല്ലേ ചിരിച്ചു നീ
രാത്രിതൻചെവിയിൽ മൂക-
രഹസ്യകഥ ചൊൽകയോ?

പാതിരാവിൻ വിഷുച്ചന്ത
ച്ചരക്കും പേറിയങ്ങനെ
അകലേക്കകലേക്കെങ്ങോ
നീങ്ങിപ്പോം കാളവണ്ടികൾ.

കൂടിച്ചെല്ലാം മറന്നുള്ള
വണ്ടിക്കാരുടെ പാട്ടുകൾ
നിശ്ശൂന്യമാം ഗ്രാമവീഥി
മുട്ടും വിരഹവേദന

വിദൂരതയിൽ നിന്നേതോ
കാറ്റിലാപ്പൂത്തിലഞ്ഞിതൻ
മണംപോൽ ഇടയൻ ദൂരാ-
ലൂതും മുരളിതൻസ്വനം

തോപ്പിൻപടിഞ്ഞാറു മുക്കിൽ,
കോടികാച്ച പിലാവിലെ
നിന്നു മൂത്തുപഴുത്തോരു
വരിക്കച്ചക്കതൻമണം

പച്ചിലച്ചാർത്തുകൾക്കുള്ളിൽ
കണ്ണുതട്ടാതെ യൗവനം
തഴച്ചഴകുവിങ്ങുന്ന
മാമ്പഴത്തിൻ സുഗന്ധവും

അരിമുല്ലപ്പൂങ്കുലതൻ
വെണ്മ; പൂങ്കൊന്ന നൽകിടും
കനകപ്പൊടി; പാടത്തെ-
പ്പുതുമണ്ണിന്റെ വാസന

വാനത്തെ നീലമിക്കൂട്ടു-
നിലാവിൽച്ചേർത്തരച്ചു ഹാ,
ഏതോ ചെന്തീപ്പൊള്ളലേറ്റു
നീറുമെൻ കരളിൽ സ്വയം

പ്രശാന്തവാസന്തസന്ധ്യാ-
വീർപ്പുപൊങ്ങുന്ന രാത്രിയിൽ
പുരട്ടിത്തരുമോ പുണ്യ-
നിളതൻ കുളിർതെന്നലേ? ■

–1968

മലമ്പുഴയിൽ

(പ്രകൃതിദ്രോഹിയായി, വികൃതിയായി മാറിയ മനുഷ്യമനസ്സ് ചങ്ങലയിൽ തളച്ചിട്ട പുഴ; കെട്ടിൽപ്പെട്ട എണ്ണമൈലിപ്പശു - ആകൃതി മാറി - പ്രകൃതി മാറി - കേന്ദ്രമന്ത്രി സുഗുണസെൻ ചോദിച്ചു - മലമ്പുഴയെപ്പറ്റി ഒരു കവിത എഴുതാമോ?

വയ്യ; ഇത് പുഴയല്ല; വെറും നീർക്കെട്ട് - ഇതിനെ കെട്ടഴിച്ചു വിടുക. ഞാൻ പെട്ടെന്ന് ഒരു പാട്ടു പാടാം.)

മഞ്ഞപിഴിഞ്ഞ തുകിൽ ചാർത്തി, മിന്നലാ-
മുഞ്ഞാലിലാടുന്ന കന്യകയാളുടെ

പൂങ്കാവനമായ് വിളങ്ങിപോൽ, മുന്നമി-
ത്തേൻ കിനിയുന്ന വടമലച്ചാർത്തുകൾ!

പ്രാണനും പ്രാണനാമിസ്ഥലം, കാനന-
റാണിയാൾതൻ പൊന്നരമനവാതിലാം

രാജഗേഹത്തിൽ പിറന്നവളെങ്കിലും
രാജകുമാരി നിരന്തരദുഃഖിത!

നീടുറ്റ ജീവിതധാരാസിരയറ്റു
കാടിൻ കിടാങ്ങൾ 'മലയര'ലയവേ

എത്രപൊൻവെള്ളിയാലസ്തിവാരം തീർത്തു
പൊക്കിയിക്കൃത്രിമ ജീവിതമേടകൾ

എന്തോ വിഷാദവികാരാൽപ്പുകയുന്നു
ചിന്തതന്നാഴത്തിലാണ്ട മലനിര!

സർഗ്ഗപ്രകൃതി കുലീനത പോറ്റുന്ന
വർഗ്ഗം മുടിഞ്ഞ പുലയാചരിക്കയോ?

കേരളസൗന്ദര്യപൂരത്തിനെന്നുമേ
കൂടിയെഴുന്നള്ളി നിൽക്കും മലനിര

കൺമുന്നിൽവെച്ചു നടക്കുമറുകുല
കണ്ടു മുഖംപൊത്തി നിൽക്കുന്നു വിണ്ടലം

ചിന്നിക്കിടക്കുന്നു സുന്ദരകാനന-
കന്യകമാരുടെ ദഗ്ദ്ധാസ്ഥിപഞ്ജരം!

കാനനയക്ഷി നിൻ കണ്ണിലേത്തീജ്ജ്വാല
കണ്ടു നടുങ്ങുന്ന മാനവലോകമേ!

കൊള്ളയടിച്ചു പൊയ്പോയീ,തരമന-
യ്ക്കുള്ളിലിലേയക്ഷയമീടുവയ്പൊക്കെയും

വാരിക്കുഴിയിലകപ്പെട്ടു ചാട്ടവു-
മോട്ടവുമെല്ലാം നിലച്ചു വിവർണമായ്

ചട്ടം പഠിക്കാനുറപ്പിച്ചു പന്തിയിൽ-
പ്പെട്ടു കഴിഞ്ഞതാം കാട്ടാന മുൻവശം

കൊമ്പനാണൊന്നു; മറ്റേതു പിടിയാന
തുമ്പിയാലാഞ്ഞു ചുംബിപ്പൂ പരസ്പരം.

കാലിലെച്ചങ്ങലക്കൂച്ചിൽ മദപ്പാട്ടിൽ
നീരൊലിച്ചങ്ങനെ നിൽക്കുന്നിതാനകൾ

ഒപ്പം ചെലവിട്ടൊഴിഞ്ഞ മടിശ്ശീല
തപ്പുന്നു വെള്ളമുകിലിൻ കൃഷീവലർ

രാജഗേഹത്തിൽ പിറന്നവളെങ്കിലും
രാജകുമാരി നിരന്തരദുഃഖിത!

മങ്ങാത്ത പാടായ് മുഴക്കയ്വടുക്കളാ-
യങ്ങിങ്ങു നിൽക്കുന്നു പാറത്തുരുത്തുകൾ

ഓർമ്മിക്കയാ,ണോട ചിക്കിക്കൊടുങ്കാട്ടി-
ലോടിക്കളിച്ചു നടന്നൊരാ നാളുകൾ

ആണ്ടിൽ മുടങ്ങാതെ നിത്യമൃതൂത്സവം
കൊണ്ടാടുമപ്പട്ടുപന്തലിൻ ചാർത്തുകൾ

തല്ലിത്തകർത്തു വളർത്തുന്നു കൃത്രിമ-
ക്കല്ലാമൊരുദ്യാനമുന്മേഷവായ്പിനായ്

മുള്ളുമരത്തിൻ തടങ്ങളും കൃത്രിമ-
വെള്ളിമഴയാൽ നനയ്ക്കുന്നു നിത്യവും

മെയ്ച്ചോര വറ്റി നികുതിക്കുടിശ്ശിക
തീർത്തുവിളർത്തതാം ഗ്രാമജനതയെ,

തീണ്ടാതെ-മണ്ണു ചവിട്ടാതെ-വാഹന-
ത്തണ്ടിൽപ്പുലർന്നു വരുന്നമേൽജ്ജാതിതൻ

ആഢ്യതകൾക്കു ചുളിവു തട്ടിക്കാത്തൊ-
രുദ്യോഗവർഗ്ഗീയ മാന്യപദവികൾ

സ്വാർത്ഥത്തടിത്തൂക്കമൊന്നും കുറയാതെ,
പോറ്റിവളർത്തുന്ന മാന്യപദവികൾ

വെച്ചുപുലർത്തുവാൻ വേതനത്തിൻ പെരും-
വെള്ളിമതിലുകൾ തീർത്താർഷഭാരതം

കൃത്രിമസ്വർഗമായ് മാറ്റുമീ വൈദ്യുത-
ചിത്രാശതത്തിൻ പ്രദർശനമന്ദിരം

വേരറുത്തിട്ട കുലവാഴതന്നുടെ
ചാരുത നേരേയനുകരിക്കുന്നിതോ?

വൈദ്യുതപ്പങ്കയും വീഞ്ഞുമായുല്ലാസ-
ജീവിതം പുൽകുന്ന ബംഗളാവെങ്ങുമേ

മാന്യരായ് വാഴ്കയാ,മക്രമവാഴ്ചതൻ
മായികയന്ത്രക്കരിനിഴൽസേനകൾ

ഇമ്പമരുളും മധുരങ്ങൾ മോന്തുവാൻ
'തമ്പുരാക്കന്മാ'രെഴുന്നള്ളി ലീലയാ,

പാർക്കുന്ന കോവിലകമുണ്ടുയരെയായ്
തോക്കുകൾ പാറാവുനിൽക്കുന്നു ചുറ്റിലും

തൊട്ടടുത്തായ് ശവം മാന്തും കഴുകുകൾ
പറ്റുന്ന ചേരുമരം നില്പൂ ഭീകരം

ഈ ബംഗളാവിൽ സസുഖം കഴിയുന്നി-
താമിഷഭോജികൾ-കാക്കപ്പെരുന്തുകൾ

കാനനകാല്യപ്രകൃതിതന്നേകാന്ത-
മൗന,സംഗീതസരിൽ പ്രവാഹങ്ങളിൽ

ഉല്ലാസമാർന്നു കളിച്ചു, മലിയാത്ത
കല്ലായ്ക്കിടക്കുന്നു മാനവജീവിതം.

ശൂന്യം നദീതടപദ്ധതി, ഉള്ളിലാ
പ്രേമപ്രവാഹമുറന്നുവരുംവരെ.

പദ്ധതിയൊക്കെയും ശത്രു, ചരാചര-
മൊറ്റക്കുടുംബമായ് ചേർന്നു പുൽകുംവരെ

'അഭ്യസ്തവിദ്യന'ലിയാതെ നില്ക്കുന്നി-
തമ്മയ്ക്കു ശല്യമായ്ത്തീർന്നു പിശുക്കനായ്

രാജഗേഹത്തിൽപ്പിറന്നവളെങ്കിലും
രാജകുമാരി നിരന്തരദുഃഖിത!

സത്യസൗന്ദര്യപ്രകൃതിക്കു ഭൂഷയായ്
മർത്ത്യൻ ചമയ്ക്കുമിക്കൃത്രിമലോകവും-

ചിത്രപടങ്ങളിണങ്ങി, കണ്ണാടിയിൽ-
ക്കൃത്രിമം മുങ്ങിയ കൃത്രിമകാന്തിയിൽ

ചേലൊത്ത കാടിന്നിടയിൽ മലമ്പാമ്പു-
പോലെ വളഞ്ഞുകിടക്കുന്ന പാതയിൽ

വാഹനം ചാഞ്ഞു ചരിഞ്ഞു കയറവേ
വാരുറ്റ പച്ചഞെറിച്ചാർത്തു നീങ്ങവേ

പുത്തൻ വിരുന്നേകി പീലിവിരുത്തുന്ന
നിത്യസൗന്ദര്യ മയൂരസുഷമകൾ

മാനിച്ചിണങ്ങീ പ്രകൃതിസൗഭാഗ്യവും
മാനവഭാവനാസർഗ്ഗപ്രതിഭയും

പൊട്ടുതൊടും തായയാൾത്തന്നരക്കെട്ടു
കെട്ടിപ്പിടിച്ചു കളിക്കും കിടാവുപോൽ

കെട്ടിക്കറക്കും പശുവിന്റെ താടയിൽ
മുട്ടിയുരുമ്മിക്കുതറും കിടാവുപോൽ

മർത്ത്യമനശ്ശില്പചാതുരി മേളിച്ചി-
തക്ഷയകാനനസൗന്ദര്യസീമയിൽ

നേർത്ത മുകിൽമുയൽ പായും വടമല-
ച്ചാർത്തിൻ മടിയിൽ കിടന്നു കളിക്കവേ

കൃത്രിമയന്ത്രസന്താനങ്ങളാശിപ്പൂ
സത്യപ്രകൃതിതന്നാശ്ലേഷമേൽക്കുവാൻ

കെട്ടിയ കൂറ്റൻ തുറുങ്കുഭിത്തിക്കുമേൽ
ഒട്ടിട നിന്നു കൺനന്നായ് തുറക്കവേ,

നീർത്തി ചുരുളുകൾ, സങ്കല്പതൂലിക
തീർത്തോരഭിനവ ചിത്രശാലാങ്കണം

സ്വാർത്ഥദുർദ്ദേവതാസേവാബലാൽ നരൻ
തീർത്തൊരിക്കൃത്രിമലോകത്തിനപ്പുറം

നീലമലതൻ ചരുവിലെ,യാശ്രമ-
സീമയിൽ, വീണതരംഗമൊഴുക്കിയും

ഏകാന്തശാന്തിതൻ സന്ദേശസൗരഭ-
പൂരം ചൊരിഞ്ഞും വിളങ്ങുന്നിതംബിക!

ഈ വനഭൂഭാഗമാരുടെ, കാദംബ-
വാടിയ,ക്കന്യാകുമാരി ഹേമാംബിക

ഏതോ വിഷാദത്തിൽ മൂടീ മഹാവന-
ശ്രീചക്രബിന്ദുനിവാസിനിയംബിക!

ഏകാന്തശാന്തിതൻ ക്ഷേത്രം തകർക്കയായ്
നാകമടക്കും മഹിഷാസുരപ്പട!

ഈറ്റപ്പുലികൾ ചെന്നായ്ക്കളും കാലൊച്ച
കേട്ടു നടുങ്ങിപ്പതുങ്ങീ ഗുഹകളിൽ

രാജഗേഹത്തിൽപ്പിറന്നവളെങ്കിലും
രാജകുമാരി നിരന്തരദുഃഖിത!

വിണ്ണിലെ സത്രത്തിലൊപ്പമസ്സർവ്വാണി-
യെന്നും നടക്കുന്ന വർഷ,ദിനങ്ങളിൽ

പൂട്ടാതിതേവരെ,യില്ലെന്നു ചൊല്ലാതെ-
യൂട്ടിയ വിൺതറവാടിൻ പടിക്കലായ്,

പാത്രം നിരത്തിയഭയാർത്ഥിയാകുമീ-
മർത്ത്യനിരിക്കുമിപ്പദ്ധതി കാൺകവേ,

നേരിലുണർന്നു ഞാൻ മുട്ടറുത്താ മാരി-
മേഘം തരുമൊരു നീർത്തുള്ളിതൻ വില

കോടിക്കണക്കായ വെള്ളിപ്പണമിട്ടു
തൂക്കും നദീതടപദ്ധതിയൊക്കെയും

ഉച്ചമുദ്ഘോഷിപ്പി, തമ്മതരുന്നൊരീ-
പ്പച്ചവെള്ളത്തിന്നമൂല്യമാകും വില!

സ്വർണരഥത്തിലെഴുന്നള്ളുമമ്മയെ-
പ്പൂംപുലർവേളയെ-ക്കണ്ടു തൊഴുതിതാ

എല്ലാം മറന്നു മലർചൂടി നിൽക്കുന്ന
വല്ലികൾ തൊട്ടു തിളങ്ങുന്ന കുങ്കുമം!

അമ്പാർന്നൊഴുകീയണക്കെട്ടു തീണ്ടാത്ത
പൂംപുലർവേളതൻ പുണ്യപ്രഭാത്ധരി! ■

1962

നിലാവേ വരൂ!

(ചന്ദ്രോദയം-മോഹന ചന്ദ്രോദയം. കറുത്തിരുണ്ട വർഷകാലരാവിലെ ചരിത്രസംഭവം പൂവിട്ട സുന്ദരചന്ദ്രോദയം-ഉദിച്ചു; വീണ്ടും ചന്ദ്രൻ ഉദിച്ചു. പുതിയ ചന്ദ്രോദയത്തിന്റെ ഉജ്ജ്വല രജതജൂബിലി. രാപറവ കൾ - ഇരുട്ടിന്റെ കൂട്ടായ്മക്കവർച്ചക്കച്ചവടക്കാർ, ഇളമാൻ കണ്ണു കൊത്തിവിഴുങ്ങിയ കൊക്ക് നക്കിമിനുക്കി പ്രഖ്യാപിച്ചു; ചന്ദ്രോദയം -ഞങ്ങൾ അധ്വാനിച്ച് വേർപ്പുതുള്ളിയാൽ വാർത്തെടുത്ത സ്വാതന്ത്ര്യ ചന്ദ്രോദയം-

സത്യഗിരിനിരകൾ, സൗന്ദര്യമഹാരണ്യങ്ങൾ, പുരാതന സംസ്കാര തുംഗകാഞ്ചനശൃംഗങ്ങൾ, തത്ത്വചിന്തയുടെ വിത്തു പാകിയ പുണ്യഗംഗാസമതലങ്ങൾ. വിശ്വപ്രേമത്തിന്റെ കരകാണാക്ക ടലലകൾ, ചോദിച്ചു, എവിടെ നിങ്ങൾ കൈയടക്കി, വിള കൊയ്ത് സുഖിച്ച് അനുഭവിച്ചുവരുന്ന സ്വാതന്ത്ര്യ ചന്ദ്രലഹരി - ആ നിലാ വൊളി എവിടെ? രാപറവകൾ വീണ്ടും കൂകി! അവിടെ അവൾ പാതി രാവിൽ വിമാനമിറങ്ങിയ ഉദയാദ്രിയുടെ കേന്ദ്രതലസ്ഥാന നഗരിയിൽ. അവളുടെ സ്വർണത്തരിവളയിട്ട നീണ്ടുരുണ്ട പതിന്നാലു കൈകൾ! അധികാരമദം ബയനറ്റ് നീട്ടിയ സംസ്ഥാന-തലസ്ഥാന ബംഗളാവു കൾ. തടിച്ചുകൊഴുത്ത കരിങ്കാറുകൾ കെട്ടിമറച്ച് മുറിച്ച ആകാശത്തിന്റെ എയർക്കണ്ടീഷൻ മുറികൾ, കരിനിഴലുകളുടെ വിഷദ്രാവക വള നിർമ്മാണ ഫാക്ടറിയാക്കി മാറ്റിയ വിവശഭൂമി. നിത്യം കുത്തിവെപ്പ് നടത്തുന്ന പ്രമാണിപ്പെരുമലകൾ. നാടുതോറും നഗരംതോറും ഭിക്ഷാ പാത്രംവച്ച് അധികാര കുബേര പട്ടം കെട്ടിയ അഹങ്കാര കോൺക്രീറ്റ് വാർപ്പുകൾ. കണ്ണീരും പുഞ്ചിരിയും കൈമോശംവന്ന് നീരെടുത്ത് കനം വെച്ച ദുർഭരണമുഖങ്ങൾ, ആനന്ദച്ചാറു വറ്റിയ വൃക്ഷലതാവലി. നാദം നിലച്ച വീണ; ക്ഷയം ബാധിച്ച നദി. മനം മറിഞ്ഞ മണ്ണ്. ഉദിച്ചുയർന്ന് ഏതോ ശാപഗ്രഹണം പൊതിഞ്ഞ സംസ്കാര ചന്ദ്രമണ്ഡലം. അന്ധ മായ അനുകരണഭ്രാന്തുപിടിച്ച് എങ്ങോ എന്തിനോ പായുന്ന ചിന്താ ഗതിയുടെ പാതിരാക്കാറ്റ്; നിരാശയുടെ നീണ്ട നിഴൽ വിരിച്ചുറങ്ങുന്ന സ്ഥാവരജംഗമഗ്രാമങ്ങൾ. ഹൃദ്രോഗബാധയാൽ വിയർത്തു വിളർത്ത രാത്രി. ശത്രു കൊടുത്ത പ്രകൃതിവിരുദ്ധ വിദ്യയുടെ വിറ്റമിൻ വിഷഗു ളികകൾ വിഴുങ്ങി വളർന്നു മുരളുന്ന കൊച്ചു വിഷച്ചെടികൾ.

ദേവയാനം പറ്റി വിദൂര മാനസസരസ്സ് തേടുന്ന സുന്ദര ഹിമാലയ ശുഭ്രഹംസങ്ങൾ കരൾപൊട്ടി വിളിച്ചു. വരൂ - നിലാവേ വരൂ. അദ്വൈത പ്രേമസിദ്ധിയുടെ ദേവദൂതീ വരൂ - കറവക്കാരന്റെ സ്വാർത്ഥമുദ്രയടിച്ച കുറ്റിയിൽ ചുറ്റിക്കറങ്ങി കഴുത്തുഞെരിഞ്ഞ കറവപ്പശുവിനെ- സ്വന്തം അകിടിന്റെ സ്ഥിരാവകാശിയായിപ്പിറന്ന് മരണക്കുടുക്കിൽപ്പെട്ട കിടാ വിനെക്കാണാതെ അകറുന്ന പശുവിനെ - ഈ ഭൂമിയെ മോചിപ്പിക്കൂ;

വരൂ; ദാഹിച്ചു മരിക്കുന്ന ഭൂത ധാത്രിക്കമൃത് നൽകാൻ വരൂ - അലിവിന്റെ നിലാവേ, നീ വീണ്ടും കൊട്ടിയടച്ച കതക് തട്ടിത്തുറന്ന് അപ്സരസ്സേ താഴേക്ക് ഇറങ്ങിവരൂ.)

കൈ പൊക്കിച്ചൊല്ലീ നേതാവിൻ
ജുബ്ബയിട്ട ഗിരിവ്രജം
വെള്ളിക്കിണ്ണത്തിലമൃതു
വിളമ്പാൻ വന്നു മോഹിനി.

നിലാവിന്റെ പരിഷ്വംഗ-
മേൽക്കാൻ ഞങ്ങൾ കൊതിക്കയാം.
ചൊല്ലി കൊടും കൊള്ളയൊന്നി-
ലടിപെട്ടുള്ള കുന്നുകൾ.

ഞെട്ടറ്റുവാടിക്കൊഴിയും
മുഗ്ദ്ധഗ്രാമീണഭംഗികൾ
പിഞ്ചുകോരകജാലങ്ങൾ
കവിളൊട്ടിക്കിടക്കയാം.

ഭൂതഗ്രാമപ്രപഞ്ചത്തെ
പ്പെറ്റുപോറ്റുന്ന കന്യക
നിത്യകന്യകയാമൂഴി-
മയങ്ങി ദാഹമൂർച്ഛയിൽ,

നിരാശരായ സംതൃപ്തി
തിളയ്ക്കും തിരമാലകൾ
കൈചുരുട്ടിച്ചൊടിച്ചാർത്തു
നീങ്ങുന്നൂ ഘോഷയാത്രയായ്.

അധികാരിപ്പിൻ തുണയാൽ
ക്കാട്ടിൽക്കോടാലി കേറവേ
മുഴങ്ങി നീങ്ങിപ്പോം വന്യ
മൃഗത്തിൻ ശാപഗർജ്ജനം.

ഊഴിയിൽക്കടലിൽക്കാറ്റിൽ
നീരിൽ വാനത്തുകൂടിയും
വിഷം തളിക്കുന്ന രക്ത-
രക്ഷസ്സിൻ തുടുംദംഷ്ട്രയിൽ

കോർക്കപ്പെട്ടുള്ള പുള്ളി-
മാനായ് വാനം ഞരങ്ങവേ
പൊട്ടിക്കരഞ്ഞുപൊയ്പ്പെട്ടെ-
ന്നാഴമേറിയൊരാഴിയും.

നിരന്നു കുന്നിൻമുകളിൽ
കൊള്ളതൻ ബംഗളാവുകൾ
ഉദ്യാനത്തിൻ വിരുന്നുണ്ടു
തൂമിന്നൽ മണവാട്ടിമാർ.

വാനിൽ നിന്നും വന്നു നീയാദ-
ക്കനിവിൻ കാലവർഷമായ്
ഊഴിതൻ ചുണ്ടിൽ നീ പൊട്ടി-
വിരിഞ്ഞൂ രത്നവല്ലിയായ്.

മിഴിനീർ വാർത്തു പറയാൻ
ഭാഷയില്ലാത്ത മണ്ണിനെ
മുലയൂട്ടാൻ വന്നു നീല-
വിണ്ണിൻ ആനന്ദവല്ലി നീ.

നെടുവീർപ്പിൻ കൊടുംകാറ്റിൽ-
പ്പിറന്നൂ പട്ടുടുത്ത നീ.
കണ്ണീരിൻ കടലിൽ നിന്നു
പൊങ്ങി സാഗരകന്യ നീ.

നക്ഷത്രകോടിതൻ ദിവ്യ-
രശ്മി നൂലിഴ നെയ്തതാം
നീലപ്പട്ടിൻ കസവണി-
ഞ്ഞെറിയിൽ പാറി വാനിൽ നീ.

വന്നു കേറി തലസ്ഥാന-
ക്കോട്ടയിൽപ്പാതിരാവിൽ നീ.
അവർ കണ്ടൂ മൂടുപടം
മൂടും നിൻ മുഖമണ്ഡലം.

ചളിപ്പാടത്തു തൻ പ്രാണൻ
വിതയ്ക്കെ ചൊല്ലി കർഷകൻ
അവർ കൊയ്തൂ ഞങ്ങൾ നട്ട
ഞാറിൻ പൊൻകതിർമാലകൾ.

വേനൽത്തീയിൽ വർഷകാല-
ക്കാറ്റിലെശ്ശരമാരിയിൽ
ചേറ്റിലാണ്ടോർ ചൊല്ലി ഞങ്ങൾ
നുകർന്നില്ല നിലാവൊളി.

ചീറ്റിപ്പായാൻ നെടുംപാത-
ല്ലുടപ്പവർ ഓതിനാർ
അവൾ പൊങ്ങി വിമാനത്തിൽ
രാവണൻ കട്ട സീതയായ്!

പേനത്തുമ്പിൽ നിണം മുക്കും
ഗ്രാമീണകവി പാടിനാൻ
'നിനക്കു നൽകാൻ ഞാൻ വെച്ച
പനിനീർപ്പൂ കരിഞ്ഞുപോയ്.'

വിളിക്കുന്നു ദേവഗംഗ
രജതാചലവീഥികൾ.
വിളിക്കുന്നു മൺതരികൾ
വിളിക്കുന്നു വനൗഷധി.
ഭൃംഗാഭചേർന്നുലയുമാറളകങ്ങൾ പാറി
പൊൻകാൽത്തളത്തളിരിൽ നാദമരീചിയേറി
വെള്ളിക്കുടത്തിലമൃതേന്തി, മരന്ദഗന്ധ
പൂരം നിരത്തിവരികെൻ പുതു പൂനിലാവേ! ■

1972

ഇരുട്ടിന്റെ പുഞ്ചിരി

(സൗന്ദര്യം കാണുന്ന കണ്ണിന് മങ്ങലേറ്റു - പ്രകൃതിസംഗീതം കേട്ട ചെവി പൊട്ടി. കവിയുടെ ലോകം - ഭാവനാലോകം - ആ പച്ചത്തുരുത്ത് കടലെടുത്തു. അകലെനിന്ന് മഴവില്ലാലൂഞ്ഞാലാടിയ അവൾ പറഞ്ഞു: "ഞാൻ പോയിവരാം; ഇനി കതകടയ്ക്കൂ, കിടന്നുറങ്ങൂ. വീണ്ടും കെഞ്ചി: "അങ്ങോട്ടു മറന്നാലും ഇങ്ങോട്ടു മറക്കരുത്. ഞാൻ കടവത്ത് തോണിപ്പുരയിൽ കാത്തിരിക്കും.")

കൽത്തുറുങ്കിൽ ജനൽവഴി
താണു നൂണു കടന്നു നീ
കിതച്ചുകൊണ്ടെങ്ങുനിന്നു
വന്നെത്തീ പുലർതെന്നലേ?

ശലം നീട്ടും മതിൽക്കെട്ടു
ചൂഴുമീ പ്രേതഭൂമിയിൽ
പെട്ടതെമ്മട്ടു പൂത്തുമ്പേ
ഓണക്കോടിയുടുത്ത നീ?

കാറ്റുണർത്തും വേപ്പുമര-
ത്തണലിൽക്കൂടിയാടുവാൻ
കളഭം പൂശി വന്നെത്തും
മുക്കുറ്റിപ്പൂങ്കിടാങ്ങളേ,

ചരാചരപ്രേമലീല
കണ്ടു നിൽക്കുമപാരതേ,
ഏകാന്തമൗനഗാനത്തിൽ-
പ്പൊന്തും ശാരദചന്ദ്രികേ,

പൊറുതിക്കുള്ള വല്ലങ്ങൾ
നിറയ്ക്കും ജലദങ്ങളേ,
പുത്തരിക്കോപ്പൊരുക്കുന്ന
പഞ്ചവർണശുകങ്ങളേ,
കണ്ടിട്ടറിഞ്ഞുവോ നിങ്ങ-
ളെന്നെ, പ്പൊൻവെയിൽനാളമേ?

ഏതോ കൊടുംപാപശിക്ഷ-
യേറ്റു, ജീവിതവല്ലരി
വേരുണങ്ങി, ക്കൽത്തുറുങ്കിൽ
മരവിച്ചു, മരിപ്പു ഞാൻ!

കുമ്പിട്ടു കുലതൂങ്ങുന്ന
ചെന്തെങ്ങായിപ്പിറന്നുപോൽ;
എന്തു മാറ്റം, കരിഞ്ഞോരു
കാഞ്ഞിരക്കുറ്റിയിന്നു ഞാൻ!

ശ്രീകുരുംബക്കാവിലെന്നും
തൊഴാനെത്തും പുലർച്ചയിൽ;
മുടക്കിയില്ല ഞാൻ രാമാ-
യണപാരായണങ്ങളും.

ഉരുക്കുമുഷ്ടിയിൽ കൈക്കോ-
ട്ടാകുമായുധമേന്തിയോൻ,
ജീവിതപ്പോരിൽ വിജയം
വരിച്ചോൻ വീരമാതുലൻ!

പാട്ടക്കൃഷിക്കാരനായി-
ക്കന്നുപൂട്ടി'പ്പിഴച്ചു'ഞാൻ;
'ചോപ്പനും' 'മൈലനും' നേടി-
ത്തന്നു ജീവിതവൃത്തികൾ!

തമ്പുരാനുടെ പേരേട്ടിൽ
ഒരു കർഷകനായ ഞാൻ
കൊലയ്ക്കു ജീവപര്യന്ത-
ശിക്ഷയേറ്റു കിടക്കയാം.

ഈശന്റെ ഭൂമി സൂത്രത്തിൽ
തന്റേതാക്കിയ ലോഭമേ,
പട്ടംകെട്ടും ജന്മിയായ് നീ
മർത്ത്യസ്വാർത്ഥനിഘണ്ടുവിൽ!

മുറിച്ചുപോയ്നാക്കിലയൊ-
ന്നൊരു നാൾ; സർപ്പമായ് അവൻ;
തല്ലിയെന്നെച്ചെരിപ്പൂരി;-
ത്തടുത്തിതരിവാൾ മുന!

അടിയേറ്റു സഹിക്കാതെ
നില വിട്ട,തു ചെയ്തു ഞാൻ;
ഇടിത്തീയ്യിൽ വെന്തെരിഞ്ഞൂ
മാവു,മെൻ മുല്ലവാടിയും!

ഹൃൽസ്പന്ദത്തിന്റെ കാൽവെപ്പു
തെറ്റിയൊ,ന്നാക്ഷണംമുതൽ
അന്ധതാമിസ്രദുഃഖത്തിൽ-
ച്ചങ്ങലക്കെട്ടിലായി ഞാൻ!

വീരചക്രം വരിക്കുന്നൂ
കൂട്ടക്കൊല നടത്തിയോൻ;
വീഴുന്നു മാനം സൂക്ഷിക്കും
കൈയിലായസശൃംഖല!

സമാവകാശം സർവ്വർക്കും
തമ്പുരാൻ തന്നൊരീ നിലം.
അതാകെത്തൻ കയ്യടക്കി
വെക്കുവോൻ കൊലപാതകി!

ആത്മരക്ഷയ്ക്കന്നു കത്തി-
യൂരിപ്പോയ് സഹികെട്ട ഞാൻ.
കാവൽ നിൽക്കുന്ന നിയമം
പണത്തിൻ പടിവാതിലിൽ!

എന്നെത്തൊടാതെ,യിക്കോട്ട-
മതിൽ തീണ്ടാതെ, പിന്നെയും
പൊൻചിങ്ങത്തേർത്തട്ടിലേറി
നാല്പതോണം കടന്നുപോയ്!

വില്ലിന്നൊലി മുഴങ്ങാതെ,
പൂവിളിക്കാതെ, പൂവട
നേദിക്കാതെ, കോടിയാട
കണി കാണാതെ,യങ്ങനെ

തിരുവോണപ്പുലരിയിൽ
മാവേലിയെഴുന്നള്ളവേ
പൊൻവിളക്കു കൊളുത്താതെ
നാല്പതോണം കൊഴിഞ്ഞുപോയ്!

വറ്റി വറ്റി വരും മൂക-
ഹൃൽസ്പന്ദത്തിന്റെ ധാരയിൽ
പൊങ്ങുന്നു മുങ്ങിച്ചാകുന്നൊ-
രാത്മാവിൻ ദീനരോദനം!

ഇന്നു ചിങ്ങപ്പുലരിതൻ
ദീപനാളം തിളങ്ങവേ
ഉറവറ്റ കരൾത്തട്ടിൽ-
പ്പൊട്ടുന്നിതിരുമൗക്തികം!

കാലക്കേടിൻ ചൂടിലേറെ-
ച്ചടയ്ക്കിലുമഭംഗുരം
ചന്തം മായാത്തൊരെൻ ഗ്രാമം
പൊന്തുന്നു സ്മൃതിവീചിയിൽ!

ഒരായിരം താമരപ്പൂ
കൈയിലേന്തി പ്രസന്നനായ്
പനിനീർപ്പൊയ്കയിൽ മുങ്ങി-
ക്കേറും പൊൻചിങ്ങമാസമേ,

ഈറൻ ചുരുൾമുടിച്ചാർത്തു
മുഖത്തു ചിതറി സ്വയം
വയലിൻനേർക്കു നോക്കുന്ന
നിന്റെ പുഞ്ചിരിയോർപ്പു ഞാൻ!

നീലാഞ്ജനച്ചെപ്പു വാനിൽ
നിരത്തും നീലമാമല,
ചെങ്കുത്തുപാറയിൽച്ചാടി-
യിറങ്ങും പട്ടുചോലകൾ,

കുന്നിൻ 'വല്ലിക്കുട'യ്ക്കുള്ളിൽ
മറയും ഹരിതാഭകൾ,
ചേറാണ്ട കയ്യാൽപ്പൊൻ വിത്തു
വിതയ്ക്കും കരിവാർമുകിൽ,

ആമ്പൽ നീന്തും കുളം; തത്ത
വീടുകേറ്റിയൊരാൽമരം,
കാവൽച്ചാളയിൽനിന്നേതോ
വെളിച്ചം വീശുമാ വിളി,

പാതയിൽക്കൂടി നീങ്ങുന്നോ-
രോണച്ചന്തച്ചരക്കുകൾ,
ഉത്രാടരാവിൽ നേത്രങ്ങ-
ളടയാത്തൊരു വീടുകൾ,

കാട്ടുമുല്ലപ്പൂനിരകൾ
ഉതിർവോരൂടുപാതകൾ,
മധുരിപ്പിച്ചു പോം പാണ-
നാർതൻ പാട്ടിന്റെ സൗരഭം,

പായ് നിവർത്തിയ കേവഞ്ചി
നിലാവലകളിൽ സ്വയം
നീങ്ങുമാറിൻകരയിലെ-
ക്കതിരാടുന്ന പാടവും;

കാലക്കേടിൻ ചൂടിലേറെ-
ച്ചടയ്ക്കിലുമഭംഗുരം,
ചന്തം മായാത്തൊരെൻ ഗ്രാമം
പൊന്തുന്നൂ സ്മൃതിവീചിയിൽ!

പച്ചപ്പട്ടു നിവർത്തുന്ന
തൈവാഴത്തോപ്പിനുള്ളിലായ്
മങ്ങിക്കാണുന്നു ദൂരത്തെൻ
ശൂന്യഗ്രാമീണപത്തനം!

ആ വീട്ടിലവൾ വന്നേറി-
പ്പൂവിടും കയ്പവള്ളിയായ്;
വിരിഞ്ഞിതെൻ കരൾക്കാമ്പിൽ
ചോളക്കൂമ്പുകണക്കവൾ.

പുലരും മുമ്പു പേരാറ്റിൽ-
ക്കുളിച്ചാർദ്രാംബരത്തൊടും
കാർകൂന്തൽ ചിക്കിക്കോലായി-
ലേറീ പൂമാതുപോലവൾ.

പൂന്നെൽക്കതിരുപോൽ വീട്ടി-
ലവൾ വന്നു കിനാവുമായ്,
ശൂന്യമാമെൻ കരൾത്തട്ടി-
ന്നി,ല്ല വല്ലം നിറയ്ക്കുവാൻ!

ഒരു പൂങ്കനിയാക്കയ്പ-
വള്ളിയിൽ കാച്ചുനിൽക്കവേ
കൺനിറഞ്ഞതു നോക്കിക്കൊ-
ണ്ടൊലിച്ചു കൂരിരുട്ടിൽ ഞാൻ.

ഉത്രാടസന്ധ്യനാൾ ഓണ-
മുണ്ണാതെൻ വീടുവിട്ടു ഞാൻ,
അന്നാപ്പേമാരിതൻ തല്ലിൽ-
ത്തകർന്നു കയ്പവള്ളിയും.

പാഴ്പ്പറമ്പൊരു പൂന്തോട്ട-
മാക്കി മാറ്റിയതിക്കരം,
കരിക്കോലു പിടിച്ചേറെ-
ത്തഴമ്പേന്തിയതിക്കരം.

ഇത്തുറുങ്കിൽ ദ്രവിക്കേണം
പ്രാണൻ കൂടു വിടുംവരെ
ഇക്കന്മതിൽക്കൂട്ടിനുള്ളിൽ-
ജ്ജഡം മണ്ണായി മായണം!

എന്നാത്മാവിൽസ്സൂചിവെക്കാൻ
വരും ദിവ്യപ്രകാശമേ,
അലിഞ്ഞെൻ നേർക്കു നോക്കിപ്പോം
ശാന്തശാരദചന്ദ്രികേ,

അനുകമ്പാവീർപ്പയയ്ക്കും
മൂകസന്ധ്യാഭ്രതാരമേ,
ശോകത്താൽത്തല താഴ്ത്തിപ്പോം
സ്നേഹാർദ്രജലദങ്ങളേ,

അജ്ഞാതപഥികന്മാരായ്
നീങ്ങുന്ന വിഹഗങ്ങളേ,
മധ്യസ്ഥരായ് നിന്നു ലോകം
കാണും നീലാചലങ്ങളേ,

ബ്രഹ്മാണ്ഡഭാണ്ഡങ്ങൾ തോളി-
ലേറ്റി നിൽക്കുന്ന വാനമേ,
ലജ്ജിക്കുന്നോ നിങ്ങളെന്നെ-
സ്സുഹൃത്തെന്നു വിളിക്കുവാൻ?

ചാടിവീണൊരിടിത്തീയിൻ
ദംഷ്ട്രയിൽപ്പെട്ടൊരാ ദിനം:
കൊടുങ്കാറ്റിൻതല്ലിൽ വെള്ളം
കേറിയെൻ തോണി മുങ്ങവേ,

നെല്ലും വിത്തും പൂട്ടിവെക്കും
ഭവനം തീപ്പിടിക്കവേ,
ഭൂകമ്പമൊന്നിലെൻ ലോകം
തകർന്നു നിപതിക്കവേ,

വെച്ചുപൂജിച്ചതാം സാള-
ഗ്രാമം കാലം ഗ്രസിക്കവേ,
അന്നപൂർണേശ്വരിയവൾ
സന്ധ്യപോലസ്തമിക്കവേ,

അമ്പേറ്റ കിളിയായൊന്നു
പിടഞ്ഞു മമ ചേതന;
നീരാവിയിൽപ്പൊങ്ങി ചുറ്റു-
മേതോ വിരഹവേദന!

കഴിഞ്ഞിതെൻ ജീവിതത്തി-
ലോണം; മാഞ്ഞു നിലാവൊളി;
ഇന്നെന്റെ തറവാടായീ
ജയിലിന്റെയിരുട്ടറ.

ഇക്കൽത്തുറുങ്കു കാക്കുന്ന
കൂരിരുട്ടുറ്റ തോഴനായ്;
കൂട്ടുകാരായ്ത്തീർന്നു മൂളും
കൊതുകും മക്കുണങ്ങളും.

കടുത്ത ദുർഗന്ധശീല-
മിന്നു കാമ്യസുഗന്ധമായ്;
കിലുങ്ങും കൈവിലങ്ങിന്നു
രാഗംമൂളുന്ന മോഹിനി!

അറ്റു സ്വരാജ്യസ്മൃതികൾ,
അറ്റു വിശ്വാത്മഭാവന,
പുകഞ്ഞു കെട്ടടങ്ങിപ്പോ-
യകക്കോവിലിലെത്തിരി!

ഇടയ്ക്കിടയ്ക്കു കേൾക്കുന്നു
സന്ധ്യാചരമഗീതമായ്
അകന്നകന്നുപോമേതോ
ലോകത്തിൻ കാൽച്ചിലമ്പൊലി!

വിളിക്കാൻ വരുമോ വീണ്ടും
നിത്യാനന്ദപ്രഭാതമേ?
ദ്രോണിക്കടവിലീയെന്നെ
കാക്കുമോ താരകങ്ങളേ?

വീണ്ടും ദാഹം, പ്രേമദാഹം,
അന്തർദ്ദാഹം; നിശേ വരൂ!
പൊളിക്കൂ ജയിൽ, അപ്പാലു
മോന്തട്ടേയവസാനമായ്!

ഇടിഞ്ഞു കോട്ടയീ രാവിൻ-
കടലാക്രമണത്തിനാൽ,
തിരതല്ലും സ്മരണതൻ
കടലാക്രമണത്തിനാൽ!

ഇത്തുറുങ്കറതൻ വാതിൽ
തകർത്തുള്ളിൽക്കടന്നുടൻ,
വിഴുങ്ങുകെന്നെയുത്രാട-
രാവിൻ നിശ്വാസിതങ്ങളേ!

അന്ധതാമിസ്രദുർഗ്ഗത്തി-
ന്നസ്ഥികൂടം ചവച്ചുടൻ,
നിൻ ജ്വാലയിൽദ്ദഹിപ്പിക്കു-
കെന്നെ, ശ്ശോണവിഭാതമേ!

നിലാവേ, നിൻ കടലല-
ച്ചാർത്തിലെന്നെയൊഴുക്കി നീ,
നക്ഷത്രം പൂക്കുമജ്ഞാത-
തീരത്തിലലിയിക്കുക!

കൂരിരുട്ടിൻ മറുകരെ,
വെളിച്ചത്തിന്നുമക്കരെ,
സ്ഥലം മാറ്റുക നിൻ വഞ്ചി-
യേറ്റി,സ്സന്ധ്യാപ്രകാശമേ!

പിൻതള്ളപ്പെട്ടു പിൻവാങ്ങി
വിശ്വനാടകവേദിയിൽ,
അനാദിഹൃദസ്പന്ദ-
മാദിതാളം പിഴച്ച ഞാൻ.

തകർന്ന വീട്ടിലാ വേലി
ചിതൽ തിന്ന പറമ്പിലായ്
പൂവിട്ടു നില്പതുണ്ടാമെൻ
കൊച്ചുമാകന്ദമിപ്പൊഴും.

കഴമക്കതിർ കൊത്തിക്കൊ-
ണ്ടതിൻ കൊമ്പിലിരുന്നു ഹാ,
പാടുന്നുണ്ടാമിപ്പൊഴും ര-
ണ്ടോമൽക്കിളികളെന്തിനോ!

മറന്നേക്കാം തീരെ നിന്നെ-
യന്ധതാമിസ്രജന്തു ഞാൻ,
മറക്കായ്കെന്നെ നീയെന്നും
ചിങ്ങപ്പൂത്തിരുവോണമേ! ■

1966

അമ്പലം കത്തുമ്പോൾ

(സന്ധ്യ. അവൾ പെട്ടെന്ന് പടികേറി വന്നു. കത്തുന്ന ഏതോ പൊന്നമ്പലം ചൂണ്ടിക്കാട്ടി. മിണ്ടിയില്ല, നീൾക്കണ്ണ് നിറച്ചു നിന്നു.)

വിശ്വം വിഴുങ്ങി വിഹരിക്കുമാസുര-
വിദ്യതൻ പന്തം പരന്നു.

അമ്പലം കത്തുന്നിതമ്പല;-മാരുമി-
ച്ചെന്തീ തളർത്തുവാനില്ലേ?

കുമ്പിട്ടുനോക്കേണ്ട; ബിംബത്തിൽ ചാർത്തിയ
ചെമ്പട്ടു പാറുന്നതല്ല.

പട്ടങ്ങൾ കെട്ടിയിടയും ഗജങ്ങൾതൻ
പട്ടുകുടതഴയല്ല.

അൻപെഴും നമ്മൾതന്നാദർശബിംബമു-
ള്ളമ്പലം കത്തുകയാണേ!

പാവനസംസ്കാരബിംബമുറപ്പിച്ച
കാവുകൾ വേവുകയാണേ!

തേടി നഗരങ്ങൾ ഗോപുരവാസികൾ
മാടപ്പിറാവുകളെല്ലാം,

പൊത്തിൽപ്പതുങ്ങിനാർ തീയ്യല ചുറ്റിയ
പൊന്മണിനാഗങ്ങളെല്ലാം

ഇക്കൊടുംചോരപ്പുഴയിലൊഴുകുന്നു
ഗോക്കൾതൻ സൗമ്യഗളങ്ങൾ

മായുന്നതീ മഹാ ഹിംസതൻ ജ്വാലയിൽ
മാമരപ്പന്തൽനിരകൾ.

കൂസാതെ കൂറ്റനീയമ്പലമുറ്റത്തു
കൂടാരമൊന്നു വരിഞ്ഞു;

തൃക്കഴൽസ്പർശവും കാത്തു കിടക്കുന്ന
പൂക്കുടയാകെയെരിഞ്ഞു?

കൊണ്ടൽനേർവർണ്ണനു ജീവിതമർപ്പിച്ച
ചെണ്ടതൻ മെയ്ത്തോലുരിഞ്ഞു,

ചെമ്മണിത്താരകപ്പൂക്കൾ വിരിയുന്ന
വിണ്മരക്കൊമ്പു കരിഞ്ഞു,

പാരിന്നമൃതു ചുരത്തിയൊരമ്പിളി-
പ്പാൽക്കുടം തട്ടി മറിഞ്ഞു,

ആടും പശുക്കളും പാന്ഥരും ചേരുന്നൊ-
രാല, കുളവും മറഞ്ഞു;

അമ്പലം കത്തുന്നിതമ്പല;-മാരുമി-
ച്ചെന്തീ തളർത്തുവാനില്ലേ?

ചിറ്റമ്പലച്ചുറ്റിലെന്നല്ല, ഗോപുര-
ത്തട്ടിൽ, നടയിൽ, കടവിൽ,

ആൽത്തറക്കെട്ടിലും-വെള്ളമണലിലു-
മാനന്ദമുദ്ര ധരിച്ചു

കുഞ്ഞുങ്ങൾ, അമ്മമാർ-ഉത്സവം കാണുവാൻ
വന്നവർ വീണുറങ്ങുന്നു!

പൊൻചൂരൽ വീശിയുടുപ്പിട്ടസുരനി-
ങ്ങഞ്ചാതകത്തുകടന്നു.

രത്നവും തങ്കവും കൂടിയാടും നെടും
ഭണ്ഡാരവാതിലുടഞ്ഞു.

ചോർത്തു മുഴുവൻ തിരുവാഭരണങ്ങൾ
നേർച്ചപ്പണമിവൻ വാരി

തന്നുടവാളിവൻ കാളക്കിടാവിന്റെ
പൊന്നും കഴുത്തിനോ നേർന്നു!

ചെമ്പുപലകയടകളടുക്കിയ
ചിറ്റമ്പലം കിടക്കുന്നു

കൂകിത്തെളിഞ്ഞ കലകൾക്കു കൂടായ
കൂത്തമ്പലമെരിയുന്നു!

ഭാരതരാമായണക്കഥ കൊത്തിയ
ചാരുകൽത്തൂണിടിയുന്നു!

അമ്പലം കത്തുന്നിതമ്പല;മാരുമി-
ച്ചെന്തീ തളർത്തുവാനില്ലേ?

മണ്ഡപമേൽപ്പുര തിന്നു നുണച്ചിവൻ
ചുണ്ടൊന്നു നക്കിത്തുടച്ചു.

ഉന്മാദമൂർച്ഛയിൽക്കോവിലിൻ താഴിക-
പ്പൊന്മുടി ചുറ്റിപ്പിടിച്ചു;

മുല്ലത്തിടപ്പിള്ളി ചുട്ടുകരിച്ചവൻ
പല്ലു കടിച്ചു ഞെരിച്ചു;

പേക്കോലമൊത്തിതാ ശ്രീകോവിൽ വാതിലിൽ
തീക്കലിക്കൂളനണഞ്ഞൂ!

അമ്പലം കത്തുന്നിതമ്പല;മാരുമി-
ച്ചെന്തി തളർത്തുവാനില്ലേ?

ദുർമ്മദകാലാഗ്നികാളിയൻ ചുറ്റുമി-
പ്പൊന്മണിക്കോവിലിലുണ്ടേ;

ചാരുപിഞ്ഛാഗ്രം നിറുകയിൽക്കൂട്ടി-പൊൻ
താരകാകിങ്ങിണി കെട്ടി.

പുത്തൻ പുലിനഖം കോർത്ത പൊൻനൂലൊത്തു
പട്ടുടയാടയും ചാർത്തി,

നീലമണിക്കടമ്പൊന്നിൻ തണലിലി-
ഗ്ഗോളധേനുക്കളെച്ചേർത്ത്,

കോലക്കുഴലുവിളിച്ചു കളിക്കുമ-
ബ്ബാലഗോപാലകരൂപം!

വിണ്ണണിയമ്പിളി വെണ്ണ വാരിത്തരു-
മുണ്ണിതന്നഞ്ജനരൂപം!

പുണ്യപ്പൊരുളിനാൽ ശ്രീവില്വമംഗലം
പുൽകിയ പീയൂഷരൂപം!

ആതുരൻ പട്ടേരി പുഷ്പാഞ്ജലികളാൽ-
പ്പൂജിച്ചൊരൗഷധരൂപം!

പാടുന്ന തുഞ്ചൻമണിക്കിളി നല്ലെണ്ണ-
യാടിയ നിർവ്വാണരൂപം!

സ്വർണ്ണവും വെള്ളിയും ഓടും കടത്തട്ടെ
പൊന്നമ്പലം തകരട്ടെ,

തീണ്ടൊല്ല തീയ്യലത്താമരത്താരണി-
ക്കൊണ്ടൽനേർവിഗ്രഹം മാത്രം.

കാലാഗ്നി തീണ്ടായ്ക കേരളം കാക്കുന്ന
കാളിതൻ വിഗ്രഹം മാത്രം.

നൃത്തം ചവിട്ടുമീ മൃത്യുവക്ത്രത്തിലാം
ഭക്തകനകപ്പരീക്ഷ.

ഓമനക്കണ്മണിക്കുഞ്ഞിനുവേണ്ടിയി-
ത്താമരപ്പൊയ്കയിൽച്ചാടാൻ

തമ്പുരാൻ ചോറിനാൽ മെയ്ക്കരുത്താർന്നവ-
രമ്പലവാസികളില്ലേ?

മേശാന്തി നിദ്രാവധൂടിതൻ പോർമുല-
ചേർത്തു കിടക്കയാണല്ലേ?

ദേവന്റെ മെയ്ച്ചോരയൂറ്റിക്കുടിക്കുന്ന
കോവിലൂരാളനെവിടെ?

ശംഖുവിളിക്കേണ്ട മാരാർ മുറുക്കുവാൻ
തൻ പൊതി കെട്ടഴിക്കുന്നോ?

അമ്പലം പാതിയായ്!-ആരുമിത്തീമല-
തല്ലിയമർത്തുവാനില്ലേ?

തുള്ളിക്കളിച്ചിതാ ചെന്തീയടുത്തുള്ള
പള്ളിയെച്ചാടിപ്പിടിച്ചു!

മായൊല്ല വാരുണവിദ്യതൻ വഹ്നിയിൽ
മാഹമ്മദമതഗ്രന്ഥം!

ശങ്കവേണ്ടാ നബിഭക്തരൊന്നായ്ക്കൂട്ടു-
'ബാങ്കു' വിളിക്കുവിനിപ്പോൾ.

പട്ടുടുപ്പിക്കുവോനല്ലിവൻ സർവ്വവും
ചുട്ടുകരിക്കുവോനത്രേ?

മാനത്തിനായ് പണ്ടു സർവ്വവുമർപ്പിച്ച
വേണാട്ടരചന്റെ വാളും,

ഉൽബുദ്ധകേരളം കാത്തൊരചേരന്റെ-
യുഗ്രമാം വില്ലും ശരവും.

വാട്ടമറിയാത്ത കുന്നലക്കോൻപട-
ചാട്ടിയ കുന്തമുനയെ

ചാണയ്ക്കുവെയ്ക്കും മരയ്ക്കാർക്കുരുക്കൾതൻ
ചേണാർന്ന കപ്പൽപ്പടയും.

കാത്തുരക്ഷിച്ചു പുറംതീയിൽനിന്നന്നു
കോവിലും പള്ളിയുമൊപ്പം!

കൈമെയ് മറന്നവരാദർശവഹ്നിയിൽ-
ഹോമിച്ചു ജീവിതഹവ്യം!

ഭീതിതൻ കൂടപ്പിറപ്പുകൾ നമ്മളോ?
മൂടിപ്പുതച്ചുറങ്ങുന്നു!

ഉള്ളലിയിക്കുന്ന ശംഖനിനദവും
പള്ളിതൻ 'ബാങ്കു'വിളിയും

ഏകസ്വരത്തിൽ ക്ഷണിച്ചുവരുത്തുമീ
ഐക്യപുലരി പ്രഭയിൽ

ധീരതനയരേ, ദർശിപ്പിനീ മുഗ്ദ്ധ-
ഭാരതമേദിനീരൂപം!

വെന്തെരിയുന്നിതാ പള്ളിയും കോവിലും
ചെന്തീ കെടുത്താത്തതെന്തേ? ■

–1949

www.ingramcontent.com/pod-product-compliance
Lightning Source LLC
LaVergne TN
LVHW060613051026
849519LV00002B/574
* 9 7 8 9 3 8 6 4 4 0 7 8 5 *